துப்பறியும் அதிகாரியின் குறிப்புகள்

லெவ் ஷெய்னின்

தமிழில் : **க. சுப்பிரமணியம்**

பதிப்பாசிரியர் : **பூ. சோமசுந்தரம்**

வெளியீடு

சிந்தன் புக்ஸ்

துப்பறியும் அதிதிகாரியின் குறிப்புகள்
ஆசிரியர் லெவ் ஷெய்னின்
தமிழாக்கம் : க. சுப்பிரமனியம்
பதிப்பாசிரியர் : பூ. சோமசுந்தரம்
முதலில் வெளியிட்டது முன்னேற்ற பதிப்பகம் மாஸ்கோ
சிந்தன் புக்ஸ் முதல் பதிப்பு 2024

வெளியீடு
சிந்தன் புக்ஸ்
327/1 திவான் சாகிப் தோட்டம்
டி.டி.கே. சாலை, இராயப்பேட்டை
சென்னை- 600014
தொலைபேசி 044 28114164
கைப்பேசி 9445123164
மின்னஞ்சல் : kmcomrade@gmail com

அட்டை வடிவமைப்பு: எம்.ஜி. ராகுல்
புத்தக வடிவமைப்பு:: ரேவதி

பக்கம்:158
விலை: ரூ.200/-

உள்ளடக்கம்

என்னைப் பற்றிச் சில சொற்கள்	5
1. துளையிட்ட தீனார் நாணயங்கள்	25
2. ஓநாய்க் கூட்டம்	66
3. பொறி	73
4. சொல் ஓவியம்	93
5. குற்றத்தை ஒப்புக் கொள்ளுதல்	107
6. மனம்விட்டுக் கூறல்	113
7. உறுதியான நட்பு	123
8. வேட்டைக் கத்தி	131
9. திரு. குரோவரின் உண்மைக் காதல்	146

என்னைப் பற்றிச் சில சொற்கள்

ஓர் எழுத்தாளனை இலக்கியத்திற்கு இட்டு வரும் பாதைகள் பல. எனது பாதை துப்பறியும் இலாகாவில் தொடங்கியது.

இன்று 1956ம் ஆண்டு, மார்ச் 25ம்தேதி. ஐயோ! இது எனது ஐம்பதாவது பிறந்தநாள். துப்பறியும் இலாகாவில் என் வாழ்க்கை தொடங்கியது எவ்வாறு என்பதை யெல்லாம் இன்று எண்ணிப் பார்க்கிறேன். 1923 பிப்ரவரி மாதம். ப்ரூஸோவ் இலக்கியக் கல்லூரி மாணவனும் காம்ஸமோல் (கம்யூனிஸ்ட் இளைஞர் சங்க) உறுப்பினனுமான எனக்கு, க்ராஸ்னோப்ரே ஸ்னேன்ஸ்கிய் வட்டாரக் காம்ஸாமோல் கமிட்டிக் காரியாலயத்தில் ஆஜராகுமாறு அழைப்பு வந்தது. எங்கும் கடுங்குளிர். அன்றைய மாஸ்கோ என் நினைவிற்கு வருகிறது.

1923ம் ஆண்டைய மாஸ்கோவே! எனது இளமைப் பிராயத்து மாஸ்கோவே! உன்னை நான் ஒரு பொழுதும் மறவேன். நான் கண்களை மூடிக்கொள்ள வேண்டியது தான், வெண்பனி மூடிய உனது சாலைகள், குறுகிய த்வெர்ஸ்க்காயா தெரு, அகோத்நிய் ர்யாதில் உள்ள மாதா கோயில், நீண்ட நேரம் விட்டுவிட்டு எப்போதாவது நொணநொணத்துக் கொண்டு வரும் மிகச் சில டிராம்கள், தெருச் சந்துகளில் தூங்கி வழியும் வண்டிக்காரர்கள், தீனிப் பைகளிலுள்ள 'ஓட்' தானியத்தை மென்று கொண்டிருக்கும் குதிரைகள், மோஸ்ஸேல்ப்ரோம் கம்பெனியின் (அதுதான் முதலாவது சோவியத் கம்பெனி) சார்பில் சாக்கலேட்டுகளையும் "ஈரா" சிகரெட்டுகளையும் டிரேயில் வைத்து விற்கும், ஒய்யாரமான கைத் தொப்பிகள் அணிந்த விற்பனைக் காரிகள் (பழைய உலக நடையுடை பாவனைகளில் எஞ்சியதெல்லாம் இதுவே என்று ஜனங்கள் சொல்லுவார்கள்), இவையெல்லாம் அப்படியே என் மனக் கண் எதிரே வந்து நிற்கின்றன; ஸத்ஸேபா சந்தை-யிலுள்ள புகைமண்டிய சாயாக் கடை என் கண்முன் தெரிகிறது. கடைக்காரர்களும், மாணவர்களும், வண்டிக்காரர்களும், ஸத்ஸேபா கசாப்புக்காரர்களும், சந்தை ஜேப்படிக்காரர்களும், நகர்ப்புறம் செல்லும் ரயில் வண்டிகளுக்காகப் பவெலேத்ஸ்கிய் ரயில் நிலையத்தில் காத்துக் கொண்டிருக்கும், பணைத்த மார்பும் சிவந்த கன்னங்களுங் கொண்ட பால்காரிகளும் குளிர்காயும் பொருட்டு அந்தச் சாயாக் கடைக்கு வந்து போவார்கள். ஏ, மாஸ்கோவே, உனது ரயில் நிலையங்கள், நெருக்கம் மிகுந்த மாணவர் விடுதிகள், மாஸ்கோ கலை அரங்கின் டிக்கெட் கொடுக்குமிடத்திற்கு முன் களிப்பும் குதூகலமுமாக இரவு முழுவதும் நெரியும் மக்கள் வரிசை, த்வெர்ஸ்க்கோய் சாலையில்

இருந்த "மௌனப்படம்" என்ற பெயர் தாங்கிய சினிமாத் தியேட்டர் -அந்நாட்களில் சினிமா உண்மையிலேயே மௌனப் படமாகத்தான் இருந்தது- இவற்றையெல்லாம் கண்ணெதிரே காண்கிறேன்.

அது விசித்திரமான காலம், அந்நாளைய மாஸ்கோவும் விசித்திரமாகத்தான் இருந்தது. வரிசை வரிசையாக விற்பனை ஸ்டாண்டுகளும், பெட்டிக் கடைகளும், பெரிய கடைகளுமாக ஒரே நெரிபிரியாயிருந்த ஸுகரெவ்கா வீதியில், முன்னாளைய வியாபாரிகளின் மாளிகைகளிலே இருந்த காம்ஸமோல் கிளப் ரூம்களும் சேர்ந்து இலகின; முதலாவது நெப் காரர்களின்* கடைகளுக்கும் காரியாலயங்களுக்கும் வெளியே திகழ்ந்த புதிய குறிப்பலகைகள் ஒருபுறமும், நேற்றுவரை கடைசல் தொழிலாளிகளாகவும், பிட்டர்களாகவும், எஞ்சின் டிரைவர்களாகவும் இருந்த தொழிலாளர்கள், கல்லூரிப் பிரவேசப் பரீட்சைக்காக மும்முரமாகப் படித்துக் கொண்டிருந்த பக்ரோவ்ஸ்கிய் தொழிலாளர் உயர்நிலைப் பள்ளியின் வகுப்பறைகளில் புதுக் கருக்கழியாத குறிப்புப் பலகைகள் மறுபுறமுமாக மொகோவாயா வீதியிலே ஒரே சமயம் விளங்கின; த்வெர்ஸ்க்காயா வீதியில் இருந்த மாஸ்கோ அராஜகவாதிகள் கிளப்பின் முகப்பில் ("அராஜகமே ஒழுங்கின் தாய்" என எழுதப்பட்ட) பிரம்மாண்டமான கறுப்பு அடையாளப் பலகை தொங்கியது. ஸ்த்ராஸ்த்நாயா சதுக்கத்தின் மூலையிலிருந்த "பெகாஸஸ் லாயம்" என்ற சிற்றுண்டிச் சாலையை விந்தையான சுவரோவியங்கள் அணி செய்தன. இங்கே, போதையேறிய மக்களின் கதம்பக் கூட்டத்துக்குமுன்னே உருவகவாதிக் கவிஞர்கள் தங்கள் கவிதைகளைப் படித்தனர். அந்நாளைய மாஸ்கோ நகரிலே இத்தகைய பலவகைக் காட்சிகள் அருகருகே காணப்பட்டன.

காம்ஸமோல் கிளப்புகளில் இளைஞர்கள், மக்கள் பெரிதும் விரும்பிய "தொழிலாளர், குடியானவர் ஆகியோரின் இளங்காவலர் நாங்கள்" என்ற பாட்டைப் பாடினார்கள்; உலகப் பாட்டாளிகள் அனைவரையும் ஒன்றுபடுத்தக் கூடிய ஒரு மொழியின் மூலம் உலகப் புரட்சியை விரைவில் கொண்டு வருவதற்காக, 'எஸ்பெரான்டோ' என்ற சர்வதேசக் கற்பனை மொழியைப் பயின்றார்கள்; ஆவேசத்துடன் அரும்பாடு பட்டு அறிவைத் திரட்டினார்கள்; வேறுவழி யின்மையால் தாற்காலிகமாகச் சகித்துத் தீரவேண்டியிருந்த நெப் காரர்களை மனதார வெறுத்தார்கள்!

---

* நெப் -- NEP - என்பது புதிய பொருளாதாரக் கொள்கை என்பதைக் குறிக்கும். இதன்படி தனியார் தொழிலும் வியாபாரமும் தாற்காலிகமாக அனுமதிக்கப்பட்டன. இவ்வாறு தனித் தொழிலோ வியாபாரமோ செய்தவர்கள் நெப்காரர்கள் எனப்பட்டனர்.

இதற்கிடையே, எல்லா வகையான போக்கிரிகளும் சந்து பொந்துகளிலெல்லாம் இருந்து பொலுபொலு வென்று கிளம்பி வெளியே நெளிந்தார்கள். சீட்டாட்ட வஞ்சகர்கள், மேனாமினுக்கி விலைமாதர்கள், பேராசை ஊறித் ததும்பும் முகத்தினரான வியாபாரச் சூதாடிகள், மௌனமும் பெருமிதமும் இலக வளைய வரும் கூட்டிக்கொடுக்கி டாபர்கள், பிரபுக்களைப் போல் நடிக்கும் கொள்ளைக்காரர்கள், கொள்ளைக்காரர்களாய் மாறிய பிரபுக்கள், காமப் பித்தர்கள், எல்லா ரகங்களையும், அளவுகளையும், சாயல்களையும் சேர்ந்த, அப்பட்டமான வெறுந் திருடர்கள் ஆகியோர் இந்தப் போக்கிரிக் கும்பலில் இருந்தனர்.

சமீபத்தில் நிறுவப்பட்ட அரசாங்க ஸ்தாபனங்களுடன் நிர்மாணம் சம்பந்தமாகவும் வகைவகையான பொருள்கள் சப்ளை செய்வது பற்றியும் ஒப்பந்தம் செய்துகொண்டு, அவற்றினிடமிருந்து பணத்தைப் பறித்துக்கொண்டு கடுக்காய் கொடுக்கும் வரை மட்டுமே நிலைத்திருந்துவிட்டு, பின் சடாரென முறிந்து போகும் அற்பாயுள் கொண்ட பித்தலாட்டக் “கம்பெனி”களும் “அனாமதேய ஸ்டாக் “கம்பெனி” களும் காளான்கள் போலப் பல்குவதும் பட்டுப் போவதும் ஒவ்வொரு நாளும் நிகழ்ந்த வண்ணமாயிருந்தன. அனுமதி பெற்ற முதலாவது வெளிநாட்டுத் தொழில் நிலையங்கள் - மரத் தொழிற்சாலைகள், பென்சில் உற்பத்திசாலைகள், பின்னல் தொழிற்சாலைகள் ஆகியன- நிறுவப்பட்டுவிட்டன. இவ்வாறு அனுமதிபெற்ற வெளிநாட்டுத் தொழிலதிபர்களான ஹாம்மர்களும், பீட்டர்ஸன்களும், வான்பெர்க்குகளும் ஏனையபிறரும் மாஸ்கோவிலும் லெனின்கிராடிலும் நிரந்தரமான காரியாலயங்களை அமைத்துக் கொண்டார்கள். அழகிய பெண்களை வைப்பாட்டிகளாக வைத்துக் கொண்டார்கள். மென்மயிர்த் தோல்கள், நாணயங்கள், ரூப்லியோவ் தெய்வ உருவங்கள், வோலக்தா நகரில் செய்யப்பட்ட சரிகை வேலைப்பாடுகள், விலையுயர்ந்த சித்திரங்கள், பளிங்குச் சாமான்கள் ஆகியவைகளை இரகசியமாய் வாங்கி அனைத்தையும் கமுக்கமாகத் தங்கள் நாட்டிற்கு அனுப்பினார்கள். பாலே நடனத்தின் மீதும் நாட்டியராணிகளின் மீதும் பெருத்த மோகம் காட்டினார்கள். இயல்பான மனித ஒழுங்கை மறுக்கும் கம்யூனிஸ்டுகள் கையில் எக்கச்சக்கமாக மாட்டிக் கொண்டுவிட்ட ருஷ்ய மக்களின்” தலைவிதிக்கு இரங்கிப் பெருமூச்செறிந்தார்கள். “முடிவில் இந்தக் கம்யூனிஸ்டுகளுக்கும் ஒருவகையாகப் புத்தி வந்துவிட்டது போலிருக்கிறது” என்று தேற்றிக் கொண்டார்கள்.

அவ்வளவு அவசரமாக என்னை ஏன் அழைத்திருந்தனர் என்பதை அறிவதற்கியலாது, குறித்த நேரத்தில் வட்டாரக் காம்ஸமோல்

காரியாலயத்துள் நுழைந்தேன். ஸ்தாபன விவகாரப் பிரிவின் தலைவரான ஓஸிபவிடம் இதைப் பற்றிக் கேட்டேன். அவரோ, மாவட்டக் காம்ஸமோல் கமிட்டியின் காரியதரிசியான ஸர்ஷாகிராம்ப், அக்கேள்விக்கு விடையளிப்பார் என்று மர்மப் புன்னகையுடன் கூறினார்.

மாவட்டக் காம்ஸமோல் கமிட்டியின் உறுப்பினனான எனக்கு ஸாஷாவை நன்கு தெரியும். ஓஸிபவும் நானும் அவரது காரியாலய அறைக்குள் புகுந்தோம்.

"வா அப்பா, லெவ், இப்படி உட்காரு. முக்கியமான விஷயம் ஒன்றைப் பற்றி உன்னிடம் பேசவேண்டும்" என்றார் அவர்.

அவருக்கு எதிரே அமர்ந்தேன். பழைய காம்ஸமோல் உறுப்பினர்களை அரசாங்க ஊழியத்தில் ஈடுபடுத்துவதென்று மாஸ்கோ காம்ஸமோல் அதுவல்லவே. நான் இலக்கியக் கல்லூரியில் பயின்று வருகிறேன். இலக்கியத்திற்கே வாழ்க்கையை அர்ப்பணிக்க எண்ணுகிறேன். தவிர..."

"மேலும் நீ ஒரு முட்டாள்" என்று வெட்டிப் பேசினார் கிராம்ப். "உனது அற்ப ஆசைகளைப் பற்றிப் புரட்சிக்கு என்ன கவலை? அத்துடன், நீ எழுத்தாளன் ஆக வேண்டுமென்று தீர்மானித்திருந்தால், உடனே வரி வசூல் இன்ஸ்பெக்டராகவோ அதையும்விட, துப்பறியும் அதிகாரியாகவோ வருவதைக் காட்டிலும் வேறு எதுதான் ஏற்றதாய் இருக்கும்? கதைக்கு வேண்டிய விஷயங்களும், பாத்திரங்களும், வாழ்க்கை நாடகங்களும் ஏராளமாகக் கிடைக்கும் இவ்வேலையில். இலக்கியத்தைக் காண்பதற்கு இதுவேதான் இடம், அப்பனே! அது கிடக்கிறது, முக்கிய விஷயத்துக்கு வருவோம். வரிவசூல்இன்ஸ்பெக்டர்களும் துப்பறியும் அதிகாரிகளும் சோவியத் அரசாங்கத்திற்குத் தேவை. நாம் அவர்களை அனுப்பியே தீரவேண்டும். நாம் அனுப்பப் போகிறவர்களில் நீ ஒருவன். மறு பேச்சுக்கு இடமே கிடையாது. விஷயத்துக்கு அதோடு முற்றுப்புள்ளி வைத்துக் கொள். தெரிந்ததா? ஆச்சரியம் வேண்டுமானால் தாராளமாகப் பட்டுக்கொள். கேள்வி மட்டும் கேட்காதே, ஆமாம்! உனக்கு எங்கே வேலை செய்யப் பிரியம்: மாவட்ட நிதிஇலாகாவிலா, இல்லை, மாவட்ட நீதிமன்றத்திலா?" என்றார்.

"கேள்வி மட்டும் கேட்காதே என்று இப்பொழுது சொன்னீர்கள். அதற்கு முரணாகதான் நீங்களே பேசுகிறீர்களே?"

"தோழர் ஷெய்னின், கட்சியின் சார்பில் ஆள் திரட்டுகிறோம் என்பது நினைவிருக்கட்டும்!" என்று கடுமையான குரலில் சொன்ன கிராம்ப், "எங்கே வேலை செய்ய விருப்பம் என்பதைத் தீர்மானிப்பதற்கு

மாலைவரை நேரமிருக்கிறது. பிறகு வந்து என்னிடம் சொல். போய்வா, பைரன்!'' எனக் கூறி முடித்தார்.

அந்நாட்களில் எனக்கு அடர்த்தியான சுருண்ட தலைமயிர் உண்டு. நான் மென்மையான கழுத்துப் பட்டை அணிவது வழக்கம். இக்காரணங்களாலேயே கிராம்ப் என்னை 'பைரன்' என்று அழைத்தார். இப்போதோ, அந்தோ, நான் முடியிழந்து வெகு நாட்களாயின.

மாஸ்கோ மாவட்ட நீதிமன்றத்தின் துப்பறியும் அதிகாரியாக நான் வந்தது இவ்வாறுதான். பதினேழு வயதே நிரம்பிய, சட்டக் கல்விப் பயிற்சி எதுவுமில்லாத இளைஞன் துப்பறியும் அதிகாரியாக எவ்வாறு நியமிக்கப் பட்டிருக்க முடியும் என்பதைப் புரிந்து கொள்வது கடினமே. எனினும் உண்மையில் நடந்தது அதுதான். இதெல்லாம் நிகழ்ந்தது சோவியத் அரசாங்கத்தின் ஆரம்ப காலத்தில். வாழ்க்கையின் நிர்ப்பந்தம் காரணமாக மக்களுக்குப் பயிற்சியளித்துஉயர் பதவிகளில் நியமிப்பது அப்போது இன்றியமையாத தேவையாயிருந்தது. முக்கியமாக நீதித் துறையில் மிக நெருக்கடியான நிலைமை. லெனின் எடுத்துக் கொண்ட முன்முயற்சியின் விளைவாக ஓர் ஆண்டுக்கு முன்புதான் பிராக்யூரேட்டர் காரியாலயம் நிறுவப்பட்டிருந்தது. ஆரம்ப ஆண்டுகளில் இருந்துவந்த புரட்சி டிரிப்யூனல்களுக்குப் பதிலாக அப்போதுதான் சோவியத் அரசாங்கம் மக்கள் நீதிமன்றங்களையும் மாவட்ட மன்றங்களையும் அமைத்தது. குற்றச்சட்டத் தொகுப்பும் குற்றச்சட்ட-நடைமுறைச் சட்டத்தொகுப்பும் சமீபத்தில்தான் அமுலுக்குக் கொண்டுவரப்படடன. நீதி என்பது, "புரட்சிகரமனவுணர்வை"ப் பொறுத்து மட்டுமல்லாமல் சட்டத்தைச் சார்ந்தும் விளங்குவதாயிற்று.

வேலைக்கு அனுப்பப்பட்டதைக் குறித்து எனக்கு வருத்தம்தான். இப்புதிய வேலை எனது படிப்பிற்கு இடையூறாக இருக்கும் என்றும் எழுத்தாளனாக வேண்டும் என்ற எனது அவாவிற்குத் தடையாகும் என்றும் நான் பயந்தேன். வாழ்க்கையே எழுத்தாளனுக்கு மிகச் சிறந்தபள்ளி, அதற்கு எந்தக் கல்லூரிப் படிப்பும் இலக்கியப் பட்டமும் ஈடாகா என்பதை யெல்லாம் நான் அப்பொழுது அறியவில்லை.

பல வகையான கதாபாத்திரங்கள், பிணக்குகள், நாடகங்கள் ஆகியவற்றுடன் துப்பறியும் அதிகாரி இடையறாது தொடர்பு கொள்கிறான், எனவே அவனுக்கும் எழுத்தாளனுக்கும் பல அம்சங்களில் ஒருமைப்பாடு உண்டு என்பதையும் நான் அப்போது புரிந்துகொள்ளவில்லை. மறுநாளே எத்தகைய வழக்கு திடுமெனத் தனக்கு எதிர்ப்படும் என்பதை எந்தத் துப்பறியும் அதிகாரியும் முன்கூட்டி அறிய முடியாது. கொள்ளையோ, பொறாமையால் விளைந்த கொலையோ, பணத்தைக் கையாடலோ, லஞ்சமோ, எதைப் பற்றிய வழக்காயினும் சரியே, குற்றம் இழைத்த மனிதர்களே

அதில் எல்லாவற்றிலும் முக்கியம் வாய்ந்தவர்கள். அவரவர் சுபாவம் தனி, உணர்ச்சிகள் தனி, விதி தனி. சம்பந்தப்பட்டவர்களது மனோ தத்துவத்தைப் புரிந்துகொள்ளாமல் குற்றத்தின் மூல காரணத்தைக் கண்டறிவது துப்பறியும் அதிகாரிக்கு ஒரு போதும் இயலாது. வழக்கைச்செவ்வையாகப் புரிந்துகொள்வது துப்பறியும் அதிகாரியின் கடமையாகும். அவ்வாறு புரிந்துகொள்வதற்கு அவன் குற்றம் சாட்டப்பட்டுள்ள ஒவ்வொரு மனிதனின் உள்ளத்தின் ஆழத்திலும் புகுந்து பார்க்கவேண்டும். வழக்கு என்பது, நிகழ்ச்சிகள், உடனிகழ்வுகள், துர்வழக்கங்கள், கெட்ட பழக்கங்கள், கெட்ட தொடர்புகள், பலவீனங்கள், வெறியுணர்ச்சிகள் ஆகியவை பின்னிப் பிணைந்து கிடக்கும் சிக்கலான, விசித்திரமான சிடுக்காகும். இந்தச்சிடுக்கை விடுத்து உள்ளே பாராமல் துப்பறியும் அதிகாரியால்வழக்கைப் புரிந்துகொள்ளவே முடியாது.

அதனால்தான் துப்பறியும் அதிகாரியின் வேலை, துப்பறியும் மனோதத்துவத்தையும் மனித சுபாவத்தையும் அவன் எவ்வளவு புரிந்து வைத்திருக்கிறான் என்பதையே எப்போதும் பொறுத்திருக்கிறது. இவ்விஷயத்தில் அவனும் எழுத்தாளனும் ஒரே மாதிரி. அவனைப் போலவே எழுத்தாளனும் தனது பாத்திரங்களின் உள்ளங்களில் நுழைந்து அவர்களின் இன்ப துன்பங்கள், வெற்றி தோல்விகள், தவறுகள் குறைபாடுகள் ஆகியவைகளை எல்லாம் அறிந்துகொள்ள வேண்டும்.

எந்தத் தற்செயல் நான் துப்பறியும் அதிகாரி ஆகுமாறு புரிந்ததோ அதுவே எழுத்தாளன் என்ற முறையிலும் எனது விதியை இவ்வாறு நிர்ணயித்தது.

கிராம்ப் கூறியது முற்றிலும் சரிதான். மாஸ்கோ துப்பறியும் அதிகாரிகளில் கட்சிச்சார்பற்ற பலரும், ஜார் ஆட்சிக்கால நிபுணர்கள் பலருங்கூட இருந்தனர். இரண்டாவது ரகத்தைச் சேர்ந்தவர்களில் இவான் ஸ்நிதோவ்ஸ்கிய் என்பவர் ஒருவர். அறுபதாண்டுகள் நிரம்பிய உக்ரேனியர். கட்டமைந்த உடல். குறும்புத் தனமும் அன்பும் விளங்கிய முகம். சந்தோஷம் நிறைந்த கரிய கண்கள். எல்லோரையும் விட அதிகமாக இவர் என்னைக் கவர்ந்துவிட்டார். நீதிமன்றத்தின் துப்பறியும் அதிகாரியாக முப்பதாண்டுகள் பணியாற்றியவர். புரட்சிக்கு முன் மாஸ்கோ நீதிக் கவுன்சிலில் பெரிய பெரிய வழக்குகளை விசாரணை செய்தவர். அவருடன் வேலை செய்த பல அதிகாரிகள் புரட்சிக்குப் பின் வெளிநாடுகளுக்குச் சென்று விட்டனர். அவரோ, எங்கும் போகவில்லை. பிரபு வம்சத்தினர் ஆயினும் புரட்சியின் ஆதர்சங்களைஉறுதியாக நம்பி அவற்றை ஏற்றுக்கொண்டு விட்டார். துப்பறியும் துறையில் பெரிய நிபுணர் அவர். தாம் வாழ்நாள் முழுதும் நடத்தி வந்த தொழிலில்

அவருக்கு மிகுந்த உற்சாகம். தமது இளந்தோழர்களுக்கு உதவுவதில் அவருக்குப் பெருத்த ஆர்வம், அவர்களோ, முன்னர் தொழிற்சாலை அல்லது கட்சியில் வேலை பார்த்தவர்கள்.

மாவட்ட நீதிமன்றத்தில் துப்பறியும் அதிகாரியாக நியமிக்கப் பெற்ற பிறகு, ஸ்நிதோவ்ஸ்கியிடமும் மினாய்லாஸ்கின் என்ற மற்றோர் அதிகாரியிடமும் நான் வேலை பழகுவதென்று ஏற்பாடாயிற்று.

புரட்சிக்குச் சிறிது காலத்துக்குப் பின், அதாவது 1918ல் மாணவராயிருந்த போதே துப்பறியும் அதிகாரியாக வேலை தொடங்கியவர் லாஸ்கின். அப்போது அவர் புரட்சி டிரிப்யூனல் ஒன்றில் நியமிக்கப்பட்டார். கட்டையான தோற்றமும், சுறுசுறுப்பும், புத்தி நுட்பமும் உடையவர். தமது தொழிலில் அவருக்கும் அளவுக்கு மீறிய ஈடுபாடு. மாஸ்கோமாவட்ட நீதிமன்றத்தின் துப்பறியும் அதிகாரிகளில் மிகச் சிறந்த ஒருவராக அவர் விளங்கினார்.

மாவட்ட நீதிமன்றத்தின் தலைமைக் குழுவினருக்கு எனது இளமை குறித்து இயல்பாகவே கவலை உண்டாயிற்று. எனது நியமனத்தைப் பற்றி நீதிமன்றத் தலைவர் "இந்த ஆபத்தான சோதனை" என்று குறிப்பிட்டார். இதன் விளைவு என்ன ஆகிறது என்று பார்க்கும் பொருட்டு மேற்சொன்ன இரு நிபுணர்களும் எனக்குப் பயிற்சியளிக்கவேண்டும் என்று தலைமைக் குழுவினர் கோரினார்கள்.

எனது நியமனத்தைப் பற்றியும் அவரது புதிய பொறுப்புகளைப் பற்றியும் ஸ்நிதோவ்ஸ்கியுக்குத் தெரிவிக்கப் பட்டிருந்தது. முதன் முறை நான் அவரது காரியாலயத்துக்குள் சென்றதுமே அவர் சட்டென எழுந்து, புன்னகையுடன் என் அருகே வந்தார்.

எனது கையைக் குலுக்கியவாறே, "வாருங்கள், வாருங்கள். வணக்கம். சௌக்கியமா இளைஞரே? உங்களுக்கு இன்னும் பதினெட்டு வயது நிறையவில்லை என்று நிச்சயமாகச் சொல்லுவேன். நிறையவில்லை அல்லவா?" என்றார்.

நட்பும் இனிய சுபாவமும் வாய்ந்த இந்த மனிதரிடம் என்னையுமறியாமல் எனக்குக் கவர்ச்சி ஏற்பட்டது. மாநிறம், சிற்பி செதுக்கியது போன்ற வடிவமைப்பு, பெரிய பழுப்புக் கண்கள், எல்லாமே எனக்குப் பிடித்தன. "சீக்கிரத்தில் பதினெட்டு நிறைந்துவிடும்" என்று அவருக்குப் பதிலளித்தேன்.

"பார்த்தீர்களா? பரவாயில்லை, வெட்கப் படுவானேன்? இளமை என்ற குறைபாடு தானாகவே மணிக்கு மணி நீங்கி ஒழியும் இயல்புள்ளது. வாருங்கள், இப்படி நாற்காலியில் உட்காருங்கள். கூச்சப் படாமல் வீட்டில் போல இருங்கள். நாம் ஒருவரையொருவர் நன்கு தெரிந்து பழகிக் கொள்ளுவோம்" என்றார்.

கனிவாகப் புன்னகை செய்துகொண்டிருந்த அம்மனிதர் என்னைப் பற்றித் தெரிய வேண்டிய விவரங்கள் ஒன்று பாக்கியின்றி ஒரு மணி நேரத்தில் நான் அறியாமலே தெரிந்து கொண்டுவிட்டார். விஷயங்களை நாஸுக்காகச் சலித்தெடுக்கும் அவருடைய திறமையை உள்ளபடி நான் உணர்ந்து கொள்ளமுடிந்தது அப்புறம்தான். எதிராளியை உறுத்துப் பார்க்கமாட்டார், நேரடியாகக் கேள்வி கேட்கமாட்டார். விஷயத்தில் தமக்கு ஒட்டில்லாதது போன்ற பாவனையுடன் சுமுகமாகப் பேசுவார், சிரிப்பார், விகடம் பண்ணுவார். இவ்வாறு எதிராளி விட்டாற்றியாக இருக்கும்படி செய்து நைச்சியமாக விவரங்களைக் கிரகித்துக் கொள்வார்.

எங்களது முதல் சந்திப்பின் முடிவில் அவரிடத்தில் நான் பெரிதும் சொக்கி விட்டேன் என்பதைச் சொல்லவும் வேண்டுமோ? அவர் என் மீது அன்பு கொள்ளும் படியும், எனது அரும்பும் திறமையில் அவருக்கு நம்பிக்கையுண்டாகும் படியும் செய்வதற்கு எல்லா வகையிலும் பாடுபடுவது என்று தீர்மானித்துக் கொண்டேன்.

அதே நாளில் எனது இரண்டாம் போதகரான லாஸ்கினையும் சந்தித்தேன். நான் ப்ஸ்க்கோவ் மாவட்டத்தில் தரப்பேத்ஸ் என்னும் நகரத்தினன். இளமையில் பெரும் பகுதியை அங்குதான் கழித்தேன். காம்ஸமோலில் சேர்ந்ததும் அங்குதான். லாஸ்கினும் அதே ஊர்க்காரர் என்றும், என் தமக்கைகளை அவருக்கு நன்றாகத் தெரியும் என்றும் எங்கள் உரையாடலின் போது வெளியாயிற்று. நகரின் உயர்நிலைப் பள்ளியில் அவர் முடிவு வகுப்பு மாணவராயிருந்த போது என் தமக்கைகள் வேறோர் உயர்நிலைப் பள்ளியில் படித்துக் கொண்டிருந்தார்களாம்.

எனது ஆசான்மார் இருவரும் தங்களுக்குக் கொடுக்கப்பட்ட பொறுப்பை - "சோதனையின் விளைவு என்னவாகிறது என்று" பார்ப்பதை ஆழ்ந்த கருத்துடன் ஏற்றுக் கொண்டனர். அவர்கள் இருவருக்கும் நான் பெரிதும் கடன் பட்டவன். ஆறுமாதங்களுக்குப் பின் மாவட்ட நீதிமன்ற சன்னதுக் கமிஷன் என்னைப் பரீட்சை செய்வதாயிருந்தது. அதன் தீர்மானமே என் வருங்காலத்தை நிர்ணயிக்க இருந்தது.

அறிவிலும் கடமையுணர்ச்சியிலும் மிக்கவர்களான எனது ஆசான்கள் இருவரும் துப்பறியும் தொழிலில் எனக்கு வழிகாட்டி, அதில் ஈடுபாடும் மதிப்பும் உண்டாகுமாறு செய்தனர். நான் படித்துக் கொண்டிருந்த குற்றச் சட்டத்தொகுப்பும் நடைமுறைச் சட்டத்தொகுப்பும் குற்றம் சாட்டப்பட்டவர்களின் வடிவில் ஒவ்வொரு நாளும் என் கண்முன்னே உயிர்த்து இயங்கின. இந்தக் காரணங்களால் குற்றத்தை ஆராய்ந்து அறியும் கலையின் நுணுக்கங்களை ஒரே ஆர்வத்துடன் கிரகித்து வந்தேன்.

சுமார் மூன்று மாதங்களுக்குப் பின் ஒரு நாள் ஸ்நிதோவ்ஸ்கிய் எனது தோள்களைக் கரத்தால் அணைத்தவாறு என் விழிகளை நேராகப் பார்த்து, மெதுவாக, மிக மனப்பூர்வமான குரலில், ‘என் உயிரையே பணயமாக வைத்துச் சொல்கிறேன் தம்பீ, என்றேனும் நீ சரியான ஆளாக வராமல் போகமாட்டாய். நீ கல்லூரிப் படிப்பை முடித்துப் பட்டம் பெற்றவனல்ல. நீதி மன்றத்தில் சட்டப் பதவி எதற்கும், அந்தோ, நீ போட்டியிடவில்லை. போதாக் குறைக்குப் பச்சிளம் பாலகனாக வேறு இருக்கிறாய். இதெல்லாம் இருந்த போதிலும், கடவுளும் மனிதனும் எதிர்த்தாலும் சரி, உன்னைத் துப்பறியும் அதிகாரியாக ஆக்கியே தீருவேன். ஆக்குகிறேனா இல்லையா பார்!'' என்று கூறினார்.

அப்பொழுது தான் அறைக்குள் வந்திருந்தார் லாஸ்கின். ஸ்நிதோவ்ஸ்கிய் அவரைப் பார்த்து, “இந்தா, மினாய், அறிவின் சிகரமாயிற்றே நீ! எங்கே, உள்ளது உள்ளபடியே சொல்லு பார்க்கலாம்! இவன் என்றைக்காவது பெரிய வழக்குகளை விசாரிப்பானா மாட்டானா? ஊம்?'' என்று கேட்டார்.

லாஸ்கின் முகத்தில் புன்னகை தவழ்ந்தது.

எதற்காக இப்படி என்னை வதைக்கிறாய்? இதைக் கேட்டுத்தான் தெரிந்துகொள்ள வேண்டுமா? என்னைப் பார்த்தாலே போதாதா இவன் திறமைசாலி ஆவான் என்பதற்கு? ஊம்? இவனும் என் ஊர்க்காரன், தரபேத்ஸ் ஆசாமியாக்கும்! என்றைக்கு அலெக்ஸாந்தர் நேவ்ஸ்கிய்* தரபேத்ஸ் பெண்ணைக் கலியாணம் செய்து கொண்டாரோ அன்று முதல் அவ்வூர்க் காரர்களால் ஆகாத காரியமே எதுவும் இருக்கவில்லை'' என்றார் அவர்.

ஆறு மாதங்களுக்குப் பிறகு எனக்குப் பரீட்சை நடந்தது. மாவட்ட நீதிமன்ற சன்னதுக் கமிஷன் தலைவர் தெக்த்யார்யோவ் கடுத்தமான கிழவர். அவர் தாடியைப் பார்த்தாலே கடுகடுப்பு தெரியும். குற்றச் சட்டத்தொகுப்பு, நடைமுறைச் சட்டத்தொகுப்பு, சிவில் சட்டத்தொகுப்பு, தொழில் சட்டத்தொகுப்பு ஆகியவற்றின் எல்லா அத்தியாயங்களையும் விதிகளையும் பற்றிக் கேள்விமேல் கேள்வியாகப் பொழிந்து இரக்க மின்றி என்னைத் திணற அடித்துவிட்டார் அவர். என் பதில்களைக் கேட்டு முணுமுணுப்பார். “சட்டம் என்பது குழந்தை விளையாட்டல்ல, தம்பீ! எங்கே, ‘நிரபராத அனுமானம்' என்ற கோட்பாட்டில் சொல்லியிருப்பது என்ன, அதை எந்த வெஞ்சனத்துடன் பரிமாறவேண்டும், சொல்லு கேட்போம்!'' என்பார்.

* **அலெக்ஸாந்தர் நேவ்ஸ்கிய்** *(1220-1263)* பிரசித்தி பெற்ற ருஷ்ய ராஜதந்திரி, படைத் தலைவர் பனிக்கட்டியால் மூடப்பட்ட சுட்ஸ்கோ ஏரியின் மீது நடந்த சண்டையில் ஜெர்மாயனியரை எதிர்த்துப் பெரிய வெற்றி பெற்றார்.

"'குற்றச் சட்டத்தில் நிரபராத அனுமானம்' என்பதன் பொருள் என்னவென்றால், துப்பறியும் குழுக்களும் நீதிமன்றங்களும், குற்றஞ் சாட்டப்பட்டவன் நிரபராதி என்று வைத்துக் கொண்டே வழக்கு விசாரணை தொடங்க வேண்டும் என்பதே. அதாவது, குற்றஞ் சாட்டப்பட்டவன் தான் நிரபராதி என்பதை நிரூபிக்க வேண்டிய அவசியம் இல்லை. துப்பறியும் குழுக்கள்தாம் போதிய சான்றுகள் இருக்குமானால் குற்றத்தை நிரூபித்துக் காட்டவேண்டும். சட்டபூர்வமாக ஒருவனுடைய குற்றம் ஐயமற நிரூபிக்கப்படும் வரையில், அவன் அக்குற்றத்தைச் செய்யாதவனாகவே கருதப்படுவான்."

"ஹூம்... இதெல்லாம் கிள்ளுக்கீரையல்ல, நீ நினைப்பது போல. ஆமாம், மைனர்களைக் கேள்வி கேட்பது எப்படி என்று தயவுசெய்து சொல்லு, பார்க்கலாம்."

"மைனர்களிடம் விசாரணை அதிகாரி தனிமையிலோ பெற்றோர் அல்லது கார்டியன்களின் முன்னிலையிலோ கேள்விகள் கேட்க வேண்டும். குழந்தையினிடமிருந்து தான் விரும்பும் பதில்களை வருவிக்கக் கூடிய கேள்விகளை விசாரணை அதிகாரி, தவிர்க்க வேண்டும். அதே சமயம் குற்றவாளியைப் பற்றி, அவனது நடை உடை, நடத்தை முதலியவைகளைப் பற்றிக் குழந்தை தரும் விவரங்களை மிகவும் கருத்தூன்றிக் கேட்க வேண்டும். ஏனெனில் குழந்தைகள் மிக நுட்பமாகக் கவனிக்கும் இயல்பு வாய்ந்தவர்கள். அவர்களது காட்சிப்புலன் மிகக் கூர்மையானது. குழந்தையிடத்தில் கேள்வி கேட்கையில் வயது வந்தவனோடு பேசுவது போல ஆழ்ந்த முறையில் உரையாட வேண்டும். மதலைப் பேச்சு ஒருபொழுதும் பேசலாகாது. பேசினால் சிறுவன் எச்சரிப்பாகி விடுவான். கெடுத்தல் அல்லது கடத்தல் பற்றிய வழக்கில் ஒரு குழந்தை தீமைக்கு ஆளாகியிருந்தால் துப்பறியும் அதிகாரி அதனிடம் மிக மிக ஜாக்கிரதையுடன் கேள்விகள் கேட்க வேண்டும். குழந்தையின் மனத்தைக் கெடுக்கும் படியான கேள்விகளையும் அதன் உள அதிர்ச்சியை அதிகப்படுத்தும் படியான கேள்விகளையும் அறவே தவிர்க்க வேண்டும்."

"ஹூம், சரிதான். நல்லது, அப்பனே. நீ இன்னும் ஓர் இளஞ் சிட்டுத் தான்; இருந்தாலும் துப்பறியும் அதிகாரிக் குரிய சன்னது உனக்கு வழங்குகிறோம். ஒரு விஷயத்தை என்றென்றைக்கும் நினைவில் இருத்திக்கொள். எப்பொழுதும் அமைதியுடன் இருந்துவா. குற்றவிசாரணை நடைமுறை பற்றிய கோட்பாடுகள் புத்தகத்திலிருந்து படித்துக் கொள்ளும் விஷயங்களல்ல. அவற்றை இதயப்பூர்வமாய் உணரவேண்டும். ஒரு மனிதனைக் கேள்வி கேட்பது, உனக்குச் சாதாரணமான தினசரி நடவடிக்கைதான். அவனுக்கோ அது வாழ்க்கை முழுதும் நினைவிலிருக்கக் கூடிய நிகழ்ச்சி. கேள்வி கேட்கையில்

இவ்விஷயத்தை எப்போதும் மனதிற் கொள். இன்னொன்றையும் நினைவை விட்டு அகற்றிவிடாதே. ஒரு வழக்கின் முதல் விவரம் சரியான விவரமாயிருக்கும் என்பது நிச்சயமல்ல. மிக முக்கியமான ஒரு விஷயம் என்னவெனில் திருடர்கள், கொலைகாரர்கள், கற்பழித்தோர்கள், மோசடிக்காரர்கள் ஆகியோரைக் கேள்வி கேட்கையில், உன்னையும் என்னையும் போலவே அவர்களும் கள்ளங்கபடற்ற குழந்தைகளாகப் பிறந்தவர்கள் தான், இனியும் அவர்கள் நம்மைப் போன்ற நல்ல குடிகள் ஆக முடியும் என்பதை ஒரு பொழுதும் நீ மறந்துவிடாதே. உனது சிரமமிகுந்த வேலையில் ஏதாவது ஒரு நாள் உனக்குச் சலிப்பு உண்டாகுமானால், மக்களிடத்தில் உனக்கு நம்பிக்கையற்றுப் போகுமானால், ஒரு நாள் கூட அதிகம் தாமதிக்காமல் உடனே ஓடிவிடு, ஓடிவிடு. இனிமேல் துப்பறியும் அதிகாரியாக இருக்கத் தகுதியற்றவன் என்று சொல்லி உனது ராஜினாமாவை அக்கணமே கொடுத்துவிடு" என்றார்.

தெக்த்யார்யோவ் பழைய போல்ஷெவிக் கட்சியினர். புரட்சிக்கு முன் அரசியல் கைதியாக இருந்தவர். மாவட்ட நீதிமன்றத்தினர் எல்லோரும் அவரை மதிப்புடன் நடத்தினர். அதே சமயம் அவருடைய சுடு சொற்கள் காரணமாக அவரைக் கண்டு பயந்தார்கள். நீதிமன்றத்தின் ஒழுங்கு அனுசரிப்புக் குழுவின் தலைவரான அவர் நீதிமன்ற ஊழியர்கள் செய்த குற்றங்களை மன்னிக்கவே மாட்டார். வெளுத்து விளாசி விடுவார்... என்ன ஆச்சரியம்! இந்த மனிதர் இப்போது எழுந்தார், என் கையைக் குலுக்கினார், என்னைக் கூர்ந்து நோக்கினார், பின்பு புன்னகை புரிந்தார். அவர் புன்னகை செய்து அதற்கு முன் நான் பார்த்ததே இல்லை.

அவருடைய அறையிலிருந்து வெளியே சென்றதும், நடையில் ஸ்நிதோவ்ஸ்கியும், லாஸ்கினும் உலாவிக் கொண்டிருந்தனர். எனது அருமைப் போதகர்கள் இருவரும் தாமதத்தைப் பொறுக்க மாட்டாதவர்களாய் மாவட்ட நீதிமன்றத்திற்கே விரைந்தோடி வந்தனர். "தாடி" என எல்லாராலும் அழைக்கப்பட்ட தெக்த்யார்யோவ் தங்கள் சீடனான என்னை வதைத்தெடுப்பதாகவும் பரீட்சையில் தவறச் செய்யப் பார்ப்பதாகவும் நினைத்து அவரைத் திட்டிக் கொண்டு எனக்காகக் காத்திருந்தனர் அவர்கள் இருவரும்.

களிபொங்கும் என் சிவந்த முகத்தைக் கண்டதும் அவர்கள் 'அப்பாடா' என்று பெருமூச்சு விட்டனர். அந்தத் "தாடிப்புலி, தேள்" எப்படி, எவ்வளவு நேரம் என்னைச் சித்திரவதை செய்தது என்பதைப் பற்றி அவர்கள் கேள்விமாரி பொழிந்தனர்.

இதே "புலி" பின்னைய ஆண்டுகளில் நான் லெனின்கிராடிற்கு மாற்றிப் போகும்நாள் வரையிலும், என்னுடைய ஒவ்வொரு

செயலையும் நுட்பமாகக் கவனித்துக் கொண்டே வந்தது. மாவட்ட நீதிமன்றத்திற்கு நான் அனுப்பிய வழக்குக் குறிப்புகளையெல்லாம் அவர் படித்து வந்தார். அடிக்கடி என்னைத்தம்வீட்டிற்குத் தேநீர் அருந்த அழைப்பார். வழக்கம் போலவே முறைத்துப் பார்த்தவாறு, நரைதாடிக்குள்ளாகவே இருமியபடி சோவியத் சட்டத்துறை ஊழியன் கடைப்பிடிக்க வேண்டிய விதிமுறைகளை ஆணியடிப்பதுபோல் என் மனதில் பதியவைப்பார்.

அவருடைய முறைப்போ கோபக் கமறலோ, தாடியோ எனக்கு இப்போது அச்சம் விளைப்பதில்லை. அவர் விவேகி, அன்பு உள்ளம் படைத்தவர். நேர்மையாளர். வாழ்வில் கடுந் துன்பங்கள் பட்டவர். அவரை இப்போது நான் புரிந்துகொண்டு விட்டேன். கடைசி மூச்சு உள்ளவரை அவரை நினைவில் வைத்திருப்பேன்.

என்னைப் போலவே நினைத்த வேறு பலரும் இருந்தனர். பல்லாண்டுகளுக்குப் பின்னர் இவான் தெக்த்யார்யோவ் இதய நோயால் மரணமடைந்ததும் மாவட்ட நீதிமன்றத்து ஊழியர்கள் அனைவரும் மரண ஊர்வலத்தில் கலந்துகொண்டு இடுகாட்டிற்கு வந்தனர். நான் ஸ்நிதோவ்ஸ்கிய், லாஸ்கின் இருவருக்கும் அருகே நீர் நிறைந்த கண்களுடன் நின்று கொண்டிருந்தேன். அவ்விருவரும், அவர்களைப் போலவே இன்னும் பலரும் கண்ணீர் வடித்தனர். இவர்களில் பலர் தெக்த்யார்யோவால் பல ஒழுங்குத் தவறுகளுக்காகச் "செம்மையாக விளாச"ப் பட்டவர்கள்.

அதே நேரத்தில் நானும் எனது தவறு ஒன்றை நினைவு படுத்திக்கொண்டேன். இதன் பொருட்டு நான் ஒழுங்கு அனுசரிப்புக் குழுவின் முன் ஆஜராக வேண்டியதாயிற்று. துப்பறியும் அதிகாரி வேலையில் அதற்குள் எனக்கு உண்மையான அன்பு விழுந்திருந்தது. இந்தத் தவற்றின் விளைவாக அந்த வேலைக்கே முடிவு வந்துவிடும் போலாகி விட்டது.

எனது ஆரம்ப கால வழக்குகள் ஒன்றில் நேர்ந்தது இத்தவறு. தொன்மையான தீனார் நாணயங்களுடனும் விந்தையான முறையில் 'அட்மிரல் நெல்ஸன்' உடனும் தொடர்பு கொண்டது அவ்வழக்கு. வேடிக்கையும் படிப்பினையும் நிறைந்த இந்நிகழ்ச்சியைத் "துளையிட்ட தீனார் நாணயங்கள்" என்ற கதையில் விவரித்திருக்கிறேன்.

***

சன்னதுக் கமிஷனின் பரீட்சையில் தேறிய பிறகு துப்பறியும் அதிகாரியாக ஒரேகவோ- ஜூயெவோவிற்கு அனுப்பப் பட்டேன். மாஸ்கோ மாவட்டத்தைச் சேர்ந்த இந்நகரில் எனது முதல் வழக்குகளை ஆய்ந்து கொண்டு ஆறுமாதங்கள் தங்கினேன். குதிரைத் திருட்டு,

கூட்டுறவுச் சங்கத்தில் பணமோசடி, ஈடேறாத ஒருதலைக் காதலினால் நிகழ்ந்த தற்கொலை, நாட்டுப்புறத் திருமணத்தில் நடந்த கொலை ஆகியவைகளே அவை. தெக்த்யார்யோவ், ஸ்நிதோவ்ஸ்கிய், லாஸ்கின் ஆகியோர் எனக்குக் கற்பித்திருந்த துப்பறியும் அதிகாரியின் விதிமுறைகளை எல்லாம் மனப்பூர்வமாகக் கடைப்பிடித்து வந்தேன். அவற்றின்படி, அமைதியை இழக்காதிருப்பது மிக மிக முக்கியமானது; வினாவும் திறமையோடு கூட விடைகளைக் காதுகொடுத்துக் கேட்கும் திறனும் சேர்ந்ததே குறுக்கு விசாரணைக் கலை; வழக்கின் முதல்விவரம் எப்பொழுதும் சரியாக இருந்துவிடாது; குற்றவாளியாயினும் அல்லது குற்றஞ்செய்யாதவனாயினும் கேள்வி கேட்கப் படுகிறவன் பதற்றத்துடன் இருப்பான்; தஸ்தயேவ்ஸ்கிய் விவேகத்துடன் கூறியுள்ளது போல், நூறு குழி முயல்களைச் சேர்த்தாலும் ஒரு குதிரையாக மாட்டா, அங்ஙனமே தொடர்பற்ற சில்லறைச் சாட்சியங்கள் நூறு சேர்ந்தாலும் அவை விசாரணைக்குட்பட்டவன் குற்றவாளிதான் என மறுக்க முடியாதபடி காட்டும் நிரூபணம் ஆகமாட்டா. எனது ஆசான் போதித்த இக்கோட்பாடுகள் அனைத்தையும் நான் எப்பொழுதும் நினைவில் கொண்டிருந்தேன்.

ஆறு மாதங்களுக்குப் பின்னர் எதிர்பாராதபடி மாஸ்கோவிற்கு நான் மாற்றப் பட்டேன், மீண்டும் மாவட்ட நீதிமன்றத்தின் துப்பறியும் இலாகாவிற்கு வந்து சேர்ந்தேன். சில நாட்கள் கழித்து எனது முதல் தவறு நிகழ்ந்தது. அதனால் எனக்கு மிகுந்த கவலையும் வேதனையும் ஏற்பட்டன. விஸோத்ஸ்கிய் என்னும் நகை வியாபாரி சம்பந்தப்பட்ட வழக்கில் நேர்ந்தது இத்தவறு.

1924ம் ஆண்டு இளவேனிற் காலம். ஒரே மழையும் சேறும். அப்போது நான் மாஸ்கோ ‘ நதியின் அக்கரையில் உள்ள ஸத்ஸேபா மாவட்டத்தில் வசித்தேன். எனது காரியாலயம் ஸ்தலேஷ்னிகவ் தெருவிலிருந்தது. அவ்வளவு தூரம் நடந்து செல்ல வேண்டியிருந்தது. ஆகவே பூட்சுகளுக்குப் புதிய கலோஷ்கள் (ரப்பர் மேலுறை) வாங்க வேண்டுமென்று தீர்மானித்தேன். சிவப்புக் கம்பளித் துணி உள்ளே கொடுத்திருந்த நேர்த்தியான ஒரு ஜோடியை வாங்கினேன். எக்காரணத்தாலோ அவைகளுக்கு "ஜெனரலின் கலோஷ்கள்" என்ற பெயர் வழங்கிற்று.

புதிதாய் வாங்கிய கலோஷ்களைப் பற்றிப் பெருமை பொங்க, மறுநாள் காலை காரியாலயம் சேர்ந்தேன். சிவப்பு உள்துணி ஒளிர அற்புதமாக டால் அடித்த கலோஷ்களை ஒரு மூலையில் கழற்றி வைத்துவிட்டுக் காரியாலய அறையில் எனது இடத்தில் அமர்ந்தேன். ஆடம்பரமான பொருள் கிடைத்து விட்டது என்ற எண்ணத்துடன் அடிக்கொருதரம் தலையை நிமிர்த்துவதும் அதை மகிழ்ச்சி ததும்பப் பார்ப்பதுமாக இருந்தேன்.

அச்சமயம் விஸோத்ஸ்கிய் வழக்கு சம்பந்தமாக ஸ்நிதோவ்ஸ்கிய் தான் விசாரணை நடத்தி வந்தார். அனுமதி பெற்ற அயல் நாட்டுக் கம்பெனிக்காரன் ஒருவனுக்காக அந்நகை வணிகன் வைரங்களை வாங்கிவந்தான் என்பதற்கும் அவைகளை நாட்டெல்லைக்கு வெளியே கடத்துவதில் ஈடுபட்டிருந்தான் என்பதற்கும் சான்றுகளிருந்தன. தந்திரக்காரனான இந்த நகை வணிகனின் குற்ற நடவடிக்கைகள், தொடர்புகள் ஆகியவை பற்றிய சான்றுகளைத் திரட்டுவதில் ஸ்நிதோவ்ஸ்கிய் கடுமையாக உழைத்துவந்தார். முடிவில் அந்நகைவணிகனைக் கைது செய்யத் தீர்மானிப்பதற்குப் போதுமான சாட்சியங்கள் சேர்ந்து விட்டன. இதைப் போலவே இன்னும் பல வழக்குகளையும் அவர் கவனிக்க வேண்டியிருந்தது; எனவே, விஸோத்ஸ்கியை வரவழைத்து, குறுக்கு விசாரணை செய்து, கைது உத்தரவைப் படித்துக்காட்டி, அவனைச் சிறைக்கு அனுப்பி வைக்கும் படி என்னிடம் ஸ்நிதோவ்ஸ்கிய் கூறினார்.

விஸோத்ஸ்கிய் அழைப்பு உத்தரவைப் பெற்றுக்கொண்டு குறித்த நேரத்தில் வந்து சேர்ந்தான். அவனுக்குச் சுமார் நாற்பது வயது இருக்கும். நேர்த்தியாக, சிறிது படாடோபமாக உடை யணிந்திருந்தான். வாய்நிறையத் தங்கப் பற்கள், இனிமை சொட்டும் புன்னகை. இந்தப் புன்னகையை அவன் நிரந்தரமாக அணிந்து கொண்டுவிட்டான் போலும், உறங்கும் போதுகூட இது அப்படியே இருக்கும் போலும் என்று எனக்குப் பட்டது.

நான் குறுக்கு விசாரணையைத் தொடங்கினேன். அலங்காரப் பேச்சில் அந்த நகை வணிகனுக்கு அபார மோகம். பெரிய மனிதர்கள் பேசும் முறை அது என்பது அவன் நினைவு.

"இவ்வுண்மையைத் தங்கள் கவனத்திற்குக் கொண்டுவர அனுமதி யளிப்பீர்களாக", "தாங்கள் அனுமதி யளிப்பீர்களானால்" "தங்களைக் களைப்படையச் செய்யும் எண்ணம் சிறிதும் இல்லாதிருப்பினும்", தாங்கள் தயை கூர்ந்து இதனைக் கருத்திற் கொள்வீர்களானால்" என்பன போன்ற சொற்றொடர்களால் இரண்டு மணி நேரம் எனக்குச் சலிப்பேற்படும் படி காதைத் தொளைத்து விட்டான்.

குறுக்கு விசாரணையை முடித்துவிட்டு, குற்றச் சட்டத்தொகுப்பு 145ம் விதிப்படி, அவனைக் கைது செய்யுமாறு பிறப்பிக்கப் பட்டுள்ள பிடிவாரண்டை அவனுக்குப் படித்துக் காட்டினேன். அவ்விதி, மிக விசேஷமான சந்தர்ப்பங்களில், இரண்டு வாரங்களுக்கு மேற் போகாத காலத்திற்கு ஒரு சந்தேகப் புள்ளியை, குற்றங்கள் என்ன என்பதைக் கூறாதபடியே கைது செய்வதற்கு அனுமதியளித்தது. பின்னர் அந்நகை வணிகனது ஆட்சேபங்களைப் பொறுமையுடன் கேட்டேன். தான் "ஒரேயடியாகத் திடுக்கிட்டுப்" போய்விட்டதாகவும்,

"முற்றிலும் பிரமித்துப்" போய்விட்டதாகவும், "வெளிப்படையாகக் கூற அனுமதித்தால், இது அசம்பாவிதமான தப்பபிப்பிராயம்" எனத் தான் கருதுவதாகவும், விரைவிலேயே இந்தத் தப்பபிப்பிராயம் நீங்கி விடுமென்று தான் "உள்ளத்தின் ஒவ்வோர் அணுப் பூர்வமாகவும்" நம்புவதாகவும் அவன் கூறினான்.

தான் கைதாவதை எப்படியாவது தவிர்த்து விடலாம் என்ற நம்பிக்கையில் அனுபவமும் சாமர்த்தியமும் வாய்ந்த இந்தப் போக்கிரிப் பயல் மிகவும் அமைதியாக இருந்தான். அதிலும் ஸ்நிதோவ்ஸ்கியின் யோசனையின் பேரில் நான் அவனுக்கு எல்லாச் சான்றுகளையும் தெரிவிக்காமல் சிலவற்றை மட்டுமே கூறினேன். அவன் மீது குற்றஞ் சாட்டுவதற்கான உண்மைக் காரணங்கள் வேண்டுமென்றே மறைத்து வைக்கப்பட்டன.

விஸோத்ஸ்கிய் பிடிவாரண்டைப் படித்ததாக எழுதப் பட்டிருந்த ஒரு காகிதத்தில் கையெழுத்திட்டான். பிறகு நான் அவ்வழக்கு சம்பந்தமான தஸ்தாவேஜுகளை இரும்புப் பெட்டியில் வைத்துப் பூட்டினேன். சிறைச்சாலைக்காரையும் காவற்காரர்களையும் வரவழைக்கும் படி சொல்வதற்கு நிர்வாகக் காரியதரிசியிடம் சென்றேன். காரியதரிசியின் அறையில் நான் நுழைந்தபோது, அவள் ஜன்னல் விளிம்பின்மேல் நின்று கொண்டிருந்தாள். அறையில் ஓர் எலி குடு குடுவென்று இங்குமங்கும் ஓடிக் கொண்டிருந்தது. அவள் அதை ஒரே வெறுப்புடன் பார்த்துக் கொண்டிருந்தாள். எனக்குந்தான் எலிகளைக் கண்டால் மிகுந்த வெறுப்பு. இருந்த போதிலும் காரியதரிசி போட்ட கூச்சலைக் கேட்டு எனக்கு அடக்கமுடியாமல் சிரிப்பு வந்தது. ஒரு வகையாக அவளுக்குத் தேறுதல் கூறினேன். அவளோ எலி ஒரு பொந்துக்குள் நுழையும் வரை ஜன்னல் மீதிருந்து இறங்க மறுத்து விட்டாள். அவள் இறங்கிவந்த பின் என்ன செய்யவேண்டும் என்பது பற்றி அவளிடம் சொல்வதற்குச் சிறிது நேரம் பிடித்தது.

எனது அறைக்குத் திரும்புகிறேனோ, விஸோத்ஸ்கியையும் காணோம், நான் புதிதாக வாங்கிய கலோஷ்களையும் காணோம்! எனக்கு எத்தகைய அதிர்ச்சி உண்டாகியிருக்கு மென்று நீங்களே கற்பனை செய்து கொள்ளலாம்.

எனது மேஜையின் மேல் அவன் ஒரு குறிப்பை வைத்துவிட்டுச் சென்றிருந்தான்.

"அருமை ஐயா, என் போன்றதோர் அறிவாளி தங்களுடைய கலோஷ்களைத் திருடிச் செல்வான் என்று நீங்கள் நினைக்கவே மாட்டீர்கள் என நம்புகிறேன். வெளியே ஒரே சேறும் சகதியுமாக இருக்கிறது. தங்கள் தயவால் நான் நீண்ட பயணம் செய்தாக வேண்டும்.

எனவேதான் உங்கள் கலோஷ்களை இரவலாக மட்டுமே எடுத்துச் செல்லுகிறேன். உங்களுக்கு என் நல்வாழ்த்துக்கள்! விஸோத்ஸ்கிய்'' என அதில் எழுதப் பட்டிருந்தது.

விதிர் விதிர்த்துப் போய் ஸ்நிதோவ்ஸ்கியிடம் ஓடினேன்.

அக்குறிப்பை அவர் ஒரு பார்வை பார்த்தவுடனே டெலிபோன் ரிசீவரை எடுத்து மூரைக்* கூப்பிட்டார். விஸோத்ஸ்கியினுடைய வைப்பாட்டியின் பெயரை அவர் கண்டு பிடித்து வைத்திருந்தார். நகை வணிகனுக்கு அதைப் பற்றி எதுவும் தெரியாது. மணமானவனான விஸோத்ஸ்கிய் தன் வைப்பாட்டியின் இருப்பிடத்தை அரும்பாடு பட்டு மறைவாகவே வைத்திருந்தான். எனவே, மாஸ்கோவை விட்டு வெளியேறு முன் அவளிடம் விடைபெற்றுப் போகக் கட்டாயமாக வருவான் என்று ஸ்நிதோவ்ஸ்கிய் சரியாக ஊகித்தார். அவளுடையவீட்டைக் கண்காணிக்கும் படி மூர் அதிகாரிகளைக் கேட்டுக் கொண்டார்.

ரிசீவரை மாட்டிவிட்டு, ஸ்நிதோவ்ஸ்கிய் என்னிடம் திரும்பினார். ''அக்கள்ளன் கைது செய்யப்படுவான் என்பது நிச்சயம். கலோஷ்களால் வந்த வினை கலோஷ்களுடனே தொலையட்டும். துப்பறியும் அதிகாரி எப்போதும் எச்சரிக்கையாயிருக்க வேண்டும் என்ற பாடத்தை இந்த நிகழ்ச்சியிலிருந்து கற்றுக்கொள்'' என்றார்.

அன்று முழுதும் நான் மிகுந்த கலக்கமடைந்து இருந்தேன். மாலையில் மூர் ஆட்கள் விஸோத்ஸ்கியைப் பிடித்து வந்தபின்புதான் எனக்குப் பாட்டில் போட்டது. ஸ்நிதோவ்ஸ்கிய் ஊகித்தது போல் அவன் தனது வைப்பாட்டியைப் பார்ப்பதற்குச் சென்றானாம். எப்பொழுதும் போலவே சிறிதும் கலக்கம் அடையாமல், எனது அறைக்குள் அவன் வந்தான்; கலோஷ்களை நாசூக்காகக் கழற்றிவிட்டு, 'மன்னிக்க வேண்டும். வெளியே ஒரே ஈரமாயிருந்தது. நான் அவ்வாறு சொல்ல அனுமதிப்பீர்களானால், இத்தகைய பருவநிலையை என்னால் தாங்கவே முடிவதில்லை. மீண்டும் ஆயிரம் முறை மன்னிப்புக் கோருகிறேன்!'' என்றான்.

1927 வரை நான் மாஸ்கோவில் இருந்தேன். பிறகு லெனின்கிராட் மாவட்ட நீதிமன்றத்தின் ஸீனியர் துப்பறியும் அதிகாரியாக ஆனேன்.

மூன்றாண்டுகளுக்குப் பின் மீண்டும் மாஸ்கோவிற்கே மாற்றப்பட்டு, மிக முக்கியமான வழக்குகளை விசாரிக்கும் துப்பறியும் அதிகாரியாக நியமனம் பெற்றேன். பிறகு 1935ல் சோவியத் யூனியனின் பிராக்யூரேட்டர் காரியாலயத்தின் துப்பறியும் இலாகாத் தலைவனாக நியமிக்கப்பட்டேன். அங்கு 1950, ஜனவரி 1ம் தேதி வரை வேலை

---

* **மூர்** - மாஸ்கோ துப்பறியும் இலாகா.

செய்தேன். அப்பொழுதிலிருந்து இலக்கியப் பணியிலேயே முழுமையாக ஈடுபடுவதெனத் தீர்மானித்தேன்.

இவ்வாறு, குற்ற வழக்குகளை விசாரிப்பதில் வாழ்க்கையில் இருபத்தேழாண்டுகள் கழித்தேன். நான் எழுத எடுத்துக்கொண்ட விஷயம் இதற்கு ஏற்பவே அமைந்தது இயற்கையே அல்லவா? **"கிரீல் லவ்ரினேன்கோவின் வாழ்க்கை வரலாறு"** என்ற எனது முதல் கதை, **"அமர்வில் உள்ள நீதிமன்றம்"** என்னும் சஞ்சிகையில் 1938ல் வெளியாயிற்று. **"துப்பறியும் அதிகாரியின் குறிப்புகள்"**என்று பின்னால் பிரசித்தி பெற்ற கதைகளில் முதலாவது இது. இந்தக் கதைகள் தினசரிப் பத்திரிகைகளான **"பிராவ்தா" "இஸ்வேஸ்தியா"** இவற்றிலும், பல சஞ்சிகைகளிலும் வெளிவந்தன. புத்தக வடிவில் கதைத் தொகுதிபிரசுரமானது 1938ல். புத்தகத்தின் முதற் பகுதி துப்பறியும் வேலையின் நெரிபிரிக்கிடையே எழுதப்பட்டது. புதிதுபுதிதாக நிகழ்ந்து கொண்டிருந்த குற்றங்களை உடனுக்குடன் ஆராய்ந்தறிவது இன்றியமையாத தாயிருந்தது அப்போது. இடையிடையே கிடைத்த மிகக் குறைவான ஒழிவு நேரத்தில் எழுதப்பட்டமையால் சில கதைகளும் குறிப்புகளும் செவ்வையாக வடிவுறவில்லை என்பது வெளிப்படை. அவைகளை இப்பொழுது எழுதுவதாக இருந்தால், நிச்சயமாய் அதிக நேரம் செலவிட்டு உழைத்திருப்பேன். ஆனால் அப்பொழுது அதற்கு வாய்ப்பில்லாமற் போய்விட்டது.

புத்தகத்தை வெளியிடுவதற்குத் தயாரித்த பொழுது, பழைய கதைகளில் பலவற்றைத் திரும்ப எழுத வேண்டும் என்ற எண்ணம் முதலில் உதித்தது. பிறகு அவைகளை முன்னிருந்த படியே விட்டுவிட வேண்டுமென்ற ஒரு வலுவான விருப்பம் எழுந்தது. இந்த விருப்பத்தை விளக்கிக் கூறுவது கடினமே. ஒருவேளை அது என் அடிமனத்தில் உள்ள ஓர் அவாவாக இருக்கலாம். உடற் பண்பிலும், எழுத்துத் தொழிலிலும் இளமையுடனிருந்த அந்நாட்களில் மலர்ந்த எனது முதல் படைப்புகளை, அப்பிராயத்திற் கண்ட இன்பதுன்பங்கள், தவறுகள், கண்டுபிடிப்புகள் ஆகியவைகளுடன் கூட அப்படியே ஒரு விதமாறுதலுமின்றிப் பாதுகாத்து வைக்க வேண்டுமென்ற அவாவா-யிருக்கலாம் அது. அல்லது ஒருவேளை என் அடி மனத்தில் உள்ள ஓர் அச்சமாகவும் இருக்கலாம். அதாவது இக்கதைகளுக்கு மெருகு கொடுத்து, மனோ தத்துவத்திற்குப் பொருத்தமான புதிய விவரங்களைச் சேர்த்தளிப்பதின் மூலம், இக்கதைகளின் இயல்பான உண்மைப் பொலிவு அகற்றப் பெற்று நீங்கி விடுமோ என்ற அச்சமாகவும் இருக்கலாம். எனது ஆரம்ப காலக் கதைகளைப் பழைய வடிவிலேயே வைத்திருந்தால், நான் வளர்ச்சியடைந்த பிறகு எழுதிய மற்றக் கதைகளுடன் அவைகளை ஒப்பிட்டுப் பார்த்து, நான் எழுத்தாளனாக

எவ்வாறு வளர்ச்சி யடைந்துள்ளேன் என்பதைத் தெளிவாகக் கண்டுகொள்ள உதவும் என்ற நினைவாகவும் இருக்கக்கூடும். ஒருவேளை இக்காரணங்கள் எல்லாம் சேர்ந்து, அதனால் ஏற்பட்ட ஒரு முடிவாகவும் இருக்கலாம்.

சுருங்கக் கூறின், எல்லாக் கதைகளையும் அவை முதன்முறை எழுதப் பெற்ற வடிவிலேயே வைத்திருக்கிறேன்.

கதைகள் எழுதப்பட்ட தேதிகளைக் குறிப்பிட்டிருக்கிறேன். பாத்திரங்களின் பெயர்களையும் மாற்றியுள்ளேன். ஏனெனில் அவர்கள் தங்களுடைய தண்டனைக் காலம் முடிந்து நேர்மையான குடிமக்களாய் வாழ்ந்து வருகின்றனர். நானும் மனப்பூர்வமாய் அவர்களது இன்ப வாழ்க்கையை விரும்புகிறேன். ஆகவே கழிந்த காலத்தைச் சேர்ந்த ஒரு சில நிகழ்ச்சிகளை, அப்படியே விட்டுவிடாதபடி, நினைவுபடுத்தி அவ்வின்பத்தை ஊறுபடுத்த நான் விரும்பவில்லை.

தொலைவிற் சென்றுவிட்ட அந்நாட்களில், குற்றங்களை ஒழிப்பதற்குப் புதிய வழி மேற்கொள்ளப் பட்டது. குற்றம் புரிவதைத் தொழிலாகக் கொண்டிருந்தவர்களை, பாடுபட்டு உழைக்கும், நேர்மையுள்ள குடிமக்களாகும்படி செவ்வைப் படுத்துவது" தான் அம்முறை.

பல்லாண்டுகள் துப்பறியும் அதிகாரியாக வேலை பார்த்து வந்ததின் பயனாக ஒரு விஷயத்தை நான் அறிந்து கொள்ளலானேன். அந்த விஷயம் என்னவெனில் ஒருவன் குற்றவாளியாய் இருந்தாலுங்கூட அவனது உயர்ந்த தன்மைகளைத் தூண்டி விடுவதன் மூலம் அவனுக்கும் நமக்கும் இடையே ஒருவரை ஒருவர் நன்கு புரிந்து கொள்வதற்கேற்ற மன உறவை அநேகமாக ஏற்படுத்திக் கொள்ள முடியும் என்பதே. நோயாளியுடன் உளத்தொடர்பு ஏற்படுத்திக் கொள்ளாத வைத்தியன் நோயைச் சரியாகக் கண்டறிய ஒருபோதும் இயலாது. அதே போலக் குற்றவாளியுடன் மன உறவு ஏற்படுத்திக் கொண்டாலொழியத் துப்பறியும் அதிகாரியால் குற்றத்தின் மூலகாரணங்களைச் செவ்வனே ஆய்ந்தறியவே முடியாது என்பதையும் நான் கண்டுகொண்டேன். பல ஆண்டுகள் நான் ஆழ்ந்து பரிசோதனை செய்ததன் விளைவாகவே இந்த மன உறவுக் கொள்கை பிறந்தது. "பரஸ்பர நம்பிக்கை முறை" என நான் இதற்குப் பெயரிட்டிருக்கிறேன். இது ஒரேநாளில் கண்டுபிடிக்கப் பட்டதல்ல. என்னுடைய சொந்த அனுபவம் மட்டுமின்றி, உடன் பணி செய்தோர் பலரின் அனுபவத்தையும் கணக்கிற் கொண்டே இதை முறைப் படுத்தினேன். இத்தகைய சக தொழிலாளர் பலரது பெயர்கள் இப்புத்தகத்தில் ஆங்காங்கே வருவதை வாசகர்கள் காணலாம். துப்பறியும் துறையில் எனது வேலை தொடங்கிய காலந்தொட்டே இவர்கள் எனக்கு எவ்வளவோ கற்றுத் தந்திருக்கிறார்கள், எவ்வளவோ

உண்மைகளை நான் தெரிந்துகொள்ள உதவியிருக்கிறார்கள். இவற்றின் பொருட்டு இச் சக தொழிலாளிகளுக்குச் சகோதர பாவத்துடன் நன்றி தெரிவிப்பது என் கடமையாகும்.

"பரஸ்பர நம்பிக்கை முறை" மிக விரிந்த அளவில் பயன்படுத்துவதற்கு ஏற்றது என்றும் அத்துடன் அது திருத்தக் கல்வியளிப்பதற்கு மிகவும் பலன் தரக் கூடிய சாதனமாகும் என்றும் நான் உறுதியாக நம்புகிறேன்.

ருஷ்யாவின் தலைசிறந்த குற்ற இயல் அறிஞரான அகடமிஷன் அ.பி. கோனி, புகழ்பெற்ற நாவலாசிரியர் தஸ்தயேவ்ஸ்கியைப் பற்றிய தமது நூலில், அவரது "குற்றமும் தண்டனையும்" என்ற நாவலைப் பற்றிப் பின்வருமாறு குறிப்பிடுகிறார்:

"இந்த நவீனத்தில் அவர் படைத்துள்ள பாத்திரங்கள், தமது கலைச் சிறப்பின் ஜீவஓட்டம் காரணமாக என்றென்றும் உயிருடன் இயங்குவர். மிக மிகக் கரடுமுரடான, மிக மிக வறண்ட, மிக மிக விகாரமான வெளித் தோட்டுக்கு உள்ளேயும் 'உயிர்த் துடிப்புள்ள ஆன்மா' இலங்குகிறது. இந்த ஆன்மாவைக் காண்பதற்கும், வெளிக்கொணர்வதற்கும்,அதனுள்ளே சில போது தண்ணென ஒளிர்வதும் சில போது சுடர்விட்டு எரிவதுமான நல்லிணக்கம் என்னும் தழலைப் பரிவுடன் வெளிக் காட்டுவதற்கும் உயர் நோக்கம் வாய்ந்த ஆற்றல் வேண்டும். இத்தகைய ஆற்றலுக்கு எடுத்துக் காட்டுகளாகத் திகழும் தஸ்தயேவ்ஸ்கியின் பாத்திரங்கள் என்றும் இறவாது நிலவும்..."

அகடமிஷன் கோனியின் குறிப்பிடத்தக்க இச்சொற்கள், இந்தக் காலத்திலே, நமது சோஷலிச சமூகத்திலே சிறப்பான உட்பொருள் வாய்ந்து விளங்குகின்றன.

எதிர்ப் புரட்சியை ஒடுக்கும் போராட்டம் நிகழ்ந்து வந்த மிகக் கடினமான ஆண்டுகளில் கூட பெ. ஏ. த்ஸெர்ஷீன்ஸ்கிய் முதலாவது குழந்தைகள் கூட்டுறவு ஸ்தாபனங்களையும் தொழில் குடியிருப்புகளையும் நிறுவினார், அனாதைக் குழந்தைகளுக்காக விடுதிகள் ஏற்படுத்தினார். தண்டனை நிலையங்களில் வேலை மூலம் குற்றவாளிகளைச் சீர்திருத்தும் முறையை ஸ்தாபித்தார். இதெல்லாம் செய்வதற்கான நேரமும் அதற்கு வேண்டிய விருப்பமும் அந்த நெருக்கடியான காலத்திலும் கூட அவருக்கு இருந்தன.

சமூகவியல், உளவியல் சம்பந்தமான இந்தப் பெரும் பிரச்சினைகளால் தூண்டப் பெற்றே அ.மகாரென்கோ எழுதியவை போன்ற தலைசிறந்த சோவியத் நூல்கள் உருவாயின. இந்த நூல்கள் உலகத்தையே கலக்கியுள்ளன என்றும், பூர்ஷ்வா இலக்கிய விமர்சகர்கள், கல்வி நிபுணர்கள், குற்ற இயல் அறிஞர்கள் ஆகியோரிடையே கூட

மதிப்பும், ஆர்வமும், பெரும் சிறப்பும் பெற்றுள்ளன என்றும் கூறுவது மிகையாகாது. முன்னாள் குற்றவாளிகளுக்கு, சிறப்பாக பிள்ளைப் பருவக் குற்றவாளிகளுக்கு, இந்த முறையின் மூலம் திருத்தக் கல்வியளிப்பதன் பயனாகக் கிடைத்துள்ள மேலான விளைவுகளைக் குறித்து, மக்சீம் கோர்க்கிய் பல முறை வியந்து பாராட்டியுள்ளார்.

நான் கடந்து வந்திருக்கும் பாதையைப் பற்றி இப்பொழுது சிந்தித்துப் பார்க்கையில், துப்பறியும் அதிகாரியாக வேலை செய்த காலத்தில் கேட்டும், பார்த்தும் அறிந்துகொண்ட செய்திகளெல்லாம் என் நினைவிற்கு வருகின்றன. நான் ஓர் எழுத்தாளனாவதற்கு இவை பெரிதும் உதவி செய்துள்ளன. ஆகவே துப்பறியும் அதிகாரியாக நான் வேலை பார்த்து வந்த கடந்த ஆண்டுகளை நினைக்குந்தோறும் என் உள்ளத்தே நன்றி பொங்குகிறது. எனது கதைப் பொருள்கள், சந்தர்ப்பங்கள், பாத்திரங்கள், கதைகளின் கட்டுக்கோப்புகள் ஆகியவற்றில் பல, இந்த ஆண்டுகளில் உருவானவையே.

இக்கதைப் பொருள்கள் பல வற்றுள், எனக்கு உளமார உகப்பானது குற்றவாளியை மீண்டும் நல்லோனாக வாழச் செய்வதே. குற்றவாளி உயிரும் உயிர்ப்பும் உடையவனாக, ஆழ்ந்து கவனிக்கவும் சிந்திக்கவும் திறன் கொண்டவனாக இருக்கும் வரையில், தகுந்த உதவி மட்டும் அளிக்கப்பட்டால் அவன் திருந்தி விடுவான், மகிழ்ச்சி நிறைந்த நமது விசாலமான சோவியத் குடும்பத்தை மீண்டும் வந்தடைவான் என்று நான் திண்ணமாக நம்புகிறேன்.

இக்குறிப்புகள் இத்தகைய உதவிக்கான ஒருவழி கோலுமானால், இவற்றைப் படிப்பவர்கள் எனது நம்பிக்கைகளைப் பகிர்ந்து கொள்வார்களானால், கடினமாயிருப்பினும் மனநிறைவு தருவதான எழுத்துத்துறையில் நான் இறங்கியது வீணல்ல என்று அறிந்து மகிழ்வுறுவேன்.

துப்பறியும் அதிகாரியின் குறிப்புகள்

1
துளையிட்ட தீனார் நாணயங்கள்

இது விசித்திரமான வழக்கு. இதில் தொடர்புள்ள நிகழ்ச்சிகள் எனது வேலையின் ஆரம்ப நாட்களிலேயே நடந்தன. இவ்வழக்கைப் பற்றி விவரிக்குமுன்னர், ஒரு திருடன் கூறிய கதையொன்றை உங்களுக்குச் சொல்ல விரும்புகிறேன். குற்றவாளி மீது நம்பிக்கை வைத்தால் உறங்கிக் கிடக்கும் அவன் ஆன்மா சில சமயம் எதிர்பாராத படி விழித்தெழுகிறது, அவன் அந்த நம்பிக்கைக்குப் பாத்திரமாக நடந்துகொள்கிறான் என்ற உண்மையை முதன் முதலாக எனக்குச் சொன்னவர்களில் இவன் ஒருவன். வாட்டசாட்டமான உடல். தூக்க மயக்கமும் அவன் தொழிலைச் சேர்ந்தவர்களிடம் சாதாரணமாகக் காணப்படாத கனிவும் ததும்பும் முகம். உலகை எப்போதும் மிரண்டு பார்ப்பவை போன்ற உருண்டைக் கண்கள். எத்தனையோ தடவை தண்டனை பெற்றவன். "தூங்கு மூஞ்சி" என்பது திருடர் சமூகத்திலும் மூர் ஸ்தாபனத்திலும் அவனுக்கு வழங்கிவந்த பெயர்.

அன்று விசாரணை முடிந்தபிறகு, 'தூங்கு மூஞ்சி' என்னிடம் ஒரு சிகரெட்டைக் கேட்டு வாங்கிக் கொண்டான். அதைப் பற்றவைத்து விட்டு, "சிகரெட் தந்தீர்கள், சுமுகமாய்ப் பேசினீர்கள், இதற்கெல்லாம் ரொம்ப நன்றி. நல்லதுக்குப் பதில் நல்லது செய்ய வேண்டும் என்று உலகத்தில் சொல்லுவார்கள். அது போல நானும் என் வாழ்க்கையில் நடந்த ஒரு நிகழ்ச்சியைப் பற்றி உங்களுக்குச் சொல்லுகிறேன். அது விந்தையிலும் விந்தையான சம்பவம். சொல்லட்டுங்களா?" என்று கேட்டான்.

"தயவு செய்து சொல்லேன்" என்றேன். 'தூங்கு மூஞ்சி'க்குத் திடீரென்று ஒரே கூச்சம் வந்துவிட்டது. இதில் எனக்குச் சிறிது ஆச்சரியம்.

"நான் நீண்ட காலமாக இந்தத் தொழில் நடத்தி வருகிறேன் என்பது உங்களுக்குத் தெரியும்" என்று சொல்லி வரும்போதே அவன் கூச்சம் நொடிக்கு நொடி அதிகமாயிற்று. "ஒன்று மாத்திரம் எனக்கு, கொல்லுக் கொலை வழிக்கே நான் போனதுமில்லை, போகவும் மாட்டேன். நான் வேலை செய்கிறதெல்லாம் இராவிலே தான். இருண்ட சந்து பொந்திலே நின்று கொள்வேன். யாராவது ஒண்டி சண்டியாக வருகிறானா என்று பதிபோட்டுக் காத்திருப்பேன். பெண்பிள்ளை வந்தால் இன்னும் நல்லது. திடுமென அவள் கிட்டே போவேன்,

இந்தாம்மா என்பேன், மேல் கோட்டோ, கடிகாரமோ, பையோ, எது கிடைத்ததோ உருவிக் கொண்டு விட்டுவிடுவேன். எல்லாம் நைஸாகவே செய்வேன். நானே நைஸான ஆள்தான் பாருங்கள். எனக்கு சினிமா என்றால் ரொம்பப் பிரியம். முரட்டுத்தனம் கட்டோடே பிடிக்காது. அதெல்லாம் போன காலத்துக் கழிசல் என்று நினைக்கிறவன் நான். சத்தியமாய்ச் சொல்லுகிறேன், இன்றைக்கு வரை ஒரு நபர் மேலேயாவது கையை வைத்தது மட்டும் கிடையவே கிடையாது. இந்த மாதிரிக் கைகளை வைத்துக் கொண்டு இந்தத் தண்டாவிலிருந்து விலகியிருப்பதே மேல். என்ன நான் சொல்லுகிறது?"

இவ்வாறு கூறிப் புன்னகையுடன் தன் பரளையான இரும்புக் கையை நீட்டிக் காட்டினான் 'தூங்கு மூஞ்சி'.

"பொய் சொல்லி என்ன லாபம்? தப்பு செய்கிறோமே என்று என் மனது உறுத்தியதே கிடையாது. என்னவோ சொல்லுவார்களே, அது போல, உளையிலே கிளையிலே பட்டுக்கொள்ளாமல் சந்தோஷமாகவே வாழ்ந்து வந்தேன். அப்பாலே சின்னப் பெண் ஒருத்தியிடம் இசை கேடாக மாட்டிக்கொண்டேன் பாருங்கள், எல்லாம் தலைகீழாய்ப் போயிற்று."

"காதல் கீதல் ஏதாவதோ?" என்று கேட்டேன் நான். ஒரு தலைக்காதல் பற்றிய கதையொன்று வருமென நான் எதிர்பார்த்தேன். அதைப் போன்ற பலவற்றைக் குற்றவாளிகள் என்னிடம் சொல்வதுண்டு.

"அதெல்லாம் இல்லைங்க. எல்லாம் இந்த மனசுதான்" என்றான் அவன். "தெவிச்யே போல் யேயின் பக்கத் தெருக்கள் ஒன்றில் இது நடந்தது. ராத்திரி வேளை. இருட்டான மூலையொன்றில் நின்றுகொண்டு, 'இரை' அகப்படாதா என்று காத்திருந்தேன். ஒரே குளிர். கும்மிருட்டு. எங்கும் ஒரு பூதரைக் காணோம். திடீரென்று, கதவடைக்கும் சத்தம் கேட்டது. ஒரு பெண் வீட்டிலிருந்து வெளியே பாய்ந்தாள். ரொம்ப இளவட்டம். கொடி போல மேனி. மென்மயிர்த் தோல் கோட்டு போட்டிருந்தாள். எங்கும் ஒரே இருட்டாக வெறிச்சோடிக் கிடந்ததைப் பார்த்து, திகில் அடைந்து போனாள் போலிருக்கிறது. கோட்டுக் காலரை மேலே தூக்கிவிட்டுக்கொண்டாள், யாராவது துரத்திக்கொண்டு வருகிறார்களா என்று பின்னால் பார்த்த வண்ணம், பூட்சுக் குதிகள் நடைபாதையில் சடசடக்க ஓடத் தொடங்கினாள். அதிர்ஷ்டம் வந்தால் இப்படியல்லவா வர வேண்டும் என்று எண்ணினேன். அந்த மேல் கோட்டைத் 'தேசீயமயமாக்க'த் தீர்மானித்தேன். வாயிலில் இருந்து புறப்பட்டு அவளை நோக்கி நடந்தேன். என்னைக் கண்டதும் அவள் என்னிடம் ஓடிவந்தாள். வந்தவள் என்ன செய்தாள் என்று நினைக்கிறீர்கள்? என் கையை இறுகப் பிடித்துக் கொண்டாள். 'ஐயா, தயவு செய்து என்னை

மன்னிக்க வேண்டும். எனக்கு ஒரே பயமாய் இருக்கிறது! அக்கம் பக்கத்திலா, ஒருவரையும் காணோம். நீங்கள் என்னை வாடகை வண்டியில் ஏற்றி விட மாட்டீர்களா?' என்று அழாக்குறையாகக் கெஞ்சினாள். அவள் கத்தியால் என்னைக் குத்தியிருந்தால் கூட எவ்வளவோ மேலாயிருக்கும். என்ன தான் நடந்ததோ, எனக்கு இப்போது கூடப் புரிந்துகொள்ள முடியவில்லை. அவளுக்குக் கைலாகு கொடுத்து அழைத்துப் போனேன். 'கவலைப்படாதே அம்மா. நான் உன்னைப் பத்திரமாகக் கொண்டு சேர்க்கிறேன்' என்று முணுமுணுத்தேன். 'ஆ, மிக மிக நன்றி! நீங்கள் மரியாதை தெரிந்தவர் என்பதை எடுத்த எடுப்பிலேயே கண்டு கொண்டேன்' என்று அவள் உணர்ச்சி பொங்கச் சொன்னாள். இரண்டு பேருமாக மேலே நடந்தோம். எனக்கா, நெஞ்சு உலக்கையால் இடிப்பது போலே அடித்துக்கொள்ளுகிறது. மேல் காலெல்லாம் கனலாய்க் காந்துகிறது. எனக்கு என்னதான் வந்து விட்டதென்று தெரியவில்லை. வேலையைத் தொடங்குவோமென்று பார்க்கிறேன், முடியவில்லை. கை வரவே மாட்டேன் என்று விட்டது. மெய்யாகவே சொல்லுகிறேன். எப்படிப்பட்ட நிலைமை! ஆக அவளை ஸ்லேட்ஜ் வண்டி வரை அழைத்துப் போனேன், வண்டியிலே ஏற்றிவிட்டேன், அதில் கிடந்த மயிர்த் தோல் போர்வையால் அவள் உடம்பை அடக்கமாகப் போர்த்தினேன், சுகமாய்ப் போய்வா அம்மா என்று வாழ்த்தி அனுப்பி வைத்தேன். நம்பிக்கை மனிதனை எப்படியெல்லாம் ஆட்டி வைக்கிறது பார்த்தீர்களா?"

"அதற்குப் பிறகும் உனது 'பறிமுதல் தொழிலை' நடத்தி வந்தாய் அல்லவா?" எனக் கேட்டேன்.

"மூன்று நாட்கள் வரை நான் தொழில் செய்ய முடியவில்லை. பிறகு மறுபடியும் தொடங்கினேன். ஆனால் சத்தியமாய்ச் சொல்லுகிறேன், அதற்குப் பின் என்னுள்ளமே உடைந்து போனது போலாகி விட்டது. பெண்பிள்ளைகளிடம் என்னால் திருட முடியாது போயிற்று. எல்லாவற்றிலும் சலிப்புத் தட்டியது. கையே வழங்கவில்லை. என்மேல் எனக்கிருந்த நம்பிக்கை போய் விட்டது. இந்தத் தடவை தண்டனை பெற்று அதை முடித்த பின்னர் ஒழுங்காக வாழ்வேன். பட்டதெல்லாம் போதும்! அன்றைக்கு ராத்திரி பூராவும் குண்டினால் அதிர்ச்சி அடைந்தவன் போலிருந்தேன்" என்று சொல்லி முடித்தான்.

அவன் கண்களிலிருந்த சோகக் குறியைப் பார்த்து அவன் சொன்னதை முற்றிலும் நம்பினேன்.

அச்சமயம் மாஸ்கோவின் க்ராஸ்னேப்ரேஸ் னேன்ஸ்கிய் மாவட்டத்தில் துப்பறியும் அதிகாரியாக நான் வேலை செய்து வந்தேன். கோர்க்கிய் தெரு, க்ராஸ்னாயா ப்ரெஸ்நியா, அதன் அருகிலுள்ள

தெருக்கள், சந்துகள் எல்லாம் அதில் அடங்கியிருந்தன. அப்பொழுது மூர் அலுவலகம் பல்ஷோய் க்னெஸ்த்நிகோவ்ஸ்கிய் தெருவிலிருந்தது. அதுவும் எனது மாவட்டத்தைச் சேர்ந்தது தான். அதன் விளைவாக அந்நிலையத்துப் பணியாளர் பலர், சிறப்பாக முதல் மூர் தொகுதியின் தலைவனான நிக்கலாய் ஒஸிபவ், அவனது துணைவன் கியோர்கிய் தில்நேர் ஆகியவர்கள் என் நெருங்கிய நண்பர்கள் ஆயினர். இருவரும் முப்பது வயதைக் கடந்துவிட்டவர்கள்.

முதல் மூர் தொகுதி, கொலைகள், ஆயுதந் தாங்கி நடத்திய கொள்ளைகள் ஆகியவற்றை ஆராயும் பொறுப்பைப் பெற்றிருந்ததால் அதுவே துப்பறியும் நிலையத்தின் இதயமாக விளங்கியது. குற்றம் புரிவதைத் தொழிலாக உடைய பலர், அக்காலத்தில் இருந்தனர். இதை நினைவு படுத்திக் கொள்வோமானால், எனது நண்பர்கள் இராப்பகல் ஓயாது உழைத்து வந்ததின் காரணம் எளிதில் புலப்படும்.

அவர்கள் இருவரும் திறமை மிகுந்த துப்பறியும் அதிகாரிகள். தங்களுடைய கடினமான வேலையில் அவர்களுக்கு மிகவும் பிரியம். ஒஸிபவ் ஒடிசல் மேனியன், சணல் நிறத் தலையன். எப்பொழுதும் கச்சிதமாக உடையணிவான். அவனது சாம்பல் நிறக் கண்கள் சாமர்த்தியமும் கூர்மையும் கொண்டவை. அவன் மனித இயல்பை நன்கு நிதானித்து அறியக் கூடியவன். குற்ற உலகத்தினரின் மனப் போக்குகளையும் பேச்சையும் நன்கு அறிந்தவன். அத்துடன் மோட்டார் சைக்கிள் ஓட்டுவதில் அவனுக்கு மிகுந்த ஆர்வம்.

எனது இளமையினாலும், வேலையைத் தொடங்கும் நிலையில் நான் இருந்ததினாலும் அவர்களின் நட்பு எனக்குப் பயனளித்ததோடு இன்பமாகவும் இருந்தது. அவர்களிடமிருந்து நான் கற்றுக் கொண்டது அதிகம். சிக்கல் மிகுந்த குற்றங்கள், எதிர்பாராத விபத்துகள், புதிய கண்டுபிடிப்புகள் ஆகியவை பற்றி அவர்கள் கூறிய, கவர்ச்சி மிக்க கதைகளை நான் மூச்சு விடாது கேட்டுவந்தேன்.

ஒஸிபவ் அல்லது தில்நேர், குற்றவாளியைக் கேள்வி கேட்கும் பொழுது அடிக்கடி நானும் உடன் இருந்தேன். அவர்கள் பேசியதில் முதலில் எனக்கு எதுவுமே விளங்கவில்லை. ஏனென்றால் கேள்விகளிலும் விடைகளிலும் குற்ற உலகினரின் கொச்சைப் பேச்சும் தொழிலுக்குரிய சொற்களும் மிக அதிகமாயிருந்தன. அவர்கள் ஏதோ எனக்குத் தெரியாத ஓர் அயல் மொழியைப் பேசினார்கள் போலும் என நினைத்தேன்.

இந்த இரண்டு பேரையும் மாஸ்கோ குற்ற உலகினருக்கு நன்கு தெரிந்திருந்தது. குற்றவாளிகள் அநேகமாய் மூர் அதிகாரிகளை வெறுத்தனர். ஒஸிபவ், தில்நேர் ஆகிய இருவர் மீதுமோ அவர்களுக்கு

மதிப்புதான். அது மட்டுமல்ல, ஓரளவு பரிவு கூட. இவ்விஷயம் விந்தையாகப் பட்ட போதிலும் உண்மை. இவ்விருவரும் வேலையில் முதல் தரமானவர்கள் எனக் குற்றவாளிகள் அறிந்திருந்தார்கள். இவ்விருவரின் நேர்மையும் தைரியமுமோ அனைவருக்கும் தெரிந்த விஷயம்.

இதோடு கூட, இந்த விசித்திரமான குற்ற உலகத்தினரின் விவகாரங்களை நன்கறிந்திருந்த ஓஸிபவ் கைதிகளை ஒருபொழுதும் இகழ்வாக நடத்துவதோ அவமதிப்பதோ கிடையாது. சட்டத்தை விட்டுச் சிறிதும் விலகுவதில்லை; தனிப் பட்ட சலுகைகளும் காட்ட மாட்டான். எனினும் மனிதத் தன்மையோடு அவர்களுடன் மிக நைச்சியமாகப் பேசுவான்.

தில்நேர் மரியாதை மிக்கவன், விதரணையாகப் பழகுபவன், அழகன். அவனுடைய ஞாபக சக்தி மிகவும் பிரசித்தமானது. மாஸ்கோவின் குற்ற உலகம் முழுமையும் அவன் "தனது தலையில்" கொண்டுள்ளான் என்று மூரில் உள்ளவர்கள் சொல்வது வழக்கம். அதற்கிணங்க மாஸ்கோவிலுள்ள குற்றப் பழக்கமுள்ளவர்களின் பெயர்கள், குறிப்பெயர்கள், அடையாளக் குறிகள், அவர்கள் அடைந்துள்ள தண்டனைகள் ஆகியவை அனைத்தும் அவனுக்கு மனப்பாடம். குற்றவாளிகளுக்கும் இது நன்கு தெரிந்திருந்தபடியால், "தில்நேர் ஐயாவின் பார்வையிற் படாமல் விலகி யிருப்பதே நல்லது; அவரிடம் கண்கட்டு வித்தை பலிக்காது" என்று சொல்லிக் கொள்வார்கள். அதாவது அவனைப் பொறுத்த மட்டில், ஆள் மாறாட்டஞ் செய்து, தப்பித்துக் கொள்ள முடியாது.

பிளகவேஷின்ஸ்கிய் தெருவில் ஓடு வேய்ந்த, கவர்ச்சி பொருந்திய வீடு ஒன்று இன்னும் இருக்கிறது. அதில் சர்க்கார் அதிகாரிகளின் குடும்பங்கள் வசிப்பது வழக்கம். அங்கு வசித்தவர்களில் ஒருவர் மக்கள் கமிஸார் ஆகிய எஸ். என்பவர்.

ஜூலை மாதத்தில் ஓர் இரவு, எஸ். அவர்களும் அவரது குடும்பத்தினரும் நாட்டுப்புறத்தில் இருந்தபொழுது, திருடர்கள் அவர்களது வீட்டில் புகுந்து, பல பொருள்களை எடுத்துச் சென்றதோடு, ஒரு பெரிய தோற்பையையும் கொண்டு சென்றார்கள். அப் பையில், பல ஆண்டுகளாக அவர் தேடிச் சேகரித்து வைத்திருந்த தொன்மையான நாணயங்கள் இருந்தன.

பெரும் பரபரப்பு ஏற்பட்டது. களவுக் குற்றங்களைக் கவனிக்கும் பொறுப்புள்ள இரண்டாவது மூர் தொகுதியைச் சேர்ந்த ஆட்கள் திருடனைப் பிடிப்பது கடினம் என்பதையும் இவ்வழக்கைப் பொறுத்த வரையில் மனக்கசப்பைத் தவிர வேறு எதையும் எதிர்பார்ப்பதற்கில்லை

என்பதையும் நன்கு கண்டுகொண்டார்கள். இரண்டாம் தொகுதியின் தலைவராகிய ஸ்தெபானவ் உயரமான கம்பீரத் தோற்றமும், மிகுந்த மரியாதையும், செயல்நயமும் உடைய மனிதர். அவர் இச்செய்தியைக் கேட்டு அதிகக் குழப்பமடைந்து, முறை வருமுன்பே சிகரெட் புகைத்தார். வாழ்க்கை முழுவதையுமே முன் யோசனையுடன் திட்டமிட்டு நடத்திவந்தார் அவர். ஒருபோதும் பரபரப்படைய மாட்டார். அவசரப்படுவது ஆரோக்கியத்துக்குக் கெடுதி என்பது அவர் கருத்து. ஆரோக்கியத்தையோ அவர் பெருஞ் செல்வமாகப் பேணி வந்தார். குற்ற உலகினர் அவரை "மெதுநடைப் பூனை" என்று அழைத்து வந்தார்கள். பிசிரின்றிச் சீவிவிடப்பட்டுச் சுத்தமாகப் பளபளத்த கைநகங்களை நோக்கியவாறே உட்கார்ந்திருந்தவர் தமது துணையதிகாரி க்ரோதவைப் பார்த்து, "இது ஒன்றும் சாதாரணத் திருட்டு அல்ல, திறமை மிகுந்த திருட்டு என்று சொல்லலாமல்லவா? ஊம்?" என்று கேட்டார்.

க்ரோதவ் கெட்டிக்காரன். தலைவரது கேள்வியைக் கேட்டதும் வியப்படைந்து நிமிர்ந்து பார்த்தவன் நொடிப்போதில் அதன் உள்நோக்கத்தை ஊகித்துக்கொண்டான் (குற்றச் சட்டத்தை தொகுப்பின் 108வது விதிப் பிரகாரம் சாதாரணத் திருட்டுக்கள் மூர் ஸ்தாபனத்தால் ஆராயப்பட்டன. தொழில் திறமை மிகுந்த திருட்டுக்களோ, துப்பறியும் அதிகாரிகளிடம் ஒப்படைக்கப்பட்டன). ஆகவே, இதைவிடத் திறமை வாய்ந்த திருட்டைத் தன் வாழ்நாளிலேயே கண்டதில்லை யென்றும் கடவுளாணையாக இப்படிச் சத்தியம் செய்யத் தயாராயிருப்பதாகவும் ஒரே போடாய்ப் போட்டான்.

சட்டத்தின் எழுத்துப் பிரகாரம், வீட்டை உடைத்து உட்புகுவதற்கான திருட்டுக் கருவிகள் உபயோகிக்கப்படும் களவுகளும் திருட்டுக்களும் திறமை வாய்ந்த திருட்டுக்களாகக் கருதப்பட்டன. இந்தத் திருட்டோ, இவ்வகையைச் சேர்ந்ததல்ல. குற்றத்தைச் செய்த திருடனோ, திருடர்களோ ஜன்னல் வழியாக உள்ளே சென்றிருந்தனர். "ஜன்னல் புள்ளிகள்" என்ற வகையைச் சேர்ந்தவர்கள் அவர்கள். எனவேதான் க்ரோதவ் கூறியதைக் கேட்ட ஸ்தெபானவ் அவனைக் கோணலாகப் பார்த்து, 'ஏனப்பா, மீஷா, விதி 162ல் திறமை வாய்ந்த திருட்டைப் பற்றிக் க்ரோதவின் விசேஷ வியாக்கியானம் எதுவும் எனக்கு நினைவிருப்பதாகத் தெரியவில்லையே! ஜன்னல் வேலைதானே அப்பேன். இல்லையா?" என்று ஜாடையாக வினவினார்.

க்ரோதவ் கண நேரம் திகைத்துப் போய், தரையை நோக்கினான். இருந்தாலும் தன் கட்சியை விட்டுக்கொடுக்க அவன் தயாராயில்லை.

நிமிர்ந்து, தெளிவான கண்களால் தலைவரைக் குத்திட்டு நோக்கியவாறே, "அதென்ன இப்படி சொல்லுகிறீர்கள்? ஜன்னலைத்

தான் விசேஷக் கருவிகளைக் கொண்டு உடைத்துத் திறந்திருக்கிறார்களே!" என உட்பொருள் தொனிக்கக் கூறினான்.

"அப்படியா சேதி? அதுவும் எனக்கு நினைவிருப்பதாகத் தெரியவில்லையே. விரல்களே விசேஷக் கருவிகள் தான் என்று ஒருவேளை நீ நிரூபிக்க முடியுமானால் அப்போது வேறு விஷயம்" எனப் பதிலளித்தார் ஸ்தெபானவ்.

விரல்களாவது ஒன்றாவது, நீங்கள் சொல்வது? ஜன்னலை உளியால் நெம்பித் தாழ்ப்பாளை உடைத் திருக்கிறார்கள் என்பதுதான் நன்றாகத் தெரிகிறதே. விசேஷக் கருவியும் உடைத்து உள்ளே புகுவதும் இதைவிட வேறு என்ன வேண்டுமாம்?" என்று ஒரே ஆவேசமாகக் கூறினான் க்ரோதவ்.

"அப்படியா? ஊம்? அட சே, ரொம்ப மோசம்... இவ்வளவு ரசமான வழக்கை விட்டுவிட வேண்டியிருப்பது வருந்தத்தக்க விஷயம். இருந்தாலும் என்ன செய்வது? சட்டம் என்றால் சட்டம் தானே. இல்லையா, மீஷா?" என்று ஆழ்ந்த பெருமூச்சுடன் கூறிய ஸ்தெபானவ் இன்னொரு சிகரெட்டை முறை வரும் முன்பே பற்ற வைத்து, அப்பாடா என்று புகையை இழுத்து விட்டார். "ஆமாம், தம்பீ. நாம் செய்வதற்கு ஒன்றுமில்லை. 108வது விதிப் பிரகாரம் வழக்கைத் துப்பறியும் அதிகாரிக்கு அனுப்பி விடுங்கள்... தேவையான தஸ்தாவேஜுகளையும் தயாரித்து விடுங்கள்" என்று சொல்லி முடித்தார்.

அடுத்த நாள் மிக ஆடம்பரமான நடையில் வரையப்பெற்ற குறிப்புடன் வழக்கைப் பற்றிய தஸ்தாவேஜுகள் எனக்கு வந்து சேர்ந்தன. "உளி போன்ற விசேஷக் கருவிகள் உபயோகிக் கப்பட்டிருக்கின்றன என்றும், இந்த விஷயத்தை ஜன்னலைப் பார்வையிட்டது பற்றிய அசல் குறிப்பிலிருந்தும், உடன் அனுப்பப் பட்டிருக்கும் உடைந்த ஜன்னல் தாழ்ப்பாள் மூலம் கிடைத்துள்ள, உடைத்து உட்புகுந்ததற்கான அடையாளங்களிலிருந்தும் அனுமானிக்கக் கூடும் என்றும்" ஒரே உற்சாகமும் உணர்ச்சியும் பொங்க அதில் வருணித்திருந்தான் க்ரோதவ். வழக்கு என் கையில் கிடைத்த ஒரு மணி நேரத்திற்கெல்லாம் ஸ்தெபானவ் எனக்குப் போன் செய்தார். என் உடல் நலம், மன நிலை, வேலை ஆகியவற்றைப்பற்றி மிக உபசாரமாக, உள்ளம் உருகும்படி விசாரித்தார். பருவநிலையை மெச்சினார். "சில்வா" என்ற இசை நாடகத்தில் தத்தியானா பாக் என்பவள் பாடுவதை வானளாவப் புகழ்ந்து, இந்த நாடகத்தைப் பார்க்கும்படி எனக்குப் பலத்த சிபாரிசு செய்தார். இவ்வாறு நீண்ட நேரம் பேசிக் கொண்டிருந்த பின், முடிவில், ஏதோ போகிற போக்கில் சொல்வது போல, 'ஒரு விஷயம், லெவ் ரமானிச். நாங்கள் ஒரு சின்ன வழக்கை உங்களுக்கு அனுப்பியிருக்கிறோம். வேறு விதமாக நினைத்துக்கொள்ள மாட்டீர்களே.

இதிலே நாங்களாக ஒன்றும் செய்வதற்கில்லை. சட்டத்தையல்லவா பார்க்க வேண்டியிருக்கிறது! ஒன்று மட்டும் சொல்வேன். உங்களுக்குக் கட்டாயமாக உதவி செய்வோம், ஆமாம், சந்தேகமே படாதீர்கள். எல்லா வகையிலும் உதவி செய்வோம். வழக்கை உங்கள் பொறுப்பில் ஏற்றுக் கொண்டுவிட்டதாக ஒரு ரசீது மாத்திரம் உடனே எழுதி அனுப்பினீர்களானால் நன்றாயிருக்கும். தயை செய்து இதில் தாமதம் செய்யாதீர்கள். எனது ரிக்கார்டுக்கு இந்தக் குறிப்பு தேவை. இதை வாங்கி வருவதற்கு க்ரோதவை அனுப்புகிறேன்" எனக் கூறினார்.

இந்தச் சொல்லாடலுக்குப் பிறகு ரிசீவரை மாட்டியபோது கூட, "மெதுநடைப் பூனை" வெகுளியான என் மீது எத்தகைய தொல்லையைத் தந்திரமாகச் சுமத்திவிட்டார் என்பதை அந்தோ, நான் அறிந்து கொள்ளவில்லை. அவர் கேட்ட ரசீதை எழுதி, வியக்கத்தக்க விரைவுடன் வந்து சேர்ந்த க்ரோதவிடம் கொடுத்தனுப்பினேன்.

மறுநாட் காலை, மாவட்ட பிராக்யூரேட்டர் ஷெவெர்தீன் எனக்குப் போன் செய்தார். தெக்த் யார்யோவைப் போலவே இவரும் ஜார் ஆட்சியில் அரசியல் கைதியாக இருந்தவர்; அன்பும் விவேகமும் கொண்ட வயதான மனிதர். பிள கவேஷின்ஸ்கிய் தெருத் திருட்டு பற்றிய தஸ்தாவேஜுகளுடன் தம்மை உடனே வந்து பார்க்கும் படி அவர் கூறிய போதுதான் எனக்கு உண்மை விளங்கியது.

அவரிடம் போவதற்குமுன் வழக்கைக் கவனமாகப் படித்துப் பார்த்தேன். "திறமை வாய்ந்த திருட்டு" என்பதற்கான ஆதாரங்கள் எவ்வளவு அற்பமானவை என்பது அப்போதுதான் தெரிய வந்தது. ஆயினும் வழக்கை உளவறிவதாக ஏற்றுக்கொண்டாகிவிட்டது. எனது ரசீதை வேறு க்ரோதவ், ஆட்டுக்குட்டியை ஓனாய் கவ்விச் செல்வது போலக் கொண்டு போய்விட்டான். எனவே தப்ப வழியின்றி வசமாக மாட்டிக் கொண்டிருந்தேன்.

எனது அறிக்கையை ஷெவெர்தீன் கவனமாய்க் கேட்டார், தாமும் வழக்கைப் படித்துப் பார்த்தார்-அதன் பெரும்பாலான தஸ்தாவே ஜுகள் மூர் ஆசாமிகள் எப்படி அந்த வழக்கை எனக்குக் கடத்தி விட்டுள்ளார்கள் என்பதையே காட்டுவனவாக இருந்தன. அவற்றைப் படித்த பின் அவர் முகத்தில் புன்னகை அரும்பியது.

"அப்படியா சேதி, ஊம். மிகச் சுவாரசியமான விஷயம்... ஸ்தெபானவ் ஒன்றும் முட்டாள் அல்ல. தனக்கு வந்த தொல்லையை உம் தலையில் கட்டிவிட்டான். நீரோ, பாவம், பச்சைப் பிள்ளை. வழக்கின் பொறுப்பை அவசர அவசரமாக ஏற்றுக் கொண்டுவிட்டீர். இரண்டுங் கெட்டான் வயசு உமக்கு. இது இன்பமான பருவந்தான், ஆயினும் அபாயகரமானது. செய்யத் தக்கது என்ன என்பதைக் கற்றுக்

கொண்டிருக்கிறீரே தவிர, செய்யத் தகாதது என்ன என்பதை நீர் இன்னும் கற்றுக் கொள்ளவில்லை. ஸ்தெபானவோ, முதலாவதையும், அதை விட நன்றாக இரண்டாவதையும் அறிந்து தேர்ந்தவன்... ஊம், நாம் இப்போது என்ன செய்வது? ஜன்னல் வழியாக நடந்த திருட்டைப் புலன் விசாரிப்பதோ அநேகமாக இயலாத வேலை. இதிலே அந்த ஆள் எஸ். இருக்கிறாரே, அவர் என்னடா என்றால் ஒரே எரிச்சலும் புடைச்சலுமாகச் சிங்கம் போல் கர்ஜிக்கிறார், விசாரணை அறிக்கையைக் கொண்டா என்று நச்சரிக்கிறார்... வாரும், போகலாம், தம்பீ. மனவருத்தந்தான் நேரும் என்று எதிர்பார்க்கிறேன். களவு கொடுத்தவருடைய சுபாவம் எனக்குத் தெரிந்தது தானே" என்று கூறினார்.

எஸ். என்பவரின் அலுவலகத்தை நாங்கள் அடைந்ததும் ஷெவெர்தீன் என்னை இந்தத் திருட்டைத் துப்பறியும் அதிகாரி என்று அவரிடம் அறிமுகம் செய்துவைத்தார். கட்டுக்குட்டான தேகம். நரையோடிய கருமயிர். ஆள் ஒரே கோபாவேசத்தில் இருந்தார்.

ஓகோ, இவர்தான் துப்பறியும் அதிகாரியோ? அது தானே பார்த்தேன். ஊரில் அகப்பட்ட போக்கிரிகள் எல்லாம் மக்கள் கமிஸார்களின் வீடுகளுக்குள் புகுந்து களவாடிவிட்டுத் தபாய்த்துக் கொண்டு திரிவது ஏன் என்று இப்போது புரிந்து கொண்டேன். ஆமாம், தோழர் ஷெவெர்தீன், நீங்கள் நடத்துவதென்ன, குழந்தைப் பள்ளியா, இல்லை, பிராக்யூரேட்டர் காரியாலயமா?" என்று சீறிவிழுந்தார் அவர்.

ஷெவெர்தீன் தன் மதிப்பை விட்டுக் கொடுக்காமல், மரியாதையோடு அவருக்குப் பதிலளித்தார். நான் இளைஞனா-யிருப்பினும் மேல்நிலைக்கு வரக்கூடிய தகுதியுள்ள துப்பறியும் அதிகாரி என்றும், நன்றாக வேலை செய்து வருபவன் என்றும் கூறினார். மேலும், அவருடைய கேள்விக்குப் பதிலளிக்கும் வகையில், மக்கள் கமிஸாரின் இலாகாவிலுள்ள இன்ஸ்பெக்டர்களின் வயதுகளைப் பற்றித் தாம் கேட்கவில்லை யென்றும் குத்தலாகச் சொன்னார் ஷெவெர்தீன்.

எஸ். முன்னிலும் அதிக எரிச்சலுடன் ஒரேயடியாகச் சள்ளுப் புள்ளென்று விழுந்தார். மூன்றே நாட்களுக்குள் குற்றவாளி கைது செய்யப்படாவிட்டால் தாம் அரசாங்கத்துக்குப் புகார் செய்து கொள்வதாக மிரட்டினார். திருட்டுப் போன மற்றப் பொருள்கள் எக்கேடு கெட்டாலும் பரவாயில்லை, நாணயத் தொகுதி மட்டும் கிடைத்தாக வேண்டும் என்று கத்தினார். தாம் 'நாணயச் சேகரிப்பாளர்' எனவும், தொன்மையான நாணயங்கள் தேடிச் சேர்ப்பதில் வாழ்நாள் முழுவதையும் செலவிட்டிருப்பவர் எனவும், தமது அபூர்வமான நாணயத் தொகுதியில் மகா அலெக்ஸாந்தர் காலத்திய துளையிட்ட தீனார்களும் இருக்கின்றன எனவும், இவை பறிபோவதென்றால்

வெறும் வேடிக்கையல்ல எனவும், பிரதேசப் பிராக்யூரேட்டரின் செயலற்ற சோம்பல் தமக்குப் பிடிபடவில்லை எனவும், பாலறா வாயர்களான துப்பறிபவர்கள் மீது தமக்கு லவலேசமும் நம்பிக்கை கிடையாது எனவும், எது என்னவானாலும் அந்த நிமிடம் முதல் மூன்று நாட்களுக்கு மேல் தாம் காத்திருக்கப் போவதில்லை எனவும் படபட வென்று பொரிந்து கொட்டிவிட்டார்.

ஷெவெர்தீனுக்கும் அடக்க முடியாமல் மண்டிக் கொண்டு வந்தது சீற்றம். இருந்தாலும் இளைஞனான துப்பறியும் அதிகாரியின் முன்னிலையில் இந்தப் பேச்சைத் தொடர்ந்து நடத்துவது சரியல்ல என்ற எண்ணத்தால், என்னை வெளியே காத்திருக்கும்படி கேட்டுக்கொண்டார். அரை மணி நேரத்துக்குப் பின் கோபக் கனலால் சிவுசிவுத்த முகத்துடன் விர்ட்டென்று வெளியே வந்து என்னை அழைத்துக்கொண்டு விடு விடெனத் தமது காரியாலயத்தை நோக்கி நடந்தார்.

எஸ். என்பவரின் "தலை தெறித்து விழும் போக்கை"யும், "சோஷலிஸ்ட்களுக்கு ஒவ்வாத அகந்தையையும் கிழவனார், வழிநெடுகிலும், காரியாலயம் சேர்ந்தபின்பும், கடுமையாக விளாசினார். அவரது கண்டனம் உண்மையாயிற்று: பல வருடங்களுக்குப் பின்பு, எஸ். என்பவர் மக்கள் கமிஸாராயிருக்கத் தகுதியற்றவர் என்ற காரணத்தால் பதவியிலிருந்து அகற்றப்பட்டார்.

ஷெவெர்தீன் சரியாகக் குறிப்பிட்டது போலவே, வீட்டுக் களவுகளை விசாரித்தறிவது எல்லாவற்றிலும் கடினமென்றும், கண்டு பிடித்துத் தீர்க்கப்பட்ட இத்தகைய வழக்குகளின் சதவிகிதம் மிகக் குறைவே என்றும், போதாக் குறைக்கு, துப்பறியும் அதிகாரியான என்னிடம் உளவாளிகளோ ஏஜெண்டுகளோ கிடையாதாகையால் வெறும் புலன் விசாரணை மூலமாக மட்டும் இந்தக் களவின் சிக்கலை விடுப்பது என்னால் இயலாதென்றும் பதற்றத்தால் நாக்குழற, தந்திரசாலியான ஸ்தெபானவையும் எனது கவனக் குறைவையும் உள்ளூறத் திட்டியவாறு அவரிடம் கூறி முடித்தேன்.

நான் மூர் ஸ்தாபனத்துக்குச் சென்று, சனியன் பிடித்த இந்த வழக்கைத் துலக்குவதற்கு உதவியாகத் தமது ஆட்கள் எல்லோரையும் ஈடுபடுத்துமாறு ஸ்தெபானவுடன் பேசி ஏற்பாடு செய்துகொள்ள வேண்டுமென்று தீர்மானிக்கப்பட்டது.

எல்லாம் வீண்! ஸ்தெபானவிடம் நான் பேசிய பொழுது, இம்முயற்சியின் விளைவு பற்றித் தமக்கு நம்பிக்கை சிறிதும் இல்லை என்று அவர் வெளிப்படையாகவே சொல்லிவிட்டார்.

"இதோ பாருங்கள், அருமை லெவ் ரமானிச். திருட்டு ஜன்னல் வழியாக நடந்திருக்கிறது. இந்த வீட்டுக்குள் புகுந்த திருடனுக்கோ, யாரைச் சூறையாடுகிறோம் என்று தெரியாது. இவற்றை நீங்கள் புரிந்துகொள்ளுங்கள். களவே தொழிலாகக் கொண்ட கைதேர்ந்த திருடன் இந்த வீட்டில் தலைகாட்டியே இருக்க மாட்டான் என்பதையும் நீங்கள் மனதில் கொள்ள வேண்டும். இந்தத் திருட்டைச் செய்தவன் பழக்கமில்லாத எவனோ புது ஆசாமி. நிச்சயமாகப் பழங்குற்றவாளி அல்ல அவன். ஊரெல்லாம் சல்லடை போட்டுச் சலித்தாலும் அவனைக் கண்டுபிடிப்பது நடவாத காரியம். நல்ல மனிதரான உங்களிடம் வழக்கைத் தள்ளிவிடுவதற்கு முன்னால் க்ரோதவும் நானும் இதன் சாத்தியக் கூறுகளை எல்லாம் துருவி ஆராய்ந்து பார்த்துவிட்டோமே..."

இப்படிச் சொல்லிவிட்டு, இனிமையும் அனுதாபமும் ததும்ப முறுவலித்தார் ஸ்தெபானவ்.

எனக்கு நெஞ்சு விழுந்து போயிற்று. ஒரே சோர்வுடன் முதல் தொகுதியைச் சேர்ந்த எனது நண்பர்களிடம் சென்றேன். என்னிடம் எல்லா விவரங்களையும் நுட்பமாக விசாரித்து அறிந்த பின் ஒஸிபவ் வெறுமே தலையசைத்துவிட்டு, "இந்த 'மெதுநடைப் பூனை' நாசமாய்ப் போக! தனக்கு வரும் சங்கடங்களை எல்லாம் எப்போதும் பிறத்தியான் தலையில் எப்படியோ கட்டி விடுகிறான் பாரேன்!" என்று திட்டினான்.

முதல் தொகுதியிலுள்ள இளம் அதிகாரிகளுக்கு ஸ்தெபானவும், அவருடைய "ராஜதந்திர" வழிகளும் பிடிக்கா. நான் துன்பத்தில் சிக்கிக்கொண்டேன் என்பதை ஒஸிபவ் நன்கறிந்து, உண்மையாக எனக்கு உதவி செய்ய விரும்பினான். ஆயினும், அனுபவமிக்க துப்பறியும் அதிகாரியான அவன், இவ்வழக்கு நிச்சயமாய் ஒரு பயனையும் அளிக்காது என்பதைக் கண்டு கொண்டான். "களவே தொழிலாகக் கொண்ட கைதேர்ந்த திருடன்" எவனும், எக்காரணத்தை முன்னிட்டும் மக்கள் கமிஸார் ஒருவரின் வீட்டுக்குள் புகுந்திருக்கவே மாட்டான் என்று ஸ்தெபானவ் சொன்னதை அவனும் உறுதிப்படுத்தினான்.

"உனக்கு எப்படி உதவுவது என்றே ஒன்றும் புலப்படவில்லையே, தம்பீ. எல்லாவற்றையும் பார்க்கும்போது, இந்த நாணயச் சேகரிப்பாளர் உன்னை லேசில் விட்டுவைக்க மாட்டார் என்று தெரிகிறது. சேகரிப்பாளர்களோடு விவகாரம் வைத்துக் கொள்வதைவிட மோசமானது வேறு எதுவுமில்லை. அநேகமாக இவர்கள் எல்லாருமே வெறிபிடித்தவர்கள். போதாக் குறைக்கு இந்த வழக்கிலோ, துளையிட்ட தீனார்களாமே எவையோ, அவை வேறு புகுந்து கொண்டிருக்கின்றன. அவை துளையில்லாதவையாய் இருந்தாலாவது பரவாயில்லை

எனலாம். துளையுள்ளவை ஆதலால் உன் கதி அதோகதி தான் போ" என்றான் ஒஸிபவ்.

அந்த நேரத்தில் ஓஸிபவின் காரியதரிசி உள்ளே வந்து ஒதெஸ்ஸாவிலிருந்து சங்கேதச் சொற்களில் வந்திருந்த தந்திச் செய்தி ஒன்றை அவன் கையில் கொடுத்தாள். அவன் தந்தியைப் படித்துவிட்டு ஏதோ யோசனையில் ஆழ்ந்திருந்தான். திடீரென அவன் முகம் பளிச்சிட்டது. விடுபடும் என்ற நம்பிக்கையே அற்ற சிக்கலில் அகப்பட்டுக் கொண்டிருப்பவனுக்கு எதிர்பாரா விதத்தில் நம்பிக்கையின் ஒளி தென்பட்டால் அவன் முகம் எப்படிப் பிரகாசிக்குமோ அப்படியே ஒளிர்ந்தது ஓஸிபவின் முகம்.

தந்தியை என்னிடம் நீட்டி, "இதைப் படித்துப்பார், தம்பீ. இப்பொழுது நாம் பேசிக் கொண்டிருக்கும் வழக்குடன் இது நேரடியான தொடர்புள்ளது. நீ அதிர்ஷ்டக்காரன் தான்!" என்றான்.

தந்தியை வெடுக்கென்று பற்றி, இரண்டு முறை படித்தேன். நான் அதிர்ஷ்டக்காரன் என்பதைக் காட்டும் எதையும் என்னால் அதிற் கண்டு கொள்ள முடியவில்லை. தந்தியின் வாசகம் பின் வருமாறு:

"தலைவர் யெமெல்யானவ், மூர். பிரசித்தி பெற்ற கில்லாடியான 'அட்மிரல் நெல்ஸன்' இன்று மாஸ்கோ எக்ஸ்பிரஸில், தூங்கும் வசதியுள்ள பெட்டியில், அவசரமாகப் புறப்பட்டிருக்கிறான். ஏதோ முக்கியமான காரியமாகத் தான் இந்தப் பார் வேட்டை என்று நினைக்காமலிருக்க முடியவில்லை. இவன் போன ஆண்டு, பொது மன்னிப்பின்படி விடுதலையானவன். இவனைக் கைது செய்யத் தகுந்த முகாந்திரம் எங்களிடம் இல்லை. புரட்சிக்கு முற்காலத்திய புனைபெயர்கள்: யாஸ் த்ர்ஜெம்ப்ஸ்கிய், ரொமனேஸ்கு, ஷுல்ட்ஸ்.

நிக்கலாயெவ், ஒதெஸ்ஸா

துப்பறியும் நிலையத் தலைவர்"

"இதற்கும் துளையிட்ட தீனார்களுக்கும் என்ன தொடர்பு?" என்று தயங்கித் தயங்கிக் கேட்டேன்.

"தொடர்பு உண்டு, அப்பனே, உண்டு. எப்படி என்று சொல்கிறேன் கேள். இந்த 'அட்மிரல் நெல்ஸனை' எனக்கு நன்றாய்த் தெரியும். இரும்புப் பெட்டிகளைத் துளையிட்டுத் திறப்பதில் அபாரமான திறமைசாலி. ஜார் காலத்திலேயே தொழில் நடத்தியவன். ஐரோப்பாவெங்கிலும் பெயர்பெற்ற கில்லாடி. ஒரே வார்த்தையில் சொல்வதானால் பழங்காலத்துப் பக்காத் திருடர்களில் கடைசியானவன் என்று வைத்துக்கொள்ளேன். கேப்மாரிகள் உலகில் முடிசூடா மன்னன். அவன் வைத்ததே சட்டம் அங்கே. மொத்தத்தில் நமக்கு உதவுவான்

அவன். நாளைக் காலை என்னிடம் வா. அவனை எதிர்கொள்ளப் போவோம்" என்று மகிழ்ச்சி பொங்கக் கூறினான் ஒஸிபவ்.

மறு நாள் காலை நாங்கள் கீவ் ரயில் நிலையத்தில் ஒதெஸ்ஸா-மாஸ்கோ எக்ஸ்பிரஸிற்காகக் காத்துக்கொண்டு இருந்தோம். ரயில் நின்றதும் நாங்கள் 'அட்மிரல் நெல்ஸனை' எதிர்கொள்ளும் பொருட்டு முதல் வகுப்புப் பெட்டியின் பக்கம் போய் நின்றோம். வைக்கோல் தொப்பியும், கையில் நேர்த்தியான மழைக் கோட்டும், தந்தத்தால் செய்த பெரிய சிங்கத்தலைப் பிடி வைத்த பார்வையான பிரம்புத்தடியுமாக அவன் வெளி வந்தான். நடுத்தர வயது. சிவந்த தலைமுடி. ஒடிசல் தேகம். தன்னம்பிக்கையும் சிரிப்பும் மிளிரும் ஒற்றைக் கண். இன்னொரு கண், கரிய பட்டுத் துண்டால் மூடப்பெற்றிருந்தது. பார்ப்பதற்குச் செல்வம் மிகுந்த வணிகனோ, அனுபவம் முதிர்ந்த காப்டனோ, அயல் நாட்டுச் சலுகைக் கம்பெனிக் காரனோ, அல்லது 'ருசியா' கம்பெனியின் படங்களில் நடிக்கும் சர்வதேச வில்லனோ என்று எண்ணும்படியிருந்தது அவன் தோற்றம்.

"ஹலோ, 'அட்மிரல்'!" என்று அழைத்துக்கொண்டே அவன் அருகே சென்ற ஒஸிபவ், "தலைநகரத்திற்கு உம்மை வரவேற்கிறோம்" என்றான்.

"அடேடே, ஒஸிபவா? என்ன அதிர்ஷ்டம்!" என்று மகிழ்ச்சி பொங்கக் கூவியவாறு ஒஸிபவின் கையைப் பற்றி உற்சாகமாகக் குலுக்கினான் 'அட்மிரல்'. இந்தச் சந்திப்பை எதிர்நோக்கி இராத் தூக்கமில்லாமல் கழித்தவன் போலிருந்தது அவன் கை குலுக்கிய மாதிரி. "உங்களைப் பார்த்து எவ்வளவோ காலமாகிவிட்டது! ஊம். உளவு இலாகாப் பயல்கள் என் வருகையைப் பற்றி உங்களுக்குத் தகவல் கொடுத்து விட்டான்களாக்கும். நான் என்னவோ என் அலுவலில் மும்முரமாய் முனைந்திருக்கிறேன்; என்னைத் தொந்தரவு செய்வதை விட இவன்களுக்கு வேறு வேலையே கிடையாது போலும். சே, சே. பச்சைக் குழந்தை மாதிரிப் பிறந்த மேனியாய் வந்திருக்கிறேன் நான். மூட்டை முடிச்சுகளோ, கருவிகளோ எதுவும் கிடையாது. அப்படி-யிருக்கும்போது இவன்கள் இப்படி ஆர்ப்பாட்டம் செய்வானேன்? ஊம்? உங்களைத்தான் கேட்கிறேன்? கம்பி எண்ணி முடிந்த கையோடு கொஞ்சம் குஷியாய் இருப்போம், நாலு இடங்களைப் பார்ப்போம், ஒரு நிலைக்கு வருவோம் என்று நான் கிளம்பி வந்திருக்கிறேன். இந்த முட்டாள்கள் என்னடா என்றால் உங்களை வீணாக அலைக்கழிக்கிறார்கள்! வேறொரு வகையில் இதற்காக அவர்களுக்கு நன்றி செலுத்துகிறேன். இதனால்தானே உங்களைப் பார்க்கும் வாய்ப்பு கிடைத்தது எனக்கு!"' என்று பொரிந்து கொட்டினான் 'அட்மிரல்'.

ஒஸிபவ் அவனை இடைமறித்து, "அட்மிரல், உம்மிடம் முக்கியமான வேலை இருக்கிறது. வாரும், ரெஸ்டாரெண்டில் போய் வசதியாக உட்கார்ந்து பேசுவோம்" என்றான்.

"போலீஸ்காரன் உட்காருங்கள் என்று சொன்னால் நின்று கொண்டிருப்பது மரியாதையல்ல என்று ஒதெஸ்ஸாக்காரர்கள் ஒருகாலத்தில் சொல்வதுண்டு" எனக் கூறி முறுவலித்த 'அட்மிரல்', "வாருங்கள் போகலாம். பீர் ஊற்றிக் குடித்தபடியே வாழ்க்கையைப்பற்றி உரையாடுவோம்.... ஆமாம், இந்த நளினமான இளைஞர் யாரோ?" என்று என்னைச் சுட்டி வினவினான்.

"இவர் எனக்கு ரொம்ப வேண்டிய நண்பர். இந்தக் காரியம் எங்கள் இருவருக்கும் சம்பந்தமுள்ளதுதான்" என விடை பகர்ந்தான் ஒஸிபவ்.

ரெஸ்டாரெண்டில் அமர்ந்த பின்பு, துளையிட்ட தீனார்கள் பற்றிய கதையை ஒஸிபவ் கூறக் கேட்ட 'அட்மிர' லுக்குக் கண்தலை தெரியாத ஆத்திரம் பீறிக்கொண்டு வந்தது. ஆவி பறக்கப் படபடத்தான்.

"உங்கள் தலை நகரத்தில் என்னதான் நடக்கிறது? மாஸ்கோ திருடர்கள் ஏன்தான் இப்படிக் கெட்டுப் போய்விட்டார்களோ தெரியவில்லையே? ஊம்? கமிஸார் வீட்டுக்குள்ளாவது, புகுந்து திருடவாவது! எத்தகைய வெட்கங்கெட்ட செய்கை! ஏன், நெப்காரர்களும், தனியார் காரியாலயங்களும், வெளிநாட்டுச் சலுகைக் கம்பெனிகளும் இவர்களுக்குப் போதவில்லையாமோ? சோவியத் அரசாங்கத்துக்கே எதிராகக் கைமிஞ்ச வேண்டுமாமோ? இது எதிர்ப்புரட்சி! ஆமாம், சோவியத் பிரஜை என்ற முறையில் நான் திண்ணமாகக் கூறுகிறேன். ஒஸிபவ், உங்களுக்குத் தான் தெரியுமே என்னுடைய curriculum vitae வாழ்க்கை நடை முறை -- என்ன என்பது? -- இந்த வார்த்தை சரிதானோ, இல்லையோ? எனக்கு லத்தீன் மொழியில் தேர்ச்சி பற்றாது, அதனால் கேட்கிறேன். உங்களுக்கோ எல்லாம் தெரியும். ஆகவேதான் கேட்கிறேன்: மாபெரும் அக்டோபர்ப் புரட்சிக்குப் பின்பு, அரசாங்கத்திற்கோ, கூட்டுறவுக் கழகம் எதற்கேனுமோ சொந்தமான இரும்புப் பெட்டி ஒன்றிலாவது 'அட்மிரல் நெல்ஸன்' கை வைத்ததுண்டா? சொல்லுங்கள், உண்டா, கிடையாதா?" என்று கேட்டு, பதிலை எதிர்பார்த்தான் 'அட்மிரல்'.

"கிடையவே கிடையாது. இது உண்மை" என்று ஒப்புக் கொண்டான் ஒஸிபவ்.

"உண்மையா? இது வெறும் உண்மை அல்ல. உலகப் பொது நோக்கைப் பற்றிய விஷயம், பிரெஞ்சு மொழியில் சொல்வது போல எனது "profession de foi" - உள்ளார்ந்த கோட்பாடு - இது. கவனமாகக் கேளுங்கள், இளைஞரே. நீங்கள் இப்பொழுது தான்

வாழ்க்கையைத் தொடங்கியிருக்கிறீர்கள், இந்த விவரம் உங்களுக்கு உபயோகமாய் இருக்கும். உலகப் பொது நோக்கு! இதோ எனது இந்தக் கைகளைப் பாருங்கள்! ஆயிரத்துத் தொள்ளாயிரத்துப் பதின் மூன்றாம் வருஷத்திலே வியன்னா நகரத்திலே நடந்ததே துப்பறியும் நிபுணர்களின் அகில உலக மகாநாடு, அதில் பெர்லின் 'பொலித்ஸெய் ப்ரெஸிதெந்த்' இந்தக் கைகளைப் பற்றி என்ன சொன்னார் தெரியுமா? அசாதாரணமான படைப்புக்கள் என்று சொன்னார். "Meine lieben Herren, das ist wunderlich und artistisch" - என் அன்பார்ந்த கனவான்களே, இவை வியப்பூட்டுபவை, கலைநுட்பம் வாய்ந்தவை என்பவை அவர் சொன்ன வார்த்தைகள். கேட்டீர்களா? அப்பேர்ப்பட்ட இந்தக் கைகளால் ஏதாவது சேமிப்பு பாங்கியிலிருந்தோ, அரசாங்க பாங்கியின் கிராமாந்தரக் கிளை எதிலாவதிருந்தோ கூட, நான் எதையேனும் எடுத்ததுண்டா? கிடையவே கிடையாது, சத்தியமாய்ச் சொல்லுகிறேன். 'ஸெம்யோன், மக்களது பொது உடைமையிலிருந்து ஒரு காசு திருடுவதைவிடக் கைகளை வெட்டி யெறிந்துவிடுவதே மேல்!' என்று நான் எப்போதும் எனக்குள் சொல்லிக்கொள்வேன். அதனால் தான் எனக்கு ஒரேயடியாகப் பற்றிக் கொண்டு வருகிறது ஆத்திரம்!"

"சரி, இனி நாம் என்ன தீர்மானத்திற்கு வருவது, 'அட்மிரல்?" என்று அவனது ஆத்திரப் பெருக்குக்கு அணை போட்டான் ஓஸிபவ்.

'அட்மிரல் நெல்ஸன்' அவனை அர்த்த புஷ்டியுடன் நோக்கியபடியே, "உங்களுக்குத்தான் எனது கோட்பாடுகள் தெரியுமே, இல்லையா? நாணயங்கள் அகப்பட்டுவிடும், நபர் பிடிபட மாட்டான். புரிகிறதா?" எனத் தணிந்த குரலில் கூறினான். "புரிகிறது" என்று எழுந்திருந்தபடியே பதிலளித்தான் ஓஸிபவ். பேச்சுவார்த்தை நடத்திய இரு தரப்பாரும் உடன்படிக்கைக்கு வந்தாயிற்று என்பதைக் காட்டியது அவன் எழுந்த தோரணை.

ஓஸிபவின் டெலிபோன் நம்பரைக் குறித்துக் கொண்ட 'அட்மிரல்' அவசியமான ஆட்களை உடனே சந்தித்து, "முறையான நடவடிக்கை எடுத்து, இறுதி எச்சரிக்கை விடுப்பதாக" வாக்களித்தான். நாங்கள் அவனிடம் விடை பெற்றுக் கொண்டு காரில் ஏறி மூருக்குச் சென்றோம்.

இந்த ஒதெஸ்ஸா போக்கிரி ஏதாகிலும் செய்வான் என்று உண்மையிலேயே நம்புகிறாயா என்ன?" என்று ஓஸிபவைக் கேட்டேன்.

"இந்த நாணயங்களைத் திருடியவன் மனிதன் தான், பேயோ, பிசாசோ அல்ல என்றால், அதிகப் பட்சம் இரண்டு நாட்களுக்குள் அவை நம் கைக்கு வந்து சேர்ந்துவிடும்" என்று ஓஸிபவ் நிதானமாக மறுமொழி கூறினான். "தம்பீ, இந்த ஆசாமியை உனக்குத் தெரியாது! இவனது மாஸ்கோ வருகையே முடிச்சுமாறிகள் சமூகத்துக்குப் பெரிய

நிகழ்ச்சியாகும். இவன் ஆத்திரமடைந்தது வெறும் பாசாங்கல்ல. கேப்மாரிகள் கும்பலைப் படாதபாடு படுத்திவிடுவான், ஆமாம். 'அட்மிரல் நெல்ஸன்' யாரையும் ஒருபோதும் போலீசுக்குக் காட்டிக் கொடுத்ததுமில்லை, காட்டிக் கொடுக்கவும் மாட்டான் என்பதற்கு நான் அத்தாட்சி கூற முடியும். ஆனால் மனம் விட்டுப் பேசினோமோ, உயிரே போவதானாலும் கொடுத்த வாக்கை நிறைவேற்றாமல் விட மாட்டான்" எனச் சொல்லிக்கொண்டே போனான்.

"எனக்கென்னவோ அவன் தற்பெருமை பீற்றிக்கொள்ளும் சவடால் பேர்வழியாகக் காணப் பட்டான். பெர்லின் 'பொலித்ஸெய் ப்ரெஸிதெந்த்' தன்னைப் பற்றிப் பரவசமடைந்ததாகச் சொன்னானே ஒரு கதை, அதையே எடுத்துக்கொள்ளேன்" என்றேன் நான்.

ஓஸிபவ் கோபக்குரலில், "கதையா? அப்படியானால் வா, என் காரியாலயத்துக்குப் போவோம். அது எந்த மாதிரிக் கதை என்பதை உனக்குக் காட்டுகிறேன். இந்த ஆளின் கைகள் மாயக் கைகளப்பா, மாயக் கைகள்" என்று கூறினான்.

அரைமணி நேரம் கழித்து, மாஸ்கோ போலீஸ் படையினுடைய குற்றவாளிகள் வரலாற்றின் பழுப்பேறிய பக்கங்களைப் புரட்டிப் பார்த்துக் கொண்டிருந்தேன். அதன் அட்டையின்மேல் கீழ்க்கண்ட சொற்கள் இருந்தன:

"யாஸ்த்ர்ஜெம்ப்ஸ்கிய் கஸிமீர் ஸ்தானிஸ் லாவவிச்; ஜான் ரொமனேஸ்கு என்றும், வில் ஹெல்ம் ஷுல்ட்ஸ் என்றும் புனைபெயர்கள் கொண்டவன். சாம்ராஜ்யத்திலும் வெளிநாடுகளிலும் தொழில் நடத்திவரும் அபாயகரமான கில்லாடி. செயின்ட் பீட்டர்ஸ்பர்க், ஒதெஸ்ஸா, மாஸ்கோ, தோன் ஆற்றின் கரையிலுள்ள ரஸ்தோவ், நகிச்சேவான் போலிஷ் ஆகிய நகர்களிலும், சாம்ராஜ்யத்திலும் போலீஸ் படைகளின் பதிவுப் புத்தகங்களில் இவனைப் பற்றிய தகவல்கள் குறிக்கப்பட்டுள்ளன."

பிடிபடாமல் தபாய்த்துத் திரியும் 'அட்மிரல் நெல்ஸனது' பெருஞ்செயல்களை விவரிக்கும் போலீஸ் படைகளின் எண்ணற்ற அறிக்கைகளும் விசாரணைக் குறிப்புகளும் அந்த வழக்கு வரலாற்றில் அடங்கியிருந்தன.

இவை எல்லாவற்றிலும் அதிக விவரங்கள் கொண்டது, உள்நாட்டு அமைச்சகத்தின் போலீஸ் இலாகாத் தலைவர் பெலெத்ஸ்கிய் என்பவர் எழுதியிருந்த நினைவறிக்கையாகும். 1913, மார்ச் 12ந் தேதியிட்ட இவ்வறிக்கையில், "கனந்தங்கிய உள்நாட்டு அமைச்சர் திரு. மக்லகோவ் அவர்களுக்கு" என விலாசமிடப் பட்டிருந்தது. அமைச்சரின் தீர்மானப்படி, ருஷ்ய சாம்ராஜ்யத்தைச் சேர்ந்த பெரிய

நகரங்களிலுள்ள போலீஸ் உளவு இலாகாக்களின் தலைவர்களுக்குத் தகவலாகவும் வழிகாட்டியாகவும் இருக்கும் பொருட்டு" அறிக்கையின் பிரதிகள் அனுப்பப் பட்டிருந்தன.

அறிக்கையில் எழுதப்பட்டிருந்தது பின்வரு மாறு:

"இரும்புப் பெட்டிகளை நெம்பியும் உருக்கியும் திறந்து திருடுவதில் பெயர்பெற்ற நிபுணனும், ஒதெஸ்ஸா வாசியும், யாஸ்த்ர் ஜெம்ப்ஸ்கிய், ரொமனேஸ்கு, ஷுல்ட்ஸ் என்ற புனைபெயர்கள் கொண்டவனும், மேலே குறிப்பிட்டது போன்ற குற்றத்திற்காகப் பல முறை தண்டனை பெற்றுள்ளவனும் ஆன நபரின் குற்ற நடவடிக்கைகள் பற்றி, கனந்தங்கிய தங்கள் உத்தரவுப் படியே இவ்வறிக்கையைச் சமர்ப்பிக்கிறேன்.

"சாம்ராஜ்யத்தின் பல நகர்களில் பாங்கிகளின் இரும்புப் பெட்டிகள் துணிகரமாகச் சூறையாடப்பட்ட நிகழ்ச்சிகள் பற்றி, முந்தைய ஆண்டுகள் போலவே இவ்வாண்டும் போலீஸ் இலாகாவுக்குத் தகவல்கள் கிடைத்திருக்கின்றன. நீஷ்னிய் நோவ்கரத், சமாரா, இரு நகர்களிலும் நடந்த கொள்ளைகள் விசேஷமாகக் குறிப்பிடத் தகுந்தவை.

"1912, ஆகஸ்டு 12ம் தேதி இரவில் இனந் தெரியாத ஒரு குற்றவாளி வோல்கா-காமா பாங்கியின் நீஷ்னிய் நோவ்கரத் கிளைக் கட்டிடத்துள் புகுந்து இரண்டு இரும்புப் பெட்டிகளைத் திறந்து விட்டான். அந்த இரு இரும்புப் பெட்டிகளும் லைப்ஸிக்கிலுள்ள, பாங்கிகளுக்கான இரும்புப் பெட்டிகள் செய்வதில் பெயர்பெற்ற ஓட்டோ க்ரில் கம்பெனியாரால் தனிப்பட்ட அமைப்பில் தயாரிக்கப்பட்டு மேற்கூறிய பாங்கியால் வர வழைக்கப்பெற்றவை.

"நீஷ்னிய் நோவ்கரத் கவர்னர் காரியாலயத்தைச் சேர்ந்த தனி அதிகாரி ஒருவரின் உதவியோடு நீஷ்னி நோவ்கரத் போலீஸ் படை உறுப்பினர்கள் இது பற்றி விசாரணை நடத்தினர். பாங்கியின் இரவுக் காவற்காரனான இவான் கொஸொ லுப் என்பவன் முப்பது நிமிடங்களுக்கு மேற்படாத நேரம் தனது காவலிடத்தை விட்டு அப்பால் போயிருந்ததாகவும், இந்த இடைவேளைக்குள்ளாகவே குற்றவாளி பாங்கியில் இருந்திருக்க வேண்டுமென்றும் இந்த விசாரணையின் மூலம் உறுதியாயிற்று. மேற்சொன்ன காவற்காரன் பாங்கியில் பல வருடங்கள் களங்கமற்ற சேவை செய்தவன்; உள்ளூர்ப் போலீஸ் நிலையத்தினர், நீஷ்னி நோவ்கரத் ருஷ்ய மக்கள் சங்கத்தினர், வார்சனோபிய் பாதிரியார் ஆகியோர்களிடமிருந்து சிறந்த நற்சாட்சிப் பத்திரங்கள் பெற்றவன். இந்தக் காரணங்களால் அவனைப் பற்றிச் சந்தேகங் கொள்வதற்கு இடமில்லை.

"கொஸொலுப் கூறிய விவரம் இதுதான்: இரவு ஒரு மணிக்கு மேலிருக்கும். வெளியே வண்டிப் போக்கு வரத்து நின்று, தெருக்கள் வெறிச்சோடிப் போய்விட்டன. 'ரொஸ்ஸியா' ரெஸ்டாரெண்டில் விளக்குகள் அணைக்கப்பட்டு விட்டன. பாங்கிற்கு அருகாமையிலேயே குடியிருந்த கொஸொலுப், இரவில் கண் விழித்திருப்பதன் பொருட்டு, ஒவ்வொரு நாளும் இடையே வீடு சென்று ஒரு கோப்பை தேநீர் அருந்திவிட்டுத் திரும்புவது வழக்கம். அன்றிரவும் அதே போலச் சிறிது நேரத்திற்குக் காவலிடத்தை விட்டுப் போகலாம் எனத் தீர்மானித்து, வாயிற்கதவைப் பூட்டிக்கொண்டு வெளியே சென்றான். டெர்பித் தொப்பியும் தலையுமாக வழியில் எதிர்ப்பட்ட இளைஞன் ஒருவன் அவனிடம் சிகரெட் பற்றவைக்க நெருப்புக் கேட்டான்.

"சுமார் முப்பது நிமிடங்களுக்குப் பின், தன்னுடைய இடத்திற்குத் திரும்பி வந்த கொஸொலுப் வெளிக் கதவின் பூட்டு திறந்து கிடப்பதையும் இரும்புப் பெட்டிகள் வைத்திருந்த நிலவறைகளுக்குச் செல்லும் வழியிலிருக்கும் இரும்புக் கதவுகள் திறந்திருப்பதையும் கண்டான். அவன் உடனே போலீசாருக்குத் தகவல் கொடுத்து வரவழைத்ததோடு, பாங்கியின் தலைவரும், நகர மன்றத்தின் உறுப்பினரும், கௌரவப் பிரஜையுமான கலஷ்சோகினைத் தேடலானான். அவர் இருக்கும் இடமே காலை நான்கு மணிவரை தெரியவில்லை. மதாம் ஸ்கரகோதவா என்பவள் நடத்திவந்த விபசார விடுதியில் அவர் இருக்கிறார். என்ற தகவல் அப்புறந்தான், அதுவும் மிகுந்த பிரயாசையின் பேரில், ஸ்தல போலீசாரின் உதவியால், கிடைத்தது.

மிகச் சிக்கலான இரகசியப் பூட்டுக்கள் அமைந்த இரண்டு இரும்புப் பெட்டிகளைக் குற்றவாளி குறிப்பிடத்தக்க திறமையுடனும் கூர்ந்த தொழில் நுட்ப அறிவுடனும் திறந்துவிட்டான் என்பது பின்னர் உறுதிப்பட்டது. இரும்புப் பெட்டிகளிலிருந்து நோட்டுக்களாகச் சுமார் லட்சம் ரூபிள்களை எடுத்துக்கொண்டு குற்றவாளி எங்கோ மறைந்துவிட்டான்.

"ஓட்டோ க்ரில் கம்பெனிக்காரர், தனிப்பட்ட இரகசியப் பூட்டுக்களைக் கொண்ட தங்கள் இரும்புப் பெட்டிகளை அவற்றின் அமைப்பை அறியாத எவனும் ஒருகாலும் திறக்க முடியாது என்று வோல்கா-காமா பாங்கியின் நிர்வாகக் குழுவிற்கு உத்தரவாதம் அளித்திருந்தனர். ஆகவே கலஷ்சோகின் அக்கம்பெனியின் தலைவர் ஓட்டோ க்ரிலுக்கு உடனே தந்தியடித்து, களவைப் பற்றித் தெரிவித்தார். அதன்மேல், எல்லாச் செலவுகளுக்கும் கொடுத்து, கம்பெனியின் ஸீனியர் எஞ்சினீயராகிய ஹெர் ஹான்ஸ் ஷ்மெல்ட்ஸ் என்பவரை நீஷ்னிய் நோவ்கரதுக்கு அனுப்பியிருப்பதாக அன்றைய தினமே பதிலும்

லெவ் ஷெய்ன்னின் / 43

கிடைத்துவிட்டது. பல நாட்களுக்குப் பின் மேற்படி ஷ்மெல்ட்ஸ் நீஷ்னிய் நோவ்கரதிற்கு வந்து சேர்ந்தார். பாங்கித் தலைவர், போலீஸ் அதிகாரிகள் ஆகியோர் முன்னிலையில் இரு பெட்டிகளையும் மிக நுட்பமாகச் சோதித்துப் பார்த்தார். அவர்தான் அந்த இரகசியப் பூட்டுகளைக் கண்டுபிடித்தவர்; இரும்புப் பெட்டி நிபுணர். ஆயினும் முப்பது நிமிடங்களில் அவைகளைத் திறந்துவிடுவது தமக்கு இயலவே இயலாதென்றும், குறைந்தது ஐந்து மணி நேரமாவது பிடிக்குமென்றும், அதுவும் தனிப்பட்ட கருவிகள் இருந்தால் மட்டிலுமே முடியும் என்றும் எல்லோருடைய முன்னிலையில், அவர் அறிவித்தார்.

"நீஷ்னிய் நோவ்கரத் போலீஸ் தலைவருடன் அந்தரங்கப் பேச்சின் போது, மேற்படி குற்றவாளி கண்டுபிடிக்கப்பட்டுத் தண்டனை பெற்றால், தண்டனைக் காலம் முடிந்தபின்பு அவனை உயர்ந்த சம்பளத்தில் வேலைக்கு வைத்துக்கொள்ள ஒட்டோக்ரில் கம்பெனியார் பிரியப்படுவார்கள் என்றும் ஷ்மெல்ட்ஸ் சொல்லியிருந்தார். தமது வார்த்தைகளை உறுதிப்படுத்தும் பொருட்டு, அந்தக் குற்றவாளியுடன் பேச்சு வார்த்தை நடத்தும் பொறுப்பை அவ்வதிகாரியே மேற்கொள்வாராயின் அவருக்கு விலையுயர்ந்த பரிசு தருவதற்கும் முன் வந்தார். போலீஸ் தலைவர் அப்பரிசை மறுத்து விட்டார் என்று தெரிகிறது. அவர் நீஷ்னிய் நோவ் கரத் கவர்னருக்கு அனுப்பியுள்ள அறிக்கையில் அப்படித்தான் கூறியிருக்கிறார்.

"டீக்கான உடையும், செம்பட்டைத் தலையும், டெர்பித் தொப்பியுமாக இலகிய அறிமுக மற்ற இளைஞன் ஒருவன், வோல்கா நதி வழியே செல்வதற்கிருந்த, வோல்கா 'கவ்காஸ்-மெர்குரி' கப்பற் கம்பெனியாரின் "இளவரசி தத்தியானா" என்ற கப்பலில் முதல் வகுப்புச் சீட்டு வாங்கிக் கொண்டு ஆகஸ்டு 13ந் தேதி ஏறினான் என்று உள்ளூர்ப் போலீசார் எடுத்துக்கொண்ட நடவடிக் கைகளால் உறுதிப்படுத்தப்பட்டது. அதே மாலையில், இளைப்பாறும் முதல் வகுப்பு அறையில், மற்றப் பிரயாணிகளுடன் சீட்டு விளையாட்டில் அவன் சேர்ந்துகொண்டான். பின்னால் தெரிய வந்த செய்திப்படி, பெயர்பெற்ற சீட்டு விளையாட்டு மோசடிக்காரன் ஜிக்முன்ட் ப்ஷெதேட்ஸ் கிய் அந்த ஆட்டக்காரர்களில் ஒருவன். அவன் நீஷ்னிய நோவ்கரத் காட்சிச் சந்தையிலிருந்து திரும்பி வந்து கொண்டிருந்தான். அங்கு அவன் போலிஷ் கவுன்ட் லான்கேவிச் என்று நடித்துக் கொண்டு, பெருந்தொகைகள் வைத்து விளையாடும் பற்பல சூதாட்ட விடுதிகளுக்குச் சென்றுவந்தான். காட்சிச் சந்தையிலிருந்து திரும்பிவரும் பல ருஷ்ய, பாரசீக வணிகர்கள், கப்பலில் இருந்ததைக் கண்ட ப்ஷெதேட்ஸ்கிய் பெருந் தொகைகளைப்

பணயம் வைக்கும் ஆட்டத்தைத் துவக்கலானான். அதில் மேற்குறித்த டெர்பித் தொப்பிக்கார இளைஞனும் கலந்து கொண்டான்.

"இந்த ஆட்டக்காரர்களுக்குத் தின்பண்டங்களும் வெறியூட்டும் மதுவகைகளும் பரிமாறியவன் கப்பல் குசினிக்காரனான முர்ஜாயெவ் என்ற தாத்தாரியன். அவன் வாக்குமூலப்படி, ஆட்டத்தில் ஆயிரம், பதினாயிரம் என்று பெருந்தொகைகள் பணயம் வைக்கப்பட்டனவாம். புகழ் பெற்ற சமாரா மாவு வணிகன் ப்ரோகரவ் ஹுசேன் ஹட் ஜார், சுலைமான் ஐரோம் என்னும் என்னும் இரண்டு பாரசீக வணிகர்கள், கவாலின்ஸ்க் மாவட்ட பிரபுக்களின் தலைவர் கவுன்ட் குஷெலெவ் ஆகிய அனைவரையும் ப்ஷெதேட்ஸ்கிய விரைவிலேயே மொட்டையடித்துவிட்டானாம். மொத்தத்தில் நூறாயிரம் ரூபிள்களுக்குக் குறைவில்லாமல் அவன் ஜெயித்துவிட்டானாம். முர்ஜாயெவின் வாக்குமூலப் பிரகாரம், டெர்பித் தொப்பிக்கார இளைஞனும் நிறையப் பணம் வைத்திழந்தானாம். ஜெயித்தவனுக்கு ஒரு பெரிய தோற்பையிலிருந்து பணம் எடுத்து எடுத்துக் கொடுத்தானாம். பையை எப்பொழுதும் தன் பக்கத்திலேயே வைத்துக் கொண் டிருந்தானாம். ஆயினும் அதில் நோட்டுக்கள் ஏராளமாகச் செம்மச் செம்ம நிறைந்து பிதுங்கியதை முர்ஜாயெவ் கண்டு கொண்டானாம்.

விளையாட்டு முடிந்து, பிரயாணிகள் அவரவர் அறைகளுக்குச் சென்றபிறகு இளைப்பாறும் ஹாலைச் சுத்தப்படுத்திக் கொண்டிருந்த முர்ஜா யெவ் மூன்றாவது அறையிலிருந்து சந்தடியுண்டானதைக் கவனித்து, கதவண்டை விரைந்து சென்று, சாவித்தொளை வழியே உள்ளே பார்த்தானாம். ப்ஷெதேட்ஸ்கிய் அறைக்குள்ளே, ப்ஷெதேட்ஸ்கியும் டெர்பித் தொப்பிக்கார இளைஞனும் இருந்ததைக் கண்டானாம். இளைஞன்

ப்ஷெதேட்ஸ்கியின் சட்டைக் காலரைப் பற்றி உலுக்கியவாறே, "கயவாளிப் பயலே, ஜெயித்த தொகையில் பாதியை மரியாதையாகக் கொடுத்து விடு. இல்லையோ, உன்னைத் தொலைத்து விடுவேன், ஆமாம்" என்று இரைந்தானாம். அதற்குப் ஷெதேட்ஸ்கிய் இளைஞன் இழந்துள்ள பணத்தை மட்டும் திரும்பத் தருவதாகக் கூச்சலிட்டானாம். கடைசியில் அடிதடி தொடங்கியதாம். இளைஞன் மிதப்பு வளையத்தால் ப்ஷெதேட்ஸ்கி யின் தலையில் மட் மட்டென்று சாத்தினானாம். தான் ஜெயித்துள்ள தொகையில் பாதியை இளைஞனுக்குக் கொடுத்துவிடுவதாகப் ப்ஷெதேட்ஸ்கிய ஒப்புக் கொள்ளும்வரை அவன் அடித்துக் கொண்டிருந்தானாம். அப்புறம் ப்ஷெதேட்ஸ்கிய், அகாலமான நேரத்தையும் பொருட்படுத்தாது, எதிர்ப்பட்ட முதலாவது சிறிய கப்பல் துறையில் கைப்பெட்டியும் தானுமாகக் குதித்துச் சென்றுவிட்டானாம். அப்போது டெர்பித்

தொப்பிக்கார இளைஞன், கப்பலின் மேல் தட்டிலிருந்து "உனக்கு அன்னை ஒதெஸ்ஸாவைக் காட்டுவேனடா, சோதாப் பயலே! நீ வெறும் பிலுக்கன், சீட்டாட்டக்காரன் அல்ல!" என்று கத்தினானாம். ஒரே களிப்பும் கும்மாளமுமாக இருந்தானாம்.

"சில நாட்களுக்குப் பிறகு, 'இளவரசி தத்தியானா சமாரா ஆற்றுத் துறையை அடைந்ததும் தொப்பிக்கார இளைஞன் இறங்கிச் சென்று விட்டான். அடுத்த இரவு இனந்தெரியாத ஒரு குற்றவாளி, சமாரா வணிகர் பாங்கியில் இரண்டு இரும்புப் பெட்டிகளைத் திறந்து நூற்று ஐம்பத்து ஆறு ஆயிரம் ரூபிள்களைத் துணிகரமாகத் திருடிப் போய்விட்டான். நீஷ்னிய் நோவ்கரதிற் போலவே இங்கும் குற்றவாளி வியக்கத்தக்க அளவு மிகக் குறுகிய நேரத்தில் தனது வேலையை முடித்து விட்டான் என்பது கவனத்திற்குரிய விஷயமாகும்.

"போலீஸ் விசாரணை மூலம் உறுதியானது என்னவெனில் 'இளவரசி தத்தியானா' சமாரா ஆற்றுத் துறை சேர்ந்த மாலையில் செம்பட்டைத் தலையும் டெர்பித் தொப்பியுமாக விளங்கிய இளைஞன் ஒருவன் 'வோல்கா ஓட்டலில் நுழைந்து கஸிமீர் யாஸ்த்ர் ஜெம்ப்ஸ்கிய் என்பவனுக்கு அளிக்கப்பட்டிருந்த பாஸ்போர்ட்டைக் காட்டி, ஓர் அறையை வாடகைக்கு எடுத்துக்கொண்டான். அடுத்த இரவில் சுமார் மூன்று மணிக்குக் கைப்பெட்டியுடன் அவன் நகரத்திலிருந்து திரும்பிவந்தான். தனக்குக் கதவைத் திறந்துவிட்ட வேலைக்காரி அக்ரபீனா கோரினா என்பவளுக்கு அவன் ஐந்து ரூபிள் இனாம் கொடுத்தான். அவளை விசாரித்த பொழுது, அவன் தன் நிதானம் தவறாமல் இருந்த போதிலும் மிகக் களைப்போடிருந்தது போலத் தெரிந்தது என்று கூறினாள்.

இந்தத் தகவல்கள் விஷயத்தை ஓரளவு தெளிவாக்குகின்றன. ஷூல்ட்ஸ்-ரொமனேஸ்கு என்ற நாடறிந்த இரும்புப் பெட்டித் திருடன், யாஸ்த்ர்ஜெம்ப்ஸ்கிய் என்ற மாற்றுப் பெயருடையவன் என்பது கார்கவ் போலீசாருக்குத் தெரிந்திருந்தது.

"ஆயினும் இந்தத் தகவல்கள் கிடைத்து, விசாரணை மூலம் சரிபார்க்கப் படுவதற்குள் ஷூல்ட்ஸ் - யாஸ்த்ர்ஜெம்ப்ஸ்கிய் சமாராவில் இருந்து எங்கோ மறைந்துவிட்டான்.

"எட்டு மாதங்களுக்குப் பின் பெர்லின் போலீசாரின் கவனத்தை ஈர்த்த கீழ்க்கண்ட நிகழ்ச்சியை பெர்லின் பொலித்ஸெய் பிரெஸிடியம் வெளியிட்டபொழுது, அவன் பெர்லினில் இருப்பதாகத் துலங்கியது.

"1913 பிப்ரவரி மாதத்தில் பெர்லினில் ஒரு தொழிற்பொருட்காட்சி நடைபெற்றது. ஜெர்மானியக் கம்பெனிகளும் இதர ஐரோப்பிய கம்பெனிகளும் தங்கள் பொருள்களைக் காட்சியில் வைத்திருந்தன.

‘பாங்கி, வியாபாரச் சாதனங்கள்’ என்ற மண்டபத்தில் பல கம்பெனிகள், இரகசியப் பூட்டுகள் அமைந்த தங்கள் புதிய இரும்புப் பெட்டிகளைக் காட்டியிருந்தன. அவைகளில் ஓட்டோ க்ரில் கம்பெனியாரின் இரும்புப் பெட்டிகளும் இருந்தன. ‘சிம்மென்ஸ்ஷூக்கெர்ட்’ என்ற ஜெர்மானிய மின்சாரச் சாதன உற்பத்திக் கம்பெனியார் இரகசிய மின்னியக்க அறிவிப்புக் கருவிகள் அமைந்த இரும்புப் பெட்டிகளை விளம்பரப் படுத்தினர். பார்வையாளர்களில் எவரேனும் தங்கள் இரும்புப் பெட்டியைத் திறந்துவிட்டால், அல்லது அபாய அறிவிப்புக் கருவி இயங்காதவாறு திறந்துவிட்டால், அவருக்குப் பெரும் பரிசுகள் கொடுப்பதாக இவ்விரண்டு கம்பெனியாரும் விளம்பரம் செய்திருந்தனர்.

“பிப்ரவரி 7ம் தேதி, பார்வையாளர்களின் பெருங்கூட்டத்திற்கிடையே டெர்பித் தொப்பியணிந்த செம்பட்டைத் தலை இளைஞன் ஒருவன், மண்டப நிர்வாக அதிகாரியிடம் சென்று லைப்ஸிக்கைச் சேர்ந்த ஓட்டோ க்ரில் கம்பெனியாரின் இரும்புப் பெட்டி, சிம்மென்ஸ் ஷூக்கெர்ட் இரும்புப் பெட்டி ஆகிய இரண்டையுமே தான் திறக்க முயலுவதாகக் கூறினான். அவனது வேண்டுகோள் ஏற்றுக் கொள்ளப்பட்டது. கம்பெனிப் பிரதிநிதிகள் பிரமிப்புடனும் கூட்டத்தினர் பரபரப்புடனும் பார்த்துக் கொண்டிருக்கும் போதே, அவன் இரண்டு பெட்டிகளையும் இருபத்திரண்டே நிமிடங்களில் திறந்துவிட்டான். இரண்டாவது பெட்டியிலிருந்த இரகசிய அபாய அறிவிப்புக் கருவியின் மின்விசையை எப்படியோ அகற்றி விட்டான்.

“பரிசுத்தொகை அவனுக்கு அவ்விடத்திலேயே அளிக்கப்பட்டது. அங்கிருந்தவர்கள் அனைவரையும் வாக்னர் பீர் கார்டன் என்ற இடத்திற்குத் தன்னுடன் வந்து, தன் செலவிலேயே மது வருந்தும்படி கொச்சை ஜெர்மன் பாஷையில் அழைத்தான். அபரிமிதமாகக் குடித்தபின் நடனம் ஆடினான். “Odessa die Mutter” -- ஒதெஸ்ஸா அன்னை -- என்று கூறி ஒதெஸ்ஸா நகரை வாழ்த்தி, மது அருந்தப் பிரேரித்தான்.

“இதற்கிடையே ஓட்டோ க்ரில் கம்பெனியின் ஸீனியர் எஞ்சினீயரான மேலே சொல்லப் பட்டுள்ள ஹான்ஸ் ஷ்மெல்ட்ஸ் என்பவர், பெர்லின் போலீசுடன் டெலிபோனில் பேசி, அப்புதிய மனிதன் இரும்புப் பெட்டியைத் திறந்த மாதிரியானது நீஷ்னிய் நோவ்கரதில் வோல்கா -காமா கிளை பாங்கியில் தாம் கண்டுள்ள ஒரு நிகழ்ச்சியை நினைவுறுத்துவதாக இருந்தது என்று தெரிவித் தார்.

“பெர்லின் பொலித்ஸெய் பிரெஸிடியத்தின் பிரதிநிதிகள் உடனே வாக்னர் பீர் கார்டனுக்கு வேகமாய் ஓடிச் சென்று அவ்விளைஞனுடைய பாஸ்போர்ட்டைக் காட்டும்படி கேட்டனர். யாஸ்த்ர் ஜெம்ப்ஸ்கிய்

என்ற பெயரிலிருந்த ருஷ்யப் பாஸ்போர்ட்டையும் கனதோப் மாவட்டப் போலீஸ் அதிகாரியால் கொடுக்கப்பட்டிருந்த விசாவையும் அவர்களிடம் அவன் காட்டினான். இருந்தபோதிலும் பெர்லின் போலீசார், அவன் தங்களுடன் வந்து, பாஸ்போர்ட்டில் கண்டுள்ள ஆள் தானே தான் என நிரூபிக்கும்படி உத்தரவிட்டார்கள். யாஸ்த்ர்ஜெம் ப்ஸ்கிய் அவ்வாறு செய்ய அடியோடு மறுத்து விட்டு, தன் செலவில் குடித்துக் கொண்டிருந்த கூட்டத்தினரைத் தனது பாதுகாப்பிற்கு அழைத்தான். அவர்கள் அனைவரும் ஒன்றுபோலக் கிளம்பி, போலீஸ் அதிகாரிகள் அவனை அணுகவிடாதபடி தடுத்து, அவன் தப்பித்துச் செல்ல உதவினர். "மேற்கூறிய விஷயங்களைக் கனந்தங்கிய தங்கள் சமுகத்தில் அறிவித்துக்கொண்டு, அயல்நாட்டு அமைச்சர், மேன்மை தங்கிய சசோனவை அணுகி, மேற்சொல்லிய யாஸ்த்ர்ஜெம்ப்ஸ்கிய்-ஷீல்ட்ஸ் பொது மக்கள் விரோதியாகையால் அவனிருக்கும் இடம் தெரிந்து, அவனைக் கைதுசெய்து, ஒப்படைக்கும்படி உரிய முறையில் ஜெர்மன் போலீஸிற்கு வேண்டுகோள் விடுக்கும்படி அவரைக் கேட்டுக்கொள்ள வேண்டியது அவசியம் என்று நான் கருதுகிறேன்.

பெலெத்ஸ்கிப்

"உள்நாட்டு அமைச்சகத்தின்
போலீஸ் இலாகாத் தலைவர்."

இதன் பிறகு சுமார் ஒரு வருடம் வரையில், உள்நாட்டு அமைச்சகம் வெளிநாட்டு அமைச்சகத்தின் மூலமாக ஜெர்மன் போலீசோடு தொடர்பு கொண்டிருந்ததென்றும், ஜெர்மன் போலீஸ் 'அட்மிரல் நெல்ஸனை'த் தேடிக்கொண்டோ, தேடுவதாகப் பாசாங்கு செய்துகொண்டோ இருந்தது என்றும் இவ்வழக்கு சம்பந்தமாக மேற்கொண்டு நடந்த கடிதப் போக்குவரத்திலிருந்து தெரிந்தது. பின்பு போர் தொடங்கி விட்டபடியால் இந்த உருக்கமான கடிதப் போக்குவரத்து தடைப்பட்டுவிட்டது.

இந்த வழக்கு வரலாற்றை நான் படித்து முடிக்கையில் மாலையாகிவிட்டது. கருத்திற்குரிய சில பகுதிகளை நான் எடுத்தெழுதிக் கொண்டேன். பின்னர் ஓஸிபவும் நானும் 'ஆர்ஸ்' சினிமாவிற்குப் புறப்பட்டோம். இப்போது ஸ்தானிஸ்லாவ் ஸ்கிய் நாடகசாலை கட்டப்பட்டிருக்கும் இடத்தில் இருந்தது அந்த சினிமா.

நாங்கள் இரண்டு டிக்கெட்டுகளை வாங்கிக் கொண்டு, காட்சி தொடங்க இன்னும் ஏறக்குறைய ஒரு மணி நேரம் இருந்தபடியால் உலாவி விட்டு வருவோம் என்று தீர்மானித்தோம்.

ஆமாம், இந்த 'அட்மிரல் நெல்ஸன்' முடிவில் என்ன ஆவான் என்று நினைக்கிறாய்?" என ஓஸிபவிடம் வினவினேன்.

“அவனையும் அவனைப் போன்ற மற்றவர்களையும் பற்றி நான் அடிக்கடி சிந்திப்பதுண்டு. இது சிக்கலான, கடினமான பிரச்சினை அப்பா. சென்ற காலம், பெருந்தொகையான காவாலிகளின் கூட்டத்தை நம் தலையில் கட்டியிருக்கிறது. இந்தக் கூட்டத்திற்கென்று தனியான பழக்கங்கள், வழக்கங்கள், வேறுபாடுகள், ‘சம்பிரதாயங்கள்’, தொழிற் பாகுபாடுகள் எல்லாம் உண்டு. ‘நெப்’-புதிய பொருளாதாரக் கொள்கை -- அமுலில் உள்ள இவ்வாண்டுகளில் இந்தக் கூட்டம் தளிர்ப்பதற்கு மேலும் வாய்ப்புகள் கிடைத்துள்ளன. உயர்தர ரெஸ்டாரெண்டுகள், குதிரைப் பந்தயத் திடல்கள், தனியார் கடைகள், தனியார் வியாபாரம், ‘காபரே’க்கள் ஆகியவையும், நெப்காரர்கள் தாமேயும் குற்ற நடவடிக்கைகள் பல்குவதற்குத் தூண்டுகோல்கள். கன்னம் வைப்பவர்கள், திருடர்கள், சட்டவிரோதமான பல வகை விடுதிகளின் சொந்தக்காரர்கள் முதலிய பழங்காலத்தைச் சேர்ந்த விதம் விதமான ‘நிபுணர்கள்’ இன்னும் வளைய வருகிறார்கள். இவர்களில் பெரும்பாலரை விரைவிலோ, சற்றுப் பொறுத்தோ நாம் பிடித்துச் சிறைச்சாலைக்கு அனுப்பி விடுவோம் என்பது திண்ணம். இந்தப் பேர் வழிகளில் சிலர் ‘வழிக்கு வந்து’ உழைத்து நேர்மையான வாழ்வை மேற்கொள்ளக் கூடும். ‘அட்மிரல்’ எவ்வழி செல்வானோ, சொல்வது கடினம். சர்க்காருக்கோ, கூட்டுறவுக் கழகங்களுக்கோ சொந்தமான இரும்புப் பெட்டிகளிலிருந்து அவன் பணமே திருடியதில்லை என்பதுமட்டும் உண்மை. இது என்னவோ அற்ப வித்தியாசம் மாத்திரமே. இருந்தாலும் போகப் போக எல்லாம் தானே துலங்கிவிடும், பார்ப்போம்” என்று பதிலளித்தான் ஓஸிபவ்.

மறுநாட் காலையில் நான் காரியாலயம் சேர்ந்ததுமே எஸ். என்பவரின் காரியதரிசி டெலிபோனில் கூப்பிட்டு, தனது தலைவர் இன்னும் மிகுந்த கலக்கத்தில் இருப்பதாகவும் இரண்டே நாட்கள்தான் மீதியுள்ளன என்பதை எங்களுக்கு நினைவுறுத்தும்படி கூறியதாகவும் அறிவித்தாள். இதைக் கேட்ட பிறகு உற்சாகத்துடன் இருக்க முடியவில்லை. இரண்டு மணிக்கு ஓஸிபவ் என்னை டெலிபோனில் அழைத்து, வேலை ஜரூராக நடந்து வந்த போதிலும் நாணயங்கள் இன்னும் தட்டுப்படவில்லை என்று ‘அட்மிரல் நெல்ஸன்’ தனக்குத் தெரிவித்ததாகச் சொன்னான்.

அன்று வேலை முடியும் தறுவாயில் ஷெவெர் தீன் போன் செய்தார். வழக்கு எப்படி நடக்கிறது என விசாரிப்பதில் அந்தப் பரிவுள்ள கிழவர் காட்டிய கவலையிலிருந்து, அவர் மனச் சஞ்சல மடைந்திருப்பதாகவும் நாணயங்கள் அகப்படா விட்டால் நான் தொல்லைக்குள்ளாவேன் என்று கருதுவதாகவும் தெரிந்து கொண்டேன். மூர் ஸ்தாபனத்திலுள்ள தோழர்கள் இன்னின்ன நடவடிக்கைகள் எடுத்துக் கொண்டிருக்கிறார்கள்

என்பதையும், இதுவரை பயனொன்றும் விளையவில்லை என்பதையும் நான் பொதுப்படையாக அவருக்கு அறிவித்தேன்.

அவர் பெருமூச்செறிந்து, அடாடா, அப்படியா சங்கதி? ஊம், ரொம்ப மோசம். பறி கொடுத்த ஆசாமியோ, ஆகாயத்துக்கும் பூமிக்குமாகக் குதிக்கிறான். தீவிரமாக முயற்சி செய்யும், பால் மணமறாப் பாலகனாரே, தீவிரமாக முயற்சி செய்யும். இல்லையோ, நம் எல்லார் தலைக்கும் வந்தது வினை'' என்றார்.

அதே தினம் மாலை என் அறை ஜன்னலுக்கு வெளியிலிருந்து ஓஸிபவுடைய காரின் பழக்கமான ஹார்ன் ஒலியைக் கேட்டதும் நான் எத்தகைய கிளர்ச்சியுற்றேன் என்று நீங்களே ஊகித்துக் கொள்ளலாம். விர்ட்டென்று பாய்ந்து வெளியே சென்றவன், நண்பனின் புன்னகை பொலியும் முகத்தைத் தூரத்திலிருந்தே கண்டுகொண்டேன். அவனுடைய மிகத் திறமையுள்ள உதவியாளர்களில் ஒருவனான நோஷ்நித்ஸ்கிய் அவன் அருகே உட்கார்ந்திருந்தான்.

''ஏறிக் கொள், போகலாம்! அட்மிரல்' போன் செய்தான். 'பண்பாட்டுப் பண்ணை'க்கு உடனே வந்து தன்னைக் காணும்படி சொன்னான்'' என்று கத்தினான் ஓஸிபவ்.

நான் ஏறிக்கொண்டேன். மாலிய் க்னெஸ்த் நிகோவ்ஸ்கியின் மூலையில் உள்ள ஒரு வீட்டிற்கு கோர்க்கிய் தெரு வழியாக வேகமாய்ச் சென்றோம். அவ்வீடு வெகு நாளைக்கு முன்னரே இடிக்கப்பட்டு, அந்த இடத்தில் புதியதொரு பெரிய வீடு கட்டப்பட்டிருக்கிறது. அங்கே 'பண்பாட்டுப் பண்ணை' என்ற பெயரில் ஒரு பீர் கடை இருந்தது. அது பண்பாட்டுக்காகப் பேர் பெறாவிட்டாலும், பீருடன் கொடுக்கப்பட்ட அருமையான வெந்த இறால், அபூர்வமான ஹெர்ரிங், உப்பிட்ட பச்சைப் பட்டாணி ஆகியவற்றிற்காகப் புகழ் பெற்றிருந்தது.

மூலையிலிருந்த ஒரு மேஜையின் அருகே, 'அட்மிரல் நெல்ஸன்' எங்களுக்காகக் காத்துக் கொண்டிருந்தான். எப்போதும் போலவே டீக்காக உடையணிந்திருந்தான். அவன் முகத்தில் பெருமிதம் திகழ்ந்தது.

''வணக்கம், வணக்கம்!'' என்று மரியாதையாக வரவேற்ற 'அட்மிரல்', ''நல்ல வேலையைத் தான் சுமத்தியிருக்கிறீர்கள், போங்கள், இழவெடுத்த வேலை!... என்னவோ சொன்னாற்போல, ஏதோ குஷியாய்க் கிளம்புவோம், விட்டாற்றியாக இளைப்பாறுவோம் என்று வந்தவனைப் போட்டு! 'இந்த மாதிரி இளைப்பாறினோமோ, திரும்பாப் பயணம் புறப்பட வேண்டியது தான்' என்பார் என் தகப்பனார். அவரைப் போன்ற அறிவாளியோ, ஒதெஸ்ஸாவில் அதற்கு முன்னும் இருந்ததில்லை, இனியும் இருக்கவே போவதில்லை...

பேச்சோடு பேச்சாக இன்னொன்றும் சொல்லிவிடுகிறேன். அந்த மாநகரிலேயே எல்லோரிலும் தேர்ந்த பிட்டரும் மெக்கானிக்குமாகத் திகழ்ந்தார் அவர். எனது விரல் நுட்பமெல்லாம் அவரிடமிருந்து வந்த பிதுரார்ஜிதந்தான். பரம்பரைக் குணம் பற்றிய விதிகள் போலி விஞ்ஞானிகளின் கட்டுக்கதையில்லை என்பதற்கு என் அநுபவமே அத்தாட்சி. ஒரு தரம் என்ன நடந்தது தெரியுமா? இது மட்டும் பொய்யானால் இந்த இடத்திலேயே என் உயிர் போய்விடட்டும்...'' என்று வளவளத்துக் கொண்டே போனான்.

''ஓஸிபவ் அவனை இடைமறித்து, அது கிடக்கட்டும். வந்த காரியத்தைப் பற்றிப் பேசுவோமா? காலஞ்சென்ற தந்தையாரைப் பற்றித்தான் நீர் 1921ம் ஆண்டிலேயே எனக்கு விஸ்தாரமாகச் சொல்லியிருக்கிறீரே!'' என்றான்.

''பார்டோன்'' எனப் பிரெஞ்சு மொழியில் மன்னிப்புக் கேட்ட 'அட்மிரல்' மேலே தொடர்ந்தான். ''மறந்து போனேன். கடவுள் ஆணையாக மறந்தே போய்விட்டேன். இதோ காரியத்துக்கு வருகிறேன். நேற்று ஸ்டேஷனிலிருந்து புறப்பட்டவன் நேரே போய், வேண்டியவர்களைக் கண்டு 'ப்ளீனரி மீட்டிங்கு' கூட்டச் செய்தேன். மீட்டிங்கில் நான் பேசிய பேச்சிலே பயல்களெல்லாம் அழுது விட்டார்கள். 'ஏனடா, கேடு கெட்ட எதிர்ப் புரட்சிக்கார ஆயிரந்தலைப் பாம்புகளா, ஒரு கமிஸார் வீட்டுக்குள் தங்குதடை-யில்லாமல் புகுந்து, பாசிபிடித்த, உபயோகமற்ற ஏதோ நாணயங்களைத் திருடி, அவருடைய உபயோகமான வாழ்வைக் குறுக்க எப்படியடா உங்களுக்கு மனம் வந்தது? ஒன்றுக்கும் உதவாத, துளையிட்ட சொள்ளை தீனார்களுக்காக அரசாங்க உறுப்பினர் ஒருவர் முக்கியமான ராஜ்ஜிய காரியங்களைக் கவனிக்க விடாதபடி அடித்திருக்கிறீர்களே, பாழாய்ப் போன பயல்களா! இதைக் கேட்டதுமே ஒதெஸ்ஸாவில் இருந்த வேலைகளையெல்லாம் அப்படியே போட்டுவிட்டு ஒரே பாய்ச்சலில் இங்கு வந்திருக்கிறேன். எதற்குத் தெரியுமா? 'சீ' யென்று உங்களை ஏசுவதற்கு. எதிர்ப்புரட்சிக்காரப் பதர்களா, உங்கள் இழிசெயலைப் பற்றிக் கேள்விப்பட்டதும் மொல்தவான்கா வீதி இரகசிய விடுதியிலுள்ள நம்மவர்களெல்லாம் மூன்று நாட்கள் காறிக் காறித் துப்பினார்கள், தெரியுமா? உங்களுடைய கீழ்மையை வருணிக்க வார்த்தைகளே கிடையாது!... என்று அரை மணி நேரத்துக்குக் குறையாமல் விளாசித்தீர்த்தேன். எனக்குப் பொங்கிப் பொங்கி வந்த ஆத்திரத்தில் தொண்டையெல்லாம் வறண்டு போய், மூன்று தரம் தண்ணீர் குடிக்க வேண்டியதாயிற்று. அதன் பிறகு எழுந்தான் மாஸ்கோ திருடர்களின் மன்னன்... உங்களுக்கு அவனைத் தெரியுமே?'' என்று ஓஸிபவை நோக்கிக் கேட்டான் 'அட்மிரல்'.

“சேன்கா பார்ஸ் தானே? தெரியும்“ என்று கூறினான் ஓஸிபவ்.

“அவனே தான். அது தன்னுடைய வேலையல்ல என்று அவன் ஒரே கண்ணீரும் கம்பலையுமாக ஆணையிட்டான். விரிவாக வளர்ப்பதில் பயன் என்ன? மாஸ்கோவின் மணிகள் எல்லோரும் அங்கு கூடியிருந்தனர். நம்மவர் அனைவரையும் அவமானத்துக்கு உள்ளாக்கியிருக்கும் இந்தப் பாழாய்ப் போன நாணயங்களைக் கண்டுபிடிக்கும் வரை தொழிலை நிறுத்தி வைப்பதாக அத்தனை பெயரும் சபதம் செய்தார்கள். இந்த வாக்குறுதியை அவர்கள் காப்பாற்றினார்கள் என்பது உங்களை விட நன்றாக வேறு யாருக்குத் தெரியக்கூடும்?”

“சரிதான்” என்றான் ஓஸிபவ். “பல வருடங்களில் முதல் தடவையாகக் கடந்த இருபத்து நான்கு மணி நேரத்தில் ஒரு திருட்டு கூட நடை பெறவில்லை.”

இதைக் கேட்ட ‘அட்மிர’லுக்கு ரோசம் பொத்துக்கொண்டு வந்து விட்டது. “திருட்டு என்றால் என்ன அர்த்தம்? ஊம்? இந்த இருபத்து நான்கு மணி நேரமாக ஒருவனுமே தொழில் நடத்தவில்லை என்கிறேன், நீங்கள் என்னவோ திருட்டு என்கிறீர்களே! எல்லாக் கொள்ளைக்காரர்கள், வழிப்பறிகாரர்கள், முடிச்சுமாரிகள் ஆகியவர்களையும், உருப்படியானவர்கள் ஒவ்வொருவரையும் உங்கள் வேலைக்காகப் படை திரட்ட வேண்டி வந்துவிட்டதே! தொழில் நடப்பதெங்கே? எவனாவது ஒரு நெப்காரன் கொள்ளை கொடுத்ததுண்டா, எந்தச் சிங்காரியின் டம்பப் பையாவது பறிக்கப்பட்டதுண்டா, ஏதாவது ஒரு பணப்பை காணாமல் போனதுண்டா? நகரம் முழுவதிலும் முற்றுகைக் காலச் சட்டம் அமுலுக்கு வந்துவிட்டதென்றால் அப்புறம் பேசுவதற்கு என்ன இருக்கிறது? இந்தத் துளையிட்ட தீனார்கள் எங்களுக்கு விளைத்துள்ள நஷ்டம் கொஞ்சமா, நஞ்சமா? எங்களில் ஒரு நபராவது ஒரு பத்து நிமிஷம் அப்பாடா’ என்று தலையைச் சாய்த்திருப்பான் என்று எண்ணுகிறீர்களா? அப்படி நீங்கள் நினைப்பதானால் நான் உங்களை மதிப்பதையே விட்டுவிடுகிறேன்” என்று சொல்லிக்கொண்டு போனான்.

“இல்லை, இல்லை. நான் அவ்வாறு நினைக்க வில்லை” என்று ஓஸிபவ் அவசரமாக அவனுக்கு உறுதி கூறினான்.

“ஏனென்றால் நீங்கள் கெட்டிக்காரர். இன்னொரு விஷயம் என்னவெனில் இரவு முழுதும் நானே தலைமை ரகசிய விடுதியில் கழித்தேன்.”

“சோவோலகிஸிஸ்கிய் தெருவில் தானே?” என்று ஓஸிபவ் புன்னகையுடன் கேட்டான்.

“உங்களிடமிருந்து இதை நான் எதிர்பார்க்கவேயில்லை” என்று ‘அட்மிரல்’ கடுப்புடன் கூறினான். ‘அட்மிரல் நெல்ஸன்’ வாழ்நாளில் ஒருபொழுதும் எந்த ரகசிய விடுதியையும் காட்டிக் கொடுத்ததே கிடையாது. இம்மாதிரியான கேள்விகள் முறைப் பிசகானவை. இதற்குமேல் நான் ஒன்றும் சொல்ல மாட்டேன்” என்றான்.

“கிடக்கிறது. விட்டுத்தள்ளும். மேலே நடந்ததைச் சொல்லும்” எனப் புன்னகையுடன் சொன்னான் ஓஸிபவ்.

“சரி, கேளுங்கள். காலை வரையில் ரகசிய விடுதியில் தங்கியிருந்தேன். நகரின் ஒவ்வொரு மூலையிலிருந்தும் ஆட்கள் அரை மணிக்கு ஒரு தரம் வந்து தகவல் தெரிவித்துப் போன வண்ணமாயிருந்தார்கள். ஒவ்வொருவனும் ‘இல்லை!’ என்ற பல்லவியையே பாடினான். காலை ஏழு மணி வாக்கில் நான் ஒரேயடியாக ஆவி சோர்ந்து போனேன். அந்த நிலையில் நான் பிழைத்துத் தேறுவேன் என்று உலகத்தில் எந்த டாக்டரும் ஜாடையாகக் கூட உறுதி கூறியிருக்க மாட்டார். எட்டு மணி ஆவதற்குள் உயிர் தொண்டைக் குழிக்கு வந்துவிட்டது. சவக் கிடங்கின் துர்நாற்றம் சுள்ளென்று மூக்கில் உறைப்பது போலிருந் தது. இருதயத் துடிப்பு அநேகமாக நின்று போயிற்று. நாடி விழுந்துவிட்டது. விடுதித் தலைவியான ‘தெள்ளுப் பூச்சி’ மான்கா, நான் கிடந்த கிடையைப் பார்த்துக் கண்ணீர் விட்டுக் கதறினாள். ‘அருமை அட்மிரல்’! துளையிட்ட உதவாக்கரை தீனார்களுக்காக நீ உயிரையே விட்டு விடுவாயோ? ஐயோ, ஒதெஸ்ஸாக்காரர்களுக்கு நாங்கள் என்ன சொல்லுவோம்? உன் உயிரைக் காப்பாற்ற முடியாமல் போனது ஏன் என்று அவர்களுக்கு எப்படிச் சமாதானம் கூறுவோம்? என் விடுதியைச் சுட்டுச் சாம்பல் ஆக்கிவிடுவார்களே, ‘அட்மிரல்’!’” என்று விசித்து விசித்து அழுதாள். கடைசியில் என் உயிரைக் காப்பாற்றியது யார், தெரியுமா? சேன்கா பார்ஸ் தான். ஒன்பதரை மணிக்கு அவன் ஒரே ஓட்டமாக ஓடி வந்தான். எனக்கு அநேகமாக மூச்சே நின்று விட்டது என்பதைக் கண்டதுமே, என்ன செய்ய வேண்டும் என்று சட்டெனப் புரிந்துகொண்டான். அவன் நன்றாகப் படித்தவன் ஆயிற்றே!.. ஷ்மெரீன் கா உதவி மருத்துவர் பள்ளியில் அநேகமாகப் படித்து முடித்திருந்தான். கடவுள் சாட்சியாகச் சொல்லுகிறேன், அவன் மட்டும் திருட்டுத் தொழிலுக்கு வராமலிருந்தால் பெரிய டாக்டர் ஆகியிருப்பான், கட்டாயமாக.... ஆக அவன் என்ன செய்தான், தெரியுமா? பக்கத்திலிருந்த ஆஸ்பத்திரிக்கு ஒரே பாய்ச்சலில் ஓடிப் போய், எவனோ நோயாளிக்கு அடியில் வைத்திருந்த சுவாசமூட்டும் ஆக்ஸிஜன் பையைப் பட்டப்பகலில் லாவிக்கொண்டு வந்து எனக்கு உதவினான். கடவுள் அவனைக் காப்பாற்றுவாராக. அன்று நடந்த ஒரே திருட்டு அதுதான். நன்றா-

யிருக்கிறதல்லவா மாஸ்கோவில் நான் ஓய்வு கொள்ளும் லட்சணம்? ஊம்? ஓஸிபவ்?"

"விஷயத்திற்கு வாருங்கள் 'அட்மிரல்'" என்று ஓஸிபவ் விடாப்பிடியாக வலியுறுத்தினான்.

"இப்பொழுதுதான் விஷயத்தின் சாரத்தை நெருங்கிக் கொண்டிருக்கிறோம். இதோ நங்கூரம் பாய்ச்சி விடுகிறேன்" என்று பதிலளித்துவிட்டு 'அட்மிரல்' மேலே தொடர்ந்தான். எனக்குச் சிறிது நினைவு வந்ததும், மர்யீனா ரோஷ்ஷாவிலிருந்து வந்துள்ள 'குழிமுயல்' கோல்யா திடீரென்று உள்ளே நுழைந்தான். துருக்கி சுல்தானின் கழு மரத்திலிருந்து எப்படியோ தப்பி ஓடி வந்துவிட்டானோ, அல்லது 'பி' டிராமிலிருந்து பிரிட்டிஷ் அரச மகுடத்தைக் களவாடி வந்துவிட்டானோ என்னும்படியிருந்தது அவன் தோற்றம். அவன் தொண்டை கிழியக் கத்திக்கொண்டு வந்தான். அட முட்டாள், என்ன கத்திக் கொண்டிருக்கிறாய்?" என்று கேட்டேன். சேன்கா பார்ஸ் அவனை உலுக்கிக் குலுக்கி விஷயத்தைக் கக்க வைக்கும்வரை அவன் கூச்சலிடுவது ஓயவில்லை. அவன் சொன்ன தகவல் என்னவென்றால், அந்தப் பாழாய்ப் போன திருடனை நமது பயல்கள் எப்படியோ ஒரு விதமாகக் கண்டுபிடித்துவிட்டார்கள் என்பதே. முதலாவதாக அந்தக் கேடுகெட்டவன் மாஸ்கோக்காரன் அல்ல. இரண்டாவதாக-இது முன்னதைவிட எவ்வளவோ முக்கியம் அவன் ஒதெஸ்ஸா வாசியல்ல. மூன்றாவதாக அவன் உண்மையான திருடன் கூட அல்ல, தூலா நகரத்திலிருந்து வந்த எவனோ தறிகெட்ட கற்றுக் குட்டி. எப்படியிருக்கிறது கதை? இந்தப் பைத்தியக்கார உலகத்தில் வாழ்வது சாத்தியமா? சொல்லுங்கள்!"

"நாணயங்கள் எங்கே?" என்று ஓஸிபவ் 'அட்மிர'லின் கண்களையே குத்திட்டு நோக்கிய படி அமைதியாக வினவினான்.

"சொந்தக் கற்பனை எனக்குக் குறைவான படியால் நானும் இதே கேள்வியைத்தான் குழி முயல்' கோல்யாவிடம் கேட்டேன்" என்று 'அட் மிரல்' குத்தலாக விடையளித்தான். "நாணயங்கள் தூலாவில் இருக்கின்றன. அந்தக் கற்றுக் குட்டி, அவைகளை அங்கு அனுப்பி விட்டான். அவைகளைக் கொண்டுவருவதற்கு மிகப் பெரிய தூது கோஷ்டி ஒன்றை அனுப்பியுள்ளோம். கோஷ்டியினர் படுத்துகிற அமர்க்களத்தில் தூலா நகரின் புகழ்பெற்ற ஆயுதத் தொழிற்சாலையாவது உருப்படியாக மிஞ்சியிருக்குமானால் நகரசபையினர் நன்றி விழா கொண்டாடிக்கொள்ளலாம். அத்தகையவர்கள் அவர்கள். ஆயிற்றா. விரைவிலேயே நாணயங்களை இங்கே கொண்டுவந்து விடுவார்கள்" என்று மேலும் விளக்கினான்.

இதைக் கேட்டு ஒஸிபவ்கூட அப்பாடா' என்று பெருமூச்சு விட்டான். எனக்கோ மகிழ்ச்சியில் தலைகால் தெரியவில்லை. நோஷ்நித்ஸ்கிய சிரித்த சிரிப்பில் அவன் கண்களிலிருந்து பெருகிய நீர் கன்னங்களில் வழிந்தோடியது.

அப்பொழுதுதான் யாரோ ஒருவன் ஜன்னலில் ஒரு கல்லை விட்டெறிந்தான். 'அட்மிரல் நெல்ஸன்' உடனே குதித்தெழுந்து, "தூதர்கள் வந்து சேர்ந்துவிட்டனர்! மங்கள வாத்தியம் முழக்குங்கள்!" என்று உரக்கக் கூவிவிட்டு பீர் கடையிலிருந்து வெளியே பாய்ந்தோடினான்.

சில நிமிடங்களுக்கெல்லாம், முகத்தில் வெற்றிப் பெருமிதம் திகழ, பித்தளைச் செருகு பூட்டுக்கள் அமைந்த பெரிய தோற்பை ஒன்றைக் கையில் ஏந்தியவாறு திரும்பி வந்தான்.

தனது ஒற்றைக் கண் அசுரச் செருக்குடன் சுடர்விட, "இந்தாருங்கள்!" என்று கொக்கரித்தான் 'அட்மிரல்'. மேலும் தொடர்ந்து, "பெர்லின் பொலித்ஸெய் ப்ரெஸிதெந்த் எனது கைகளை அவ்வளவு உண்மையாகவும் உற்சாகமாகவும் புகழ்ந்து பேசினாரே, வியன்னாவில் நடந்த சர்வதேசத் துப்பறியும் நிபுணர்கள் மகாநாட்டில், அதற்கு வந்திருந்த பிரதிநிதிகளுடன் சேர்ந்து உலகத்திலுள்ள போலீஸ் படையினர் அத்தனை பெயரும் இங்கே திரண்டு வந்து இந்த நாணயங்களைத் தேடியிருந்தாலுங்கூட, அவமானம் தாங்க முடியாமல் மாஸ்கோ ஆற்றில் ஒரே மொத்தமாக மூழ்கித் தற்கொலை செய்து கொண்டிருப்பார்களே தவிர நாணயங்களைக் கண்டுபிடித்திருக்க மாட்டார்களென்று நான் என்ன வேண்டுமானாலும் பணயம் வைக்கத் தயார்!" என வீறாப்புக் கூறினான். பின்பு என் பக்கம் திரும்பி, "இதோ பாருங்கள், தம்பீ. நீங்கள் இப்போதுதான் வாழ்க்கைப் பாதையில் அடியெடுத்து வைத்திருக்கிறீர்கள். உங்கள்மேல் எனக்கு ஆழ்ந்த பற்றுதல் ஏற்பட்டுவிட்டது. கூர்ந்து கவனியுங்கள், உற்று நோக்குங்கள், நன்றாக நினைவில் இருத்திக் கொள்ளுங்கள். எதை? தங்கள் கௌரவத்துக்கு இழுக்கு வருவதாயிருந்தால் திருடர்களால் எதுவும் சாதிக்க முடியும் என்பதை. இதுவே 'அட்மிரல் நெல்ஸன்' என்பவனும் அவனுடைய பிரமாதமான செல்வாக்கும் உங்களுக்கு அளிக்கும் படிப்பினை!" என்றான்.

செருகு பூட்டுக்களை நெகிழ்த்தித் தோற்பையை விரியத் திறந்தான். தனித்தனிப் பைகளில் கூண்டுப் புறாக்கள் போன்று அமர்ந்திருந்த நாணயங்கள் கண்ணுக்குப் புலனாயின.

நாங்கள் அவைகளைக் கவனமாகப் பார்வையிட்டோம். இரு நூறு நாணயங்கள் வரை இருந்தன. எல்லாமே நாட்பட்டுத் தேய்ந்து,

பாசிபிடித்த, சிறியவையும் பெரியவையுமான செப்புக் காசுகள். காளைகள், நாகங்கள், கழுகுகள், செம்மறியாடுகள், நரமுகச் சிங்கங்கள், கொக்குகள் ஆகியவற்றின் உருக்கள் அவற்றில் பதிந்திருந்தன.

"எழுந்து நின்று தொன்மைக்கு வணக்கம் தெரிவிப்போமாக!" என்று கம்பீரத்துடன் கூறி விட்டு, 'அட்மிரல்' உண்மையிலேயே எழுந்து நின்றான். "துளைகள் இருப்பதைப் பார்க்கும் போது, இத்தகைய அமளி குமளி ஏற்படக் காரணமான தீனார்கள் இவையேதாம் என்பது உறுதியாகிறது. 1915ல் போலீஸ்காரர்கள் கடைசியில் ஒரு வகையாக என்னைப் பிடித்துவிட்ட சமயம் என் தரப்பில் ஆஜரான ஒதெஸ்ஸா பாரிஸ்டர் நிக்கலாய் ஷ்னேயெர்ஸன் வழக்கமாகச் சொல்வது போல, அட கடவுளே! வாழ்க்கையின் எத்தகைய விகாரம்! உண்மையிலேயே சகிக்க முடியாதபடி குரூபமானவை இவை. தொடவே எனக்கு அருவருப்பாயிருக்கிறது. இந்த மாநகரின் தலை சிறந்த மனிதர்கள், சாராயப் பானையில் வாய் வைத்துவிட்ட பூனைகள் போலக் குறுக்கும் நெடுக்கும் சாடியோடியதெல்லாம் இந்த வெறுங் குப்பைகளுக்காகத் தானா? இந்தத் துருப்பிடித்த செப்புத் துண்டுகளுக்காகக் கமிஸார் ஏன்தான் இப்படி இருப்புக் கொள்ளாமல் தவித்தாரோ! பெரிய மனிதர்கள் கூட உண்மையில் முட்டாள்கள் தாம், தத்துவாசிரியன் ஸ்பினோஸா சொன்னது போல. அல்லது ஒருகால் அவன் இதைச் சொல்லவே இல்லையோ என்னவோ!..." என்று வளவளத்துக்கொண்டே போனான்.

'அட்மிர' லின் சொல்மழை ஓய்கிற பாடாய்க் காணோம். பல கிளாஸ்கள் வோட்கா குடித்து, போதாக் குறைக்குப் பெரிய குவளை நிறைய பீர் வேறு பருகியிருந்த அவன் தனது அலங்காரப் பேச்சு வெள்ளத்தில் எங்களை மூழ்கடித்தான். என்னதான் இருந்தாலும் அவன் எங்களுக்கு உதவி செய்தவன் ஆகையால் அவன் பேச்சில் குறுக்கிடுவது மரியாதைக் குறைவு என்று நாங்கள் சகித்துக் கொண்டிருந்தோம். ஓஸிபவுக்கோ, வெட்டிப் பேச்சு கட்டோடு பிடிக்காது. அவன் பொறுமையிழந்து தவிப்பது துலக்கமாகத் தெரிந்தது. இரும்புப் பெட்டித் திருடனான அந்தப் பழம் பெருச்சாளி, தத்துவச் சூத்திரங்களையும், தற் பெருமை பொங்கும் நினைவுகளையும், பொருத்தமற்ற கவிதைப் பெருக்குகளையும், ஒதெஸ்ஸா நகரின் மொல்தவான்கா வீதித் திருடர்களிடையே வழங்கும் கதைகளையும் வளவளவென்று பொழிந்து தள்ளினான்.

முடிவில் விஷயம் வறண்டு போனதனாலோ, களைத்துப் போய்விட்டதாலோ 'அட்மிரல்' ஒரு வகையாக ஓய்ந்தான். இந்த இடை நிறுத்தத்தைப் பயன்படுத்திக் கொண்டு நாங்கள்

"போய்வருகிறோம்" என்று விடை பெற வாயெடுத்தோம். அதற்குள் அவன் எதிர்பாரா விதமாகப் பேச்சைத் தொடர்ந்தான்:

"இந்த வினோதமான வழக்கில், எல்லாவற்றிலும் வினோதமான செய்தி என்ன தெரியுமா? 'அட்மிரல் நெல்ஸன்' சட்டத்தின் சார்பில் இருப்பது, வாழ்க்கையிலேயே இது தான் முதல் தடவை. துப்பறிவோனாக இருப்பது மிகவும் ருசிகரமானது என்று நான் ஒப்புக் கொள்ள வேண்டும். அனுபவம் வாய்ந்த இரும்புப் பெட்டித் திருடனான நான் சொல்லும் வார்த்தைகளை நம்புவீர்களாக; இந்த இருபத்து நான்கு மணி நேரமும் என் வாழ்விலேயே மிக இன்பகரமானது."

திடீரென 'அட்மிரல்' தெளிவடைந்து, துயரந்தோய்ந்த கண்களால் எங்களை நோக்கினான். வாழ்நாளை வீணாக்கிவிட்டோம் என எதிர்பாராவிதமாக அறிந்துகொண்ட இளமை கடந்த மனிதனின் சோகப் பார்வை அது.

ஓஸிபவ் நிமிர்ந்து உட்கார்ந்து கொண்டு அவனைக் கூர்மையாகக் கவனித்தான்.

"ஸெம்யோன் மிகாய்லவிச்" என்று 'அட்மிர'லை முதல் முறையாக அவனது உண்மைப் பெயரால் அழைத்து, "நீங்கள் இன்று எங்களுக்குச் சொன்னவற்றிலெல்லாம் மிகமிக விவேகம் நிறைந்ததும் முக்கியம் வாய்ந்ததுமான செய்தி இதுவே. இந்த நாணயங்களைக் கண்டுபிடித்த கையோடு வாழ்க்கையில் ஒரு புது வழியும் வகுத்துக்கொள்ள உங்களால் முடியுமானால் நான் துணை நிற்கத் தயார். மண்டையிலிருப்பது களிமண்ணாயில்லாமல் மூளையாயிருக்குமானால், மார்புக்குள்ளிருப்பது அழுகல் முட்டையாயில்லாமல் மனித இதயமாயிருக்குமானால், புது வழி வகுத்துக் கொள்வது ஒருவனுக்கு எப்போதும் சாத்தியமே. இந்த முறையில் நமது கணக்கைத் தீர்த்துக்கொள்வதில் எனக்கு மகிழ்ச்சி யுண்டாகும்" என்று ஆழ்ந்த குரலில் மொழிந்தான்.

'அட்மிர'லின் முகம் குப்பெனச் சிவப்பேறியதிலிருந்து ஓஸிபவின் சொற்கள் எப்போதும் போலவே இலக்குப் பார்த்துத் தைத்துவிட்டன என்று நான் கண்டுகொண்டேன். மௌனம் குடி கொண்டது. சிறந்த சொற்களைக் காட்டிலும் அதிக வன்மையுடன் உணர்ச்சிகளை வெளியிடும் மௌனம் அது.

'அட்மிரல்', குனிந்த தலை நிமிராமல், சிந்தனையில் ஆழ்ந்து உட்கார்ந்திருந்தான்.

வைத்த கண் வாங்காமல் அவனையே பார்த்துக் கொண்டிருந்தான் ஓஸிபவ். மனிதத்தன்மை நிறைந்த அனுதாபம் அக்கண்களில்

ஒளிர்ந்தது. துப்பறியும் நிபுணன் குறுகிய மனப்பான்மையையும் குருட்டுத்தனத்தையும் தவிர்க்க வேண்டுமானால் மக்கள் மீது நம்பிக்கை அவனுக்கு எவ்வளவு அவசியமோ அவ்வளவே அவசியம் இத்தகைய அனுதாபமும். இம்மாதிரிக் குருட்டுத்தனத்தால் இடருற்று, அதன் காரணமாகவே அனாவசியமான துன்பம் இழைத்த துப்பறியும் அதிகாரிகளைப் பிற்காலத்தில் நான் அடிக்கடி எதிர்ப்பட நேர்ந்தது...

நீண்ட நேர மௌனத்துக்குப் பின் 'அட்மிரல்' தலையை நிமிர்த்தி, தணிந்த குரலில், அநேகமாக இரகசியம் பேசுவது போலச் சொன்னான்:

"நிற்பதற்கு மட்டும் இடம் கிடைக்குமானால் உலகத்தையே தலைகீழாக மாற்றிவிடுவேன் என்றானாம் ஆர்க்கிமிடிஸ். நான் ஆர்க்கிமிடிஸுமல்ல, உலகமும் என் உதவியில்லாமலே மாறி விட்டது. அது சரியான முறையில் தான் மாறியிருக்கிறது என்று எனக்குப் படுகிறது. என் உள்ளேயும் ஏதோ ஒன்று அடியோடு மாறிவிட்டது. எனக்கு ஏகப்பட்ட வயதாகிறது, ஓஸிபவ். என் வயதில் புதிதாக வாழ்க்கை தொடங்குவது கடினம். ஆனால் ஒன்று. நீங்கள் என் மீது காட்டிய நம்பிக்கை இருக்கிறதே, இதுவும் ஆர்க்கிமிடிஸ் கனவு கண்டது போன்று, நிற்பதற்கான இடந்தான். எனது சிதைந்த பழைய உலகை மாற்றி அமைக்க முயன்று பார்க்கிறேன். உள்ளுக்குள்ளே சுமந்து திரிகிறேனே, துருப்பிடித்த இரும்புப் பெட்டி, அதை உருக்கித் திறக்க முயல்கிறேன். இதற்குள் உருப்படியாக ஏதேனும் எஞ்சியிருக்கக் கூடும். யார் கண்டது?..."

இவ்வாறு சொல்லிக் கொண்டே வந்தவன் திடீரென எழுந்து, "போய்வருகிறேன்" என்று கூடச் சொல்லிக் கொள்ளாமல் விர்ட்டென்று வெளியே ஓடிப் போய்விட்டான்.

ஷெவெர்தீனிடம் வந்து நடந்தவற்றையெல்லாம் நான் தெரிவித்ததும் கிழவர் ஒரேயடியாக அதிர்வேட்டுச் சிரிப்பு சிரிக்க ஆரம்பித்து விட்டார். அதைக் கண்டு இவருக்கு என்னவோ ஏதோ என்று எனக்கு அச்சமாய்ப் போய்விட்டது. பின்பு நான் சற்றும் எதிர்பாராத விதத்தில் கடுமையான குரலில் அவர் கூறலானார்:

"அதெல்லாம் சரிதான், தம்பீ. இருந்தாலும் சக அதிகாரிகளை நான் இது பற்றிக் கலந்தாலோசித்ததில், தலைமை நீதிமன்ற ஒழுங்கு முறைக் குழுவின் முன் நீங்கள் ஆஜராக வேண்டும் என்று நாங்கள் ஒரு முகமாகத் தீர்மானித்திருக்கிறோம். இதுதான் விஷயம். ஆகவே உங்கள் செய்கைக்கு விளக்கம் எழுதுங்கள்."

எனக்கா தலைகால் புரியவில்லை. ஒரே குழப்பத்துடன் ஷெவெர்தீனின் காரியாலயத்தை விட்டு வெளியேறி, எனது முதல் ஆசிரியர்களான ஸ்நிதோவ்ஸ்கியையும் லாஸ்கினையும்

காண ஓடிச் சென்றேன். அவர்கள் இருவரும் உர்ரென்றிருந்தது ஸ்பஷ்டமாகத் தெரிந்தது. லாஸ்கின் விரல்களால் மேஜைமேல் தாளம் போட்டுக்கொண்டே, "வாருங்கள்" என்று வேண்டா வெறுப்பாக முனகினார். ஸ்நிதோவ்ஸ்கியின் முகத்திலோ எள்ளும் கொள்ளும் வெடித்தன. விசாரணைகளுக்குப் பொறுப்பதிகாரியான உதவிப் பிராக்யூரேட்டர் ஓஸ்த்ரகோர்ஸ்க்கியும். அங்கிருந்தார். இந்த உயரமான அழகிய மனிதர், அடர்ந்த பொன் முடியும் பெரிய பழுப்பு விழிகளும் வாய்ந்தவர். அவரது கண்கள் இப்போது கடுகடு வென்றிருந்தன.

"சின்னக் குழந்தைகள்--சின்னத் தொந்தரவுகள். பெரிய குழந்தைகள்--பெரிய தொந்தரவுகள்" என்று தொடங்கினார் ஸ்நிதோவ்ஸ்கிய். "தோழர் ஷெய்னின் (என்னை இதற்குமுன் அவர் ஒரு பொழுதும் இவ்வாறு அழைத்ததில்லை), நான் உண்மையில் வருந்துகிறேன், உங்களுடைய விசித்திரமான நடத்தையைக் குறித்து வருந்துகிறேன். நன்றாகவே இல்லை, ஐயா, கொஞ்சமும் நன்றாக இல்லை. இது மட்டுமில்லை, வெட்கக் கேடானது என்று கூடத் துணிந்து கூறுவேன். உங்களுக்கு நாங்கள் சொல்லிக் கொடுத்தது இதுதானா, ஐயா?"

"தயவு செய்து என்னை அனுமதியுங்கள்..." என்று நான் முனகினேன்.

"ஊஹூம், அனுமதிக்க மாட்டேன்!" என மேஜைமேல் ஓங்கிக் குத்தினார் ஸ்நிதோவ்ஸ்கிய். அனுமதிக்கவே மாட்டேன். சீ, சீ. துப்பறியும் அதிகாரியாவது, பீர்க் கடையில் எவனோ காலாடிப் பயலுடன் உட்கார்ந்து அளவளாவுவதாவது! கோரம், கோரம்!" என்று சீறினார்.

"மகா கோரம்!" என்று ஒத்துப் பாடினார் லாஸ்கின்.

"இது எனக்குப் புரியவேயில்லை" என்று ஓஸ்த்ரகோர்ஸ்க்கிய் முனகினார்.

"நடந்தது இன்னதென்று ஷெவெர்தீன் எங்களிடம் சொன்னபொழுது, இதை இலேசாக விட்டுவிடக் கூடாது என்று நாங்கள் நினைத்தோம். இது உங்களுக்கு ஒரு பாடமாக இருக்கட்டும், ஆமாம், நமது தொழிலுக்குக் கறை ஏற்படுத்தாமல் இருப்பதற்கான பாடமாக."

ஒரு வாரத்துக்குப்பின் ஒழுங்கு முறைக் குழுவின்முன் நான் ஆஜரானேன். கனத்த பச்சைத் துணி விரித்திருந்த பெரிய மேஜையின் ஒரு புறம் வட்டார நீதிமன்ற ஒழுங்குமுறைக் குழுவின் எல்லா அங்கத்தினர்களும் அமர்ந்திருந்தார்கள். ஏக்கத் தோற்றமும் தாடியுமாக தெக்த்யார்யோவ் தலைமை ஸ்தானத்தில் வீற்றிருந்தார்.

இதற்கிடையில் எனது அருமையாசிரியர்கள் நான் மன்னிக்க முடியாத பெருங் குற்றத்தைச் செய்துள்ளேன் என்பது எனக்குப்

புலப்படும்படி செய்துவிட்டனர். நடந்தது என்ன, எப்படி, ஏன் என்று நான் குழுவினருக்கு உள்ளபடியே எடுத்துரைத்தேன். ஐயோ, எத்தகைய அவல நிலையில் இருந்தேன் நான்!

தெக்த்யார்யோவ் எனது ஒவ்வொரு வார்த்தையையும் கவனமாகக் கேட்டார். சொன்னால் விந்தையாகப்படும், ஆனால் அவரது அச்சுறுத்தும் பெரிய பழுப்புக் கண்களுக்குள் எங்கோ ஆழத்தில் கனிவு ததும்பும் ஒளி மகிழ்ச்சி பொங்கும் ஒளி என்று கூடச் சொல்வேன்- மின்னிடக் கண்டேன். அதனால்தான் போலும், அவர் தாடியை உக்கிரமாகச் சவைத்தார்.

"விவரமாகச் சொல்லு. எல்லாவற்றையும் ஒன்றுவிடாமல் சொல்லு, என் சிங்கக் குட்டி!... ஆகாகா, எத்தகைய சாமர்த்தியசாலி!... அப்படிச் சொல்லடா என்றானாம்! பேஷ், பலே பேஷ்!... ஷெர்லக் ஹோம்ஸ் ஆகிவிடுவோம் என்று பார்த்தாயாக்கும்!..." என இடையிடையே உறுமிக் கொண்டிருந்தார்.

இவைகளெல்லாம் பிற்பாடு என் நினைவிற்கு வந்தன. அந்தச் சமயத்தில் நான் எதையும் பகுத்தறியும் நிலையில் இல்லை. பதற்றத்தில் எதையாவது சொல்லாமல் விட்டுவிடக் கூடாதே என்ற ஒரே கவலைதான் எனக்கு. ஆகவே அவர்களிடம் சொல்ல வேண்டியது அனைத்தையும் சொல்லிவிட்டேன்.

நீதிபதிகள் கலந்து பேசிய நேரம் இருபதே நிமிடங்கள் தான் எனினும், எனக்கு அது ஒரு யுகம் போலிருந்தது. அவர்களது தீர்ப்பை தெக்த்யார்யோவ் படித்தபோது அதன் முக்கிய பாகம் என் குழம்பிய அறிவுக்கு மிகுந்த சிரமத்தின் பேரில் தான் எட்டியது. என்னை வேலையிலிருந்து தள்ளி விடப் போவதில்லை என்பதும், எனது இளமையைக் கருதியும், நான் மனப்பூர்வமாக வெளியிட்ட பச்சாத்தாபத்தைக் கருதியும், கடுமையான இடித்துரையுடன் நிறுத்திக் கொள்வதாக ஒழுங்கு முறைக் குழுவினர் முடிவு செய்திருக்கிறார்கள் என்பதுமே தீர்ப்பின் சாரம்.

தீர்ப்பைக் கேட்டதும் நான்-இது என்றோ நடந்து போன விஷயம்- - வாய்விட்டு அழுதேன். இதைக் கண்ட தெக்த்யார்யோவ், தமது இயல்புக்கு மாறான கனிந்த குரலில், "பரவாயில்லை, பரவாயில்லை. கூச்சப் படாதே. நன்றாக அழு, தம்பீ, இதுவே உனது வாழ்க்கையில் கடைசியான துயரமாகுக" என்று மொழிந்தார்.

பல வருடங்களுக்குப் பின், 1930-40 ஆண்டுகளின் இடைக்காலத்தில், 'அட்மிரல் நெல்ஸனை' மீண்டும் சந்திக்கும் வாய்ப்பு எனக்குக் கிடைத்தது. அப்போது நான் சோவியத் யூனியனின் தலைமைப் பிராக்யூரேட்டர் அலுவலகத்தில் துப்பறியும் இலாகாத் தலைவனாகப்

பணியாற்றி வந்தேன். ஒரு நாள் தலைமைப் பிராக்யூரேட்டர் இ.அ.அகுலோவ் என்பவரின் காரியாலயத்தில் புகுந்தவன், அவர் மிகவும் கலவரமுற்றிருந்ததைக் கண்டேன்.

“எத்தகைய இக்கட்டில் சிக்கிக் கொண்டிருக்கிறேன் தெரியுமா, ஷெய்னின்? இன்னும் இரண்டு மணி நேரத்தில் அரசாங்கத்துக்கு நான் அறிக்கை செய்தாக வேண்டும். அதற்கு வேண்டிய தஸ்தாவேஜுகள் எல்லாம் இரும்புப் பெட்டிக்குள் இருக்கின்றன. நான் என்னடா என்றால் சாவியைக் கெட்டுப் போக்கிவிட்டேன். இதுவோ சிக்கலான இரும்புப் பெட்டி. இதன் பூட்டு இரகசியச் சூட்சுமங்கள் கொண்டது. ஆகவே நமது மெக்கானிக் மறுசாவி போட்டுத் திறக்க மறுக்கிறான். நாள் முழுதும் கடுமையாகப் பாடுபட்டால் தான் திறக்க முடியுமாம். என்ன செய்வதென்று தெரியவில்லை” என அங்கலாய்த்தார் அவர்.

அந்தக் கனத்த இரும்புப் பெட்டி மீது பார்வையைச் செலுத்தினேன். ‘அட்மிரல் நெல்ஸன்’ பழங்காலத்துடன் தொடர்பை முற்றிலும் அறுத்துக் கொண்டு விட்டதாகவும், மாஸ்கோவிற்கு வந்து உலோகத் தொழில் கூட்டுறவுச் சங்கத்தில் தலைமை மெக்கானிக்காக நிம்மதியுடன் உழைத்து வருவதாகவும் ஓஸிபவ் சில வருடங்களுக்கு முன் என்னிடம் சொல்லியது சட்டென நினைவுக்கு வந்தது.

“ஒரு நிமிடம் பொறுங்கள். நான் உங்களுக்கு உதவி செய்ய முடியுமென்று நினைக்கிறேன்” என்று சொல்லிவிட்டு, உடனே ஓஸிபவிற்குப் போன் செய்தேன்.

“புரிந்து கொண்டேன், நண்பனே. ஸெம்யோன் மிகாய்லவிச்சைத் தேடிப் பார்க்கிறேன். ஆள் அகப்பட்டால் நானும் அவனோடு வருகிறேன். ஆனால் ஒன்று. இந்த ஒரு வருடமாக நான் அவனைப் பார்க்கவேயில்லை. உயிரோடுதான் இருக்கிறானா, இல்லையா என்பது கூட எனக்குத் தெரியாது.

ஜாடையிலேயே விஷயத்தையெல்லாம் கிரகித்துக் கொள்ளும் ஆற்றல் வாய்ந்த அகுலோவ், நான் ரிசீவரை வைத்ததுமே, “ஆமாம், இவன் யார்? நீங்கள் என்னிடம் சொல்லியிருந்தீர்களே, அந்த ‘அட்மிரல் நெல்ஸன்’ தானே? என்று கேட்டார்.

“அவனே தான்.”

“அப்படியானால் அவன் நமக்கு உதவுவான் என்று நம்பலாம். பழங்காலத்துப் பேர்வழிகள் சமயத்தில் கைவிட்டுவிட மாட்டார்கள்.” இவ்வாறு கூறி, தமக்கே உரிய, மென்மையும் தந்திரமும் மிளிரும் புன்னகை புரிந்தார் அகுலோவ். அவரது சக ஊழியர்களுக்கு நன்கு பழக்கமான புன்னகை அது.

அரைமணியாவதற்குள் ஓஸிபவ் வந்து சேர்ந்தான். அவனுக்கு மூச்சு விடுவது சிரமமாயிருந்தது, எனினும் தேகதிடம் இன்னும் குன்றவில்லை. கச்சிதமாக உடையணிந்த முதியவன் ஒருவன் சிறு பெட்டியும் கையுமாக அவனுடன் வந்தான். அந்த மனிதன் ஒற்றைக் கண்ணன். அவனது மறு விழியைச் சிறு கண்பட்டை மூடியிருந்தது. கடந்து போன ஆண்டுகள் அவனது மினுமினுப்பைப் பறித்துச் சென்றிருந்தன. அடையாளம் கண்டுகொள்வதே கடினமாயிருந்தது, அப்படிக் கிழடுதட்டிப்போயிருந்தான் 'அட்மிரல்'. முதல் சந்திப்புக்குப் பின் என் நினைவில் பதிந்திருந்த ஜீவ ஒளி, அவனது ஒற்றைக் கண்ணின் ஆழத்தில் எங்கோ மட்டுமே மின்னிட்டது.

அகுலோவ் 'அட்மிர'லுக்கு முகமன் கூறி உபசரித்தார்.

"வணக்கம். தயவு செய்து உட்காருங்கள். நீங்கள் மிகச் சிறந்த... ம்ம்ம்... மெக்கானிக்குகளில் ஒருவர் என்று சொன்னார்கள். அப்படித் தானா?" என்றார்.

"ஒரு காலத்திலே, ஐரோப்பாவிலுள்ள போலீசார் எல்லாருமே அப்படித்தான் நினைத்தார்கள்" என்று 'அட்மிரல்' பெருமிதத்துடன் விடை பகர்ந்தான். "போலீஸ்காரர்கள் மற்றவர்களைக் காட்டிலும் அடிக்கடி தவறுதலுக்குள்ளாகிறவர்கள் என்பது உண்மைதான். ஆயினும் எனக்கு இரும்புப் பெட்டிகளைப் பற்றி வாஸ்தவமாகவே சிறிது தெரியும். நீங்கள் கூறிய பெட்டி இது தானே?" என்று அந்த ஆக்கங்கெட்ட இரும்புப் பெட்டியைச் சுட்டிக்காட்டினான்.

"ஆமாம். எனக்குத் தெரிந்த மட்டில் இது ஜெர்மன் பெட்டி, அப்படித்தானே?"

'அட்மிரல் நெல்ஸன்' பெட்டியை மேலுங் கீழுமாக நோட்டமிட்டான். "ஆம். லைப்ஸிக்கில் செய்தது. இருந்தாலும் ஜெர்மானியர் 'ப்ரிமா என்பார்களே, அந்த வகையைச் சேர்ந்த முதல்தரமான பெட்டியல்ல. ஓட்டோ க்ரில் கம்பெனியாரின் தயாரிப்பு இது. இந்தக் கம்பெனியார் செய்த பெட்டிகளில் எனக்குக் கொஞ்சம் பழக்கமுண்டு. இதிலே இருப்பது துருவேறா எஃகில் செய்த இரட்டைப் பூட்டு. அதோடு உள் ஸ்ப்ரிங்கும், தானாக இயங்கும் பக்க பிரேக்கும்-இதோ, இடது புறத்தில்-உண்டு. இந்த பிரேக் பூட்டை நகர விடாமல் பிடித்து வைத்துக் கொள்கிறது அதாவது, நமக்கு அதன் மர்மம் தெரியாவிட்டால். ஆயிற்றா. இதோ இருக்கிறது மர்மம். இசைமயமானது அது. என்ன செய்வது? ஜெர்மானியர்கள் இசைப் பிரியர்கள் அல்லவா?..." என்று விளக்கினான்.

பின்பு 'அட்மிரல்', பூட்டைப் பொருத்தி வைத்திருந்த பித்தளைக் குமிழாணிகளில் ஒன்றின் குமிழை அழுத்தினான். குமிழ் உடனே

படிந்து கொடுத்து இன்னொலியுடன் ஒரு புறம் விலகியது. “ரொம்ப சரி” என்று புன்னகையுடன் கூறிய அகுலோவ், “போலீஸ்காரர்கள்கூட எப்போதும் தவறு செய்வதில்லை என்று தெரிகிறதே, ஸெம்யோன் மிகாய்லவிச்- அதுதானே உங்கள் பெயர்? - நீங்கள் உண்மையிலேயே கைதேர்ந்த நிபுணர் தாம்” என்று சொல்லிக் கொண்டு போனார்.

‘அட்மிரல்’ அவரை இடைமறித்து, “வேலை முடியுமுன்பே வீண் பெருமை பேசாதீர்கள். கண் பட்டுவிடப் போகிறது?” என்று பதில் கூறிவிட்டு,

“ஊம், இப்போது இந்த ‘ஜெர்மானிய’னுடன் முறைப்படி அளவளாவலாம்” என்றான்.

பிறகு அவன் கைப்பெட்டியிலிருந்து மெல்லிய எஃகுக் கம்பியையும், அசையும் முனை பொருந்திய நீண்ட சாவியையும் எடுத்து, அவற்றைக் கொண்டு ஓசைப்படாமல் வேலை தொடங்கினான்.

வேலை செய்தவாறே ‘அட்மிரல்’ பேசிக்கொண்டு போனான்:

“இரும்புப் பெட்டிப் பூட்டுகள் இருக்கின்றனவே, இவை முரட்டுத்தனத்தைத் தாங்க மாட்டா. இவற்றை வெகு நுட்பமாகக் கையாள வேண்டும். பெண்களைப் போலவே இவையும் முரட்டுப் பலத்தைவிடப் பரிவையும் பாராட்டையுமே அதிகம் மதிக்கும். என் போன்ற கிழட்டுக் கட்டை பெண்களைப் பற்றிப் பேசுவது வேடிக்கையாகத் தோன்றலாம். ஆனால் இந்த ‘அட்மிரல் நெல்ஸன்’ வாலிபப் பருவத்திலே இரும்புப் பெட்டிகளை மட்டுமே குடைந்து கொண்டிருக்க வில்லை. ஒற்றைக் கண்ணன் தான் என்றாலும் பலவற்றையும் பார்த்தறிந்தவன்... ஒற்றைக் கண்ணன் என்றதும் நினைவுக்கு வருகிறது: எனக்கு ‘அட்மிரல் நெல்ஸன்’ என்ற பட்டப் பெயரே இதனால் தான் ஏற்பட்டது. ‘அட்மிரல் நெல்ஸனும்’ ஒற்றைக் கண்ணன் தானே... ஆயிரத்துத் தொள்ளாயிரத்து ஐந்தாம் ஆண்டிலே நான் ஆம்ஸ்டர் டாம் நகரிலே அலுவலாகப் பயணம் போயிருந்தேன். பழங்காலச் சேதி, சொன்னால் கெடுதலில்லை, அங்கே ரொம்ப அருமையான இரும்புப் பெட்டி ஒன்றில் கை வைத்தேன்.. மறுநாள் செய்தித்தாளிலே - அப்போது அக்டோபர் மாதம், அடுத்த வாரம் இங்கிலாந்தில் ஹொராஷியோ நெல்ஸனின் நூறாவது மரணதின விழா கொண்டாடப் போகிறார்கள் என்று படித்தேன். நெல்ஸன் டிரபால்கர் யுத்தத்தில் பிரெஞ்சு, ஸ்பானியக் கடற்படையை முறியடித்தபோது அக்டோபர் 21ந் தேதி கொல்லப்பட்டான் என்பது உங்களுக்குத் தெரியுமே. நமது பெயருள்ளவனுக்கு நாமும் மரியாதை செலுத்த வேண்டும் என்று எனக்கு ஆசை உண்டாயிற்று. என்ன பண்ணினேன் தெரியுமோ? புகழ்பெற்ற டச் ட்யூலிப் மலர்களை ஏராளமாக வாங்கிக் கப்பலில்

ஏற்றிக் கொண்டு இங்கிலாந்துக்குப் போனேன். நான் கொணர்ந்த ட்யூலிப் மலர்களை மூன்று லாரிகள் கல்லறை சேர்த்தன. நானும் புத்தம் புது கோட்டும் தொப்பியுமாக ஜம்மென்று அணிந்திருந்தேன். சத்தியமாகச் சொல்கிறேன், நான் கொண்டுவந்த ட்யூலிப் மலர்களைப் பார்த்த ஜனங்கள் கடற் மந்திரியைவிட என்மேல் அதிகக் கவனம் செலுத்தலானார்கள். அவ்வளவோடு விட்டேனா? ஒரு லெக்சர் அடித்தேன். 'லேடீஸ் அண்டு ஜென்டில்மன்! எத்தனையோ தலைசிறந்த கவிகள், படைகள் இசைஞர்கள், மாலுமிகள், சட்டத்தை முறிப்பவர் ஆகியோரை உலகிற்கு அளித்திருப்பதும், ஈடு இணையற்றதுமான ஒதெஸ்ஸா நகருக்குப் பிரதிநிதியாக வரும் பெருமையும் மகிழ்ச்சியும் எனக்கு ஒருங்கே வாய்த்திருக்கின்றன. உங்களது ஒற்றைக் கண் 'அட்மிரல்' தன் வேலையில் நிபுணராகத் திகழ்ந்தார். இந்த நிபுணத்துவம் பல ஒற்றைக் கண்ணர்களுக்கு இயல்பான குணம் என்பதையும் இதே பேச்சோடு சொல்லிவிடுகிறேன்' என்றேன். என் பேச்சுக்குப் பிரமாத கர கோஷம்... ஊம், கான்ட்* சொன்னது போல, 'முதுமையில் நம்மிடம் எஞ்சி நிற்பவை நினைவுகள் மட்டுமே'. ஆனால் அது சரியோ இல்லையோ, எனக்கு நிச்சயப்படவில்லை..."

"எது? நினைவுகள் மட்டுமே எஞ்சி நிற்கின்றன என்பதா, இல்லை இந்தச் சொற்களைக் கான்ட் சொன்னான் என்பதா?" என அகுலோவ் சட்டெனக் கேட்டார்.

"நான் குறிப்பிட்டது கான்ட் விஷயமாகத் தான் என்பதைத் தோழர் ஓஸிபவ் உறுதிப்படுத்துவார். என்னிடம் எஞ்சியிருப்பவை நினைவுகள் தவிர வேறொன்றுமில்லை என்பதைத் துப்பறியும் இலாகா என்னைவிட நன்றாக அறியும்" என்றான் 'அட்மிரல்'.

"உண்மைதான்" என்றான் ஓஸிபவ்.

அதே கணம் 'அட்மிரல்', "அப்பாடா, ரொம்ப வந்தனம் என் கண்ணே" என்று இரும்புப் பெட்டியை நோக்கிக் கூறியவாறே அதைத் திறந்துவிட்டான்.

அகுலோவ் 'அட்மிர'லுக்கு வந்தனம் தெரிவித்துவிட்டு, தாம் அவனுக்கு எவ்வளவு கொடுக்க வேண்டும். என்று நைச்சியமாக வினவினார். அதைக் கேட்டதுமே 'அட்மிரல்' ஒரேயடியாக ஆத்திரமடையவே அந்தப் அந்தப் பேச்சு அத்துடன் நின்றுவிட்டது.

"மீண்டும் நன்றி தெரிவிக்கிறேன், ஸெம்யோன் மிகாய்லவிச்" என ஆழ்ந்த உணர்ச்சியுடன் கூறிய அகுலோவ், கடினமான, வாழ்க்கையிலேயே மிகக் கடினமானதென்று சொல்லக் கூடிய

---

* **கான்ட், இம்மானுவேல்** (1724-1804) பிர பல ஜெர்மானியத் தத்துவஞானி.

சோதனையில் நீங்கள் தேறிய பின்பு, இப்பொழுது உங்களைச் சந்தித்ததில் எனக்கு உண்மையாகவே மகிழ்ச்சி. சோதனை என்று நான் சொன்னது இரும்புப் பெட்டி விஷயமாக அல்ல" என்றார்.

"நீங்கள் குறிப்பிட்டது பெட்டியைப் பற்றி அல்ல, அதைத் திறந்தவனைப் பற்றி... உண்மையைச் சொல்லப் போனால் இந்தச் சோதனைக்கு நான் வெகு காலமாகவே, துளையிட்ட தீனார்களைத் தேடிச் சென்ற காலந்தொட்டே தயார் செய்து வந்தேன். இப்பொழுது ஒவ்வோராண்டும் நான் புஷ்கின் கலைப் பொருட்காட்சியைச் சென்று பார்த்து வருகிறேன். பழங்கால நாணயங்கள் வைக்கப்பட்டுள்ள ஒரு பிரிவு அதில் இருக்கிறது. அங்குள்ள தீனார்களைப் பார்த்து, பற்பல நூற்றாண்டுகளுக்குமுன் அவைகளை வார்த்துவிட்டு மறைந்து போன இன்னாரென்று தெரியாத கம்மியர்களுக்கு வணக்கம் செலுத்துகிறேன். நமது அற்புதமான காலத்தை வார்த்தளிக்கின்றவர்களும், என் போன்ற தேய்ந்த காசுகளைக் கூடப் புதுக்கி வார்ப்பவர்களும், நம்மிடையே வாழ்பவர்களும், புகழ் பெற்றவர்களுமான கம்மியர்களுக்கோ, இன்னும் அதிக நன்றி பாராட்டுகிறேன். தோழர் பிராக்யூரேட்டரே, நமது காலமும் நமது மக்களும் என்றென்றும் வாழ்க!..."

"எங்கே, உங்கள் கையை இப்படிக் கொடுங்கள்!" என 'அட்மிர'லுடன் கைகுலுக்க விழைந்தார் அகுலோவ். முதல் பார்வைக்குப் பொருத்தமற்றது போல் காணப்பட்ட அந்தச் செயல், உண்மையில் 'அட்மிர'லின் வார்த்தைகளுக்கு ஏற்ற பதிலாக அமைந்தது.

-1956

2

ஓநாய்க் கூட்டம்

1928ம் ஆண்டுத் தொடக்கத்தில், லெனின் கிராடிற்கு நான் மாற்றப்பட்டிருந்த சமயத்தில், அந்நகரத்தில் குற்ற நடவடிக்கைகள் கணிசமான அளவில் பெருகியிருந்தன. லெனின்கிராட் துப்பறியும் நிபுணர்களிடம் ஏராளமாகப் பலவித வழக்குகள் குவிந்தன. நெப் தழைத்தோங்கி வளர்ந்து கொண்டிருந்தது. மாஸ்கோ நெப்பிற்கும் லெனின்கிராட் நெப்பிற்கும் நெப்காரரர்களின் தரத்தில் மட்டுமே வேறுபாடு. லெனின் கிராட் நெப்காரரர்களில் பெரும்பான்மையோர் புரட்சிக்கு முந்திய பெரும் வணிகர்கள். அன்றியும் தலை நகரத்தின் முந்திய பிரபுக்களில் மீதியுள்ளவர்களுடன் நெருங்கிய தொடர்பு கொண்டிருந்தவர்கள். சிற்றரசர்கள், கவுண்டுகள் (பிரபுக்கள்) குடும்பங்களிலே லெனின்கிராட் நெப்காரரர்கள் மிகுந்த ஆர்வத்துடன் பெண் கொண்டார்கள். தங்கள் வாழ்க்கை முறையிலும் நடையுடை பாவனைகளிலும் பழைய பீட்டர்ஸ்பர்க் 'உயர் சமூகத்'தையே பெரிதும் பின்பற்றி வந்தார்கள்.

அரசாங்கத் தொழில் நிலையங்கள், கம்பெனிகளின் பிரதிநிதிகளுடன் பலவகை ஒப்பந்தங்கள், உடன்பாடுகளைச் செய்துகொண்டு நெப்காரரர்கள் அடிக்கடி மோசடி செய்து வந்தார்கள். தங்களுடன் பழகிவரும் சோவியத் உத்தியோகஸ்தர்களைக் கெடுக்கும் நோக்கத்துடன், அவர்கள் லஞ்சங்கள், சிறு சலுகைகள், விருந்துகள், பரிசுகள் ஆகியவைகளைக் கொடுத்து அந்த உத்தியோகஸ்தர்களிடையே 'சுகவாழ்க்கை' விரும்பும் ஆசையைக் கிளப்புவதற்குப் பெரிதும் முயன்று வந்தார்கள். ஆசை காட்டி மயக்குவதற்கு எத்தனையோ விஷயங்கள் இருந்தன. நகீம்ஸன் வீதியில், அலங்காரத் தூண் முகப்பு வாய்ந்த சிங்கார மாளிகையை இடமாகக் கொண்ட பிரசித்தி பெற்ற விளாதிமிர் கிளப்பில் சொகுசான சூதாட்டரங்கு இருந்தது. டீக்காக உடையணிந்த மினுக்கான சூதரங்கத் தலைவர்களும் பெருந்தொகை வாங்கும் விலைமகளிரும் அங்கே உண்டு. புரட்சிக்கு முன்பு புகழ்பெற்ற உணவு விடுதிக்காரனாய்த் திகழ்ந்த ப்யோதரவ்-கண்காட்சிப் பறங்கிப் பழம் போன்ற முகமும் பூதாகாரமான உடலும் வாய்ந்தவன் -மீண்டும் தனது உணவுவிடுதியைத் திறந்து சுவையூண் விரும்பிகளான வாடிக்கைக்காரர்களைப் பிரமிக்கச் செய்தான். "சான்-சுசி", "இத்தாலியா" "யானை", "பலெர்மோ", "குவிஸிஸானா" "மறதி", "களிப்பு" என்ற உணவுக் கடைகள் அவனுடன் போட்டியிட்டன.

“ஐரோப்பிய ஓட்ட”லின் நிலவறையிலிருந்த பெயர் பெற்ற குடிக்கடையில் மாலை முதல் பொழுது புலரும்வரை லாபகரமான வியாபாரம் ஒரே ஆரவாரத்துடன் கன மும்முரமாக நடக்கும். குடிக்கடையின் மூன்றடுக்கு ஹாலில் மூன்று ஆர்க்கெஸ்ட்ராக்களும் எண்ணற்ற மேஜை நாற்காலிகளும் உண்டு. வேசிகளும் கூட்டிக்கொடுப்பவர்களும், ஓவியர்களும் நெப்காரர்களும், ஜேப்படித் திருடர்களும் கொள்ளைக்காரர்களும், முன்னாள் சிற்றரசர்களும் சிற்றரசிகளும், சிவந்த முகத்தினரான மாலுமிகளும் மாணவர்களும் இந்த மேஜைகளைச் சுற்றிலும் அமர்ந்து, குடிப்பதும், உண்பதும், பாடுவதும், சிரிப்பதும், விவாதிப்பதும், காதல் புரிவதுமாகக் களியயர்ந்தனர். தளுக்கும் பிலுக்குமான அழகிய பூக்காரிகளும்-இவர்கள் விற்பது பூக்கள் மட்டுமல்ல வெண்ணுடுப்பு அணிந்த வெ-யிட்டர்களும், ஆரவாரம், இசையொலி, முகங்கள், பகட்டுடைகள் - ஆகியவற்றால் மயங்கிய மதியினராய், மேஜைகளுக்கிடையே வளையவந்தனர்.

லெனின்கிராடில் நெப் மன்னர்களென விளங்கிய க்யூன், மகீத், சிமனோவ், சால்மன், க்ராப்ட், ப்யோதரவ் போன்றவர்கள் எல்லோரும் மிகச் சிறந்த உணவுவிடுதிகளில் தான், அதாவது சதோவயா தெருவிலுள்ள “முதல் சொஸைடி”, ப்யோ தரவின் உணவுவிடுதியாகிய “அஸ்தோரியா”, அல்லது ”ஐரோப்பிய ஓட்ட”லின் மாடித் தோட்டம் ஆகிய இடங்களில் குடித்துக் களித்தனர். கோடைகாலத்தில் இவர்கள் விரும்பிச் சென்றது ஸெஸ்த்ரோரெத்ஸ்க் சுகாதார ஸ்தலத்திலிருந்த உணவுவிடுதி. அதன் விசாலமான வெளிமுற்றம் கடலை நோக்கியிருந்தது. அப்போது புது பாஷனா-யிருந்த ‘ஜாஸ்’ இசை அங்கே எப்போதும் முழங்கியது. இரவில் உத்யோஸவின் “சுதந்திரத் தியேட்ட”ரிலோ, சங்கீத மண்டபத்திலோ, “நகைச்சுவை நாடகமன்றத்”திலோ முதன்முறை நிகழ்ச்சிக்குச் சென்றுவிட்டு மோட்டார்களில் இந்த உணவுவிடுதிக்கு வருவது பணக்காரர்களுக்குப் பிரியமான பழக்கம். மேற்படி “நகைச்சுவை நாடக மன்றம்”, நகர்வாசிகள் எல்லோரும் விரும்பிய, மிகத் திறமைவாய்ந்த நடிகர்களான நா தேஷ்தின், க்ரானோவ்ஸ்காயா இருவருக்கும் சொந்தத் தொழில் முயற்சியாகக் குத்தகைக்கு விடப்பட்டிருந்தது...

இதமான ஒளி நிறைந்த குளுமையான வெளிமாடம். இருண்ட கரை-யிலே மடிந்து விழும் அலைகளின் மெல்லோசை. இந்தச் சூழ்நிலையில், அருமையான. உணவுப் பண்டங்கள் ஆடம்பரமாகப் பரிமாறிய மேஜைகளைச் சுற்றி அமர்ந்து, நெப் மன்னர்கள் கோடிக்கணக்கான ரூபிள் மதிப்புள்ள வியாபார ஒப்பந்தங்களை முடித்தார்கள், பேரம் பேசினார்கள், வியாபாரக் கூட்டுகள் அமைத்துக்கொண்டார்கள்,

உடன்பாடுகள் செய்து கொண்டார்கள்; இவற்றோடு, 1928ம் ஆண்டில் ஓரளவு கவலைக்கிடமானதாய் இருந்ததாகத் தாங்கள் கருதிய "பொது நிலைமை" பற்றியும் மிக நுணுக்கமாக விவாதித்தார்கள்.

தாற்காலிகமான நெப் ஏற்பாடு முடிவை நெருங்கிவிட்டது என்பதையும், இளமைப் பருவத்திலிருந்த போதிலும் அதற்குள்ளாகவே திண்மை பெற்றுவிட்ட அரசாங்கத் தொழில், கூட்டுறவுச் சங்கங்கள், வாணிபம் ஆகியவை தனியார் தொழில் முயற்சிகளை ஆக்கிரமிக்கத் தொடங்கிவிட்டன என்பதையும் இவர்களில் தீர்க்க திருஷ்டி வாய்ந்தவர்கள் புரிந்துகொள்ள ஆரம்பித்திருந்தனர்.

தங்கள் லாபங்கள் மீது விதிக்கப்பட்ட வரிகளைக் குறித்தே, நெப் காரர்களுக்கு முக்கியக் கவலை. லெனின்கிராட் மாவட்ட நிதி இலாகாவின் வரிவிதிப்பு அலுவலகத் தலைவர் செர்கேய் தேர்-அவனேசவ் என்பவரை அவர்கள் வாய் ஓயாது திட்டிவந்தனர். இவர் வரிவசூல் இன்ஸ்பெக்டர்களின் பொறுப்பதிகாரி. அணுக முடியாதவர்" எனப் பெயர் பெற்றவர்.

சாய உற்பத்தியாளனான க்யூன் என்பவனும், சாக்கலேட் உற்பத்தியாளனான க்ராப்ட் என்பவனும் ஏதோ மர்ம வழியில் தேர்-அவனேசவின் கிருபைக்குப் பாத்திரமாகிவிட்டார்கள் என்ற வதந்தி 1927ம் ஆண்டின் இறுதியில் பரவியதென்னவோ உண்மையே. எனினும் மற்ற "மன்னர்"களிடையே அவர்களது நண்பர்கள் இதுபற்றிக் கேட்டபோது க்யூனும் க்ராப்டும் அப்படி ஒன்றும் கிடையவே கிடையாது என்று ஒரே தீவிரமாகவும் மனப்பூர்வமாகவும் மறுக்கவே, அவர்கள் சொன்னதை மற்றவர்கள் முடிவில் நம்பிவிட்டார்கள்.

பின்பு, திடீரென்று 1928 ஆரம்பத்தில் அச்சந்தரும் நிகழ்ச்சிகள் தொடர்ந்து நடைபெற்றன: தேர்-அவனேசவ், டஜனுக்கு அதிகமான வரிவசூல் இன்ஸ்பெக்டர்கள், க்ராப்ட், சால்மன், மகீத், ப்யோதரவ் உட்பட்ட செல்வாக்குள்ள பல நெப் காரர்கள் ஆகியோரும் இன்னும் பலரும் ஒரே நாளில் கைது செய்யப்பட்டனர். நெப் காரர் கள்மீது விதிக்கப்பட்ட வரிகளைக் குறைப்பதற்காக அவர்களிடமிருந்து வரிவசூல் இன்ஸ்பெக்டர்கள் கைக்கூலி பெற்றுள்ளனர் என்ற வதந்தி உலாவியது. பெயர்பெற்ற க்யூன் கம்பி நீட்டி விட்டான். அவனுடைய சாயத் தொழிற்சாலை ஜப்தி செய்யப்பட்டது. பழங்காலத் தட்டுமுட்டுச் சாமான்கள் விற்பனைத் தலைவனாகிய யானாக்கி என்ற ஒதெஸ்ஸா கிரேக்கனும் க்யூன் தலைமறைந்த இரவிலேயே கண்காணாமல் ஓடி விட்டான். பழைய வரிவசூல் இன்ஸ்பெக்டர்களுக்குப் பதில் புதிய அதிகாரிகள் வந்தனர்; அவர்களை நெருங்குவதென்பது முடியாத காரியம் ஆயிற்று.

ருஷ்யச் சக்கரவர்த்தினியின் அன்பிற்குகந்த தோழியும் ரஸ்பூத்தினின் வைப்பாட்டியுமாயிருந்த வீருபோவா சீமாட்டியின் திடுக்கிடச் செய்யும் நாட்குறிப்புகள் தொடர்ச்சியாக வெளிவந்தமையால் "மாலைச் செஞ்செய்தித்தாள்" என்னும் தினப்பத்திரிகை அவ்வாண்டு மிகப் பெருந்தொகை விற்பனையாகி வந்தது. இந்தப் பத்திரிகையில் பெரிதும் மூடுமந்திரமானதும் கலவரமூட்டக் கூடியதுமான கட்டுரையொன்று வெளியாயிற்று. நெப்காரரர்கள் மீது விதிக்க வேண்டிய வரியைச் சட்டவிரோதமாகக் குறைத்த வரிவசூல் இன்ஸ்பெக்டர்களின் வழக்கு விரைவாகப் புலனாகி வருவதாகவும், இதில் தொடர்பு கொண்ட மேலும் பலர் அம்பலப்படுத்தப் பட்டிருப்பதாகவும் அக்கட்டுரையில் கண்டிருந்தது. ஸெஸ்த்ரோரெத்ஸ்க்கிற்கு இரவுப் பயணங்களும், "அஸ்தோரியா", "மாடித் தோட்டம்" போன்ற உணவுவிடுதிகளில் களியாட்டங்களும் நின்றுவிட்டன. பல தனியார் கடைகளும் சங்கங்களும் மூடப்படலாயின. வாடகை வண்டிகள் என்பதற்கான மஞ்சள் வளையக் குறிகளிட்ட குதிரை வண்டிகளும் மோட்டார்களும் சவாரிகள் கிடைப்பது அரிதாகிவிட்டபடியால் ஸ்டாண்டுகளில் சோம்பி நின்றன.

நெப்பின் 'அரண் வரிசைகள்' பல இடங்களில் சிதைக்கப் பட்டுவிட்டன என்பது துலக்கமாகத் தெரிந்தது.

லஞ்சம் கொடுத்த நெப்காரரர்கள், வாங்கிய வரிவசூல் இன்ஸ்பெக்டர்கள் ஆகியோர் பற்றிய இந்த முக்கியமான கூட்டுவழக்கு என்னிடம் ஒப்படைக்கப்பட்டது. டஜன் கணக்கான நிகழ்ச்சிக் குறிப்புகள், ஆயிரக்கணக்கான தஸ்தாவேஜுகள், நிபுணர் குழுக்களின் எண்ணற்ற கருத்துக்கள் ஆகியவை அடங்கிய வழக்கு விவரங்கள் பல தொகுதிகள் கொண்டவை. வேலை மிகக் கடுமையாயிருந்தது. பொது மக்கள் இவ்வழக்கில் மிகுந்த ஆர்வம் காட்டியபடியால் வழக்கிற்குப் பொறுப்புள்ள மாவட்டப் பிராக்யூரேட்டர் எங்களைக் கிட்டிபோட்டு நெருக்கிக் கொண்டிருந்தார்.

பொருளாதாரத் தொடர்புள்ள சர்க்கார் விவகாரங்கள் எனப்படும் வழக்குகளை ஆராயும் துப்பறிபவனுக்கு மனித வாழ்க்கையின் நாடக நிகழ்ச்சிகள், மனப் போராட்டங்கள், தீவிர உணர்ச்சிகள் ஆகியவற்றை அரிதாகவே எதிர்ப் பட நேர்கிறது என்னும் தவறான கருத்து விரிவாகப் பரவியிருக்கிறது. இது சரியே அல்ல. பொறாமை காரணமான கொலை, தற்கொலை, வலியக் கடத்தல் முதலிய குற்றங்களின் தன்மையே, காதல், பொறாமை, வர்மம், தந்திரம், ஏமாற்று, வலுவந்தம் ஆகியவை பற்றிய பிரச்சினைகளைத் துப்பறிபவன் முன்னே கொண்டு நிறுத்துகிறது. இத்தகைய வழக்குகளில் இந்தப் பிரச்சினைகள் யாவுமே தலைமையான முக்கியம் வாய்ந்தவை.

குற்றத்தின் **நோக்கங்களை**, அதாவது குற்றம் புரியும் எண்ணம் உண்டாவதற்கும், அதைப் புரிவதற்கும் தூண்டுகோலாயிருந்த காரணங்களையும் சூழ்நிலைகளையும் இவை விளக்கமாக எடுத்துக் காட்டுகின்றன. எனவே இவற்றைத் தெளிவாகத் தெரிந்துகொள்ளாமல் துப்பறிதலைப் பூர்த்தி செய்வது இயலாத காரியம்.

இலஞ்ச வழக்கில் இக்கேள்விகள் தோன்றுவதற்கு இடமில்லாமலே போகலாம். எனினும், கைக்கூலி கொடுக்கப்பட்டது, வாங்கப்பட்டது என்ற உண்மையை உறுதிப்படுத்திக் கொண்டபின், ஏன் அவ்வாறு நடந்தது என்று விளக்கிக் காட்டும் காரணத்தையும் நீதிமன்றம் தீர்மானிக்க வேண்டும். மற்றக் குற்ற வழக்குகளில் போலவே, இதிலும் இருதரப்பாரின் ஒப்புதல் வாக்குமூலங்கள் மட்டுமே போதுமானவையாகா. குற்றவாளியின் ஒப்புதல் வாக்குமூலத்தைத் 'தலையாய சான்று' எனக் கருதி அதை மட்டுமே நம்பியிருப்பது, சட்ட விஷயங்களிலும் உளவியல் விஷயங்களிலும் துப்பறிபவனுக்குப் போதிய அறிவில்லை என்பதையோ, அல்லது தனது கடமையைத் தக்கபடி நிறைவேற்ற விருப்பமோ, திறமையோ அவனுக் கில்லை என்பதையோ தான் காட்டுகிறது. வரி வசூல் இன்ஸ்பெக்டர்களையும் நெப்காரர்களையும் பற்றிய வழக்கில் அநேகமாக எல்லாப் பிரதிவாதிகளுமே ஒப்புதல் வாக்கு மூலங்கள் கொடுத்திருந்தார்கள். ஆயினும் இது சட்ட விரோதமான வரிக் குறைப்பு சம்பந்தப்பட்ட வழக்காகையால் அவர்களது வாக்குமூலங்களை தஸ்தாவேஜுகளுடனும் புள்ளிவிவரங்களுடனும் ஒப்பு நோக்குவது அவசியமாயிருந்தது.

ஆகவேதான், வழக்கின் பல தொகைப்பட்ட நிகழ்ச்சிகள் ஒவ்வொன்றிலும், சட்டவிரோதமான வரிக்குறைப்பு செய்யப்பட்டது என்ற உண்மையையும், ஒவ்வொரு லஞ்சம் காரணமாகவும் நிகழ்ந்த வரிக்குறைப்பு எவ்வளவு என்பதையும் துல்லியமாக நிலைநாட்டுவது எனது கடமை எனக் கருதினேன்.

இதோடுகூட, சமூக-உளவியல் முக்கியத்துவம் வாய்ந்தது என்று நான் கருதிய ஒரு பிரச்சினையும் எனது கவனத்தை ஈர்த்தது. நமது நிதி வருமானப் போர்முனையில் முக்கியமான பதவிகளில் அமர்த்தப்பட்டிருந்த பெருந்தொகையான மனிதர்கள்-இவர்களிடையே கம்யூனிஸ்டுகளும் இருந்தார்கள்-சிலர் கோட்பாட்டிலிருந்து வழுவியும், மற்றவர்கள் எதிரிகளின் கையாட்களாக வேலை செய்தும், தேசத்துரோகத்துக்கு ஒப்பான குற்றங்கள் புரிந்தது எவ்வாறு நிகழ்ந்திருக்க முடியும் என்பதே அப்பிரச்சினை. இதற்கு விடை காணும்பொருட்டு, வழக்கில் சம்பந்தப்பட்டிருந்த ஒவ்வொரு வரிவசூல் இன்ஸ்பெக்டரின் வாழ்க்கை வரலாற்றையும் தன்மைகளையும்

விவரமாக ஆராய்ந்தேன். படிப்படியாய், வழக்கின் இவ்வம்சம் தெளிவு பெறத் தொடங்கியது. பெரும்பாலும் குடி, ஒழுக்கத்தில் உறுதியின்மை, திடசித்தமும் கோட்பாடுகளும் இல்லாமல் போனதால் அவசியமாய் ஏற்பட்ட சீர்குலைவு, பேராசை, இலேசாகப் பணம் பெறுவதற்கு விருப்பம் ஆகியவையும், நெப்காரர்கள் அவர்களைத் தந்திரமாகச் சிக்க வைத்ததுமே அவர்களது செயல்களுக்குக் காரணமாயிருந்தன. ஆழ்ந்த நம்பிக்கை, திட்டமான கருத்துக்கள், தான் எந்த இலட்சியத்திற்குச் சேவை செய்து வந்தானோ, அந்த இலட்சியத்தில் விசுவாசம் ஆகியவை ஒருபொழுதும் இல்லாது போனமையால், ஒருவன் லஞ்சம் வாங்கும் நிலைக்குத் தாழ்ந்துவிட்டான். மற்றொருவன் குடிக்கத் தொடங்கி, பெருங்குடியனாகி, அபாயத்தை உணர்ந்துகொள்வதற்கு முன்பே, தனது கௌரவத்தையும், எதிர்காலத்தையும் குடியில் தொலைத்து விட்டான். எப்பொழுதும் நேர்மையுடன் இருந்து வந்த மூன்றாமவன், கெட்ட சகவாசத்தின் விளைவாக, தன்னைத் தந்திரமாக அணுகிய நெப்காரர்களின் பரிசுகளையும், சிறிய சலுகைகளையும் ஏற்பதில் தொடங்கி, தேர்ந்த கைக்கூலிக்காரனாக மாறி, "அட, யார் எக்கேடு கெட்டால் எனக்கென்ன?" என்ற உலகறிந்த கோட்பாட்டுக்கு ஒரேயடியாக ஆட்பட்டுவிட்டான். நான்காமவன், பேராசை பிடித்த மனைவிக்கு வசப்பட்டவன். "யாரைப் பார்த்தாலும் நன்றாக வாழ்கிறார்கள். நான் ஒருத்திதான் ஆக்கங்கெட்டவள், துன்பப்படவே பிறந்தேன். மென்மயிர்க் கோட்டுக்குக் கூட வக்குக் கிடையாது எனக்கு" என்று அவள் ஓயாமல் தொனதொனத்ததைக் கேட்டு, அவளைத் திருப்தி செய்வதற்காக, வரிசெலுத்த வேண்டிய ஒரு நபரிடமிருந்து மென்மயிர்க் கோட்டைப் பரிசாக வாங்கிக் கொடுத்தவன், அந்த சைத்தானின் கையில் வசமாக மாட்டிக்கொண்டுவிட்டான்.

இந்த வழக்கைச் சேர்ந்த ஒரு ருசிகரமான நிகழ்ச்சி என் நினைவிற்கு வருகிறது. பிளத்தோனவ் என்ற வரிவசூல் இன்ஸ்பெக்டருக்குத் தன் அழகிய இளம் மனைவிமேல் அபார மோகம். அவளோ, அது வேண்டும், இது வேண்டும் என்று நச்சரிக்கும் சுபாவமுள்ளவள். மிகுந்த சாமர்த்தியமும் தந்திரமும் வாய்ந்த கீர்ஸ் என்ற நெப்காரன் இதை ஜாடையாகத் தெரிந்துகொண்டு, ஸீல் தோல் கோட்டு ஒன்றைப் பரிசாக ஏற்குமாறு பிளத்தோனவை வற்புறுத்தி இணங்கச் செய்து விட்டான். அதன்பின் அவன் பிளத்தோனவின் பெயரால் மற்ற நெப்காரர்களிடம் லஞ்சம் வாங்குவதும், அதில் பெரும்பகுதியைத் தனக்கு வைத்துக்கொள்வதும், தான் சொன்னபடியெல்லாம் பிளத்தோனவ் நடக்குமாறு செய்வதுமாக அவனைப் பம்பரமாக ஆட்டி வைக்கத் தொடங்கினான். பிளத்தோனவ் பாவம், இளைஞன். நீலக்கண்கள், பொன்மயிர், பெருந்தன்மை ததும்பும் முகம். அவனது

மென்மையான திரண்ட உதடுகள், அவன் திடசித்தமற்றவன், உணர்ச்சி வசப்பட்டவன் என்பதைக் காட்டின. இந்த வாலிபன் கீர்ஸை எதிர்க்கப் பலமுறை முயன்றான். அவன் தன் கைக்குள் அடக்கம் என்பதை நன்கு அறிந்திருந்த கீர்ஸோ, புருவங்களைச் சற்றே உயர்த்தி அவனை அர்த்த புஷ்டியுடன் நோக்கி, "அருமை ஐயா, நீங்கள் எனக்குக் கடமைப்பட்டவர்கள் என்பதை மறக்கத் தொடங்கி விட்டீர்கள் போலிருக்கிறதே!" என்ற வாக்கியத்தை ரம்பத்தால் அராவுவது போன்ற குரலில் ஒவ்வொரு தடவையும் திருப்பிச் சொல்வான். அவன் இதைச் சொல்லுகிற அச்சுறுத்தும் தோரணை, அவன் உறுத்துப் பார்க்கும் பார்வை இவற்றால் பிளத்தோனவ் ஒரேயடியாகச் சுவண்டு போய் மன்னிப்புக் கேட்டுக்கொள்வான். நெஞ்சுக்குள் மட்டும் இந்தச் சைத்தானையும், தன் அழகிய மனைவியையும், தன்னை அடிமையாக்கிய நாசமாய்ப் போன ஸீல் தோல் கோட்டையும் சபிப்பான்.

முதலில் நல்லவர்களாயிருந்தும், திடசித்தமும் உறுதியும் இல்லாமையால், தீய, குற்ற இயல்பு கொண்ட பிறரது சித்தத்திற்கு முற்றிலும் ஆட்பட்டுவிட்டவர்களை அப்பொழுதும், துப்பறியும் அதிகாரியாக நான் பணியாற்றிய பிற்காலத்திலும் பல முறை காண நேர்ந்தது. பேசா விலங்குகள் போன்ற மடத்தனமான, இகழத்தக்க கீழ்ப்படிவின் காரணமாகவே இவர்கள் அடிமைப்பட்டனர் எனினும் இத்தகைய துர்ப்பாக்கியசாலிகளுக்காக நான் எப்போதுமே வருந்துவதுண்டு. திடசித்தமின்மை குற்றத்தின் சோதரி. இந்தக் கேடு விளைக்கும் உறவுமுறையை நான் எத்தனையோ தடவைகள் காண நேர்ந்தது.

3

பொறி

காதலும் திடசித்தமின்மையும் சேர்ந்து, முதலில் நேர்மை யாளனாயிருந்த மனிதனைக் கொடிய, அபாயகரமான குற்றவாளியாக மாற்றி, அதுவரை களங்கமற்றிருந்த அவனது வாழ்க்கையை எப்படிப் பாழடித்துவிட்டன என்பதற்கு ஒரு தெளிவான உதாரணம் இந்த வழக்கை ஆராய்கையில் எனக்குக் கிடைத்தது. இப்படிப் பாழான மனிதன் செர்கேய் தேர்-அவனேசவ்.

புரட்சி தொடங்கிய ஆரம்ப நாட்களிலிருந்தே அவன் லெனின்கிராட் மாவட்ட வரிவசூல் அலுவலகத்தில் வேலை செய்யலானான். பொருளாதாரத்தில் கற்றுத் தேர்ந்தவன், சந்தேகமின்றிப் பெரிய நிதியாதார நிபுணன், சிறந்த உழைப்பாளி. அவன் கட்சி உறுப்பினனாக இல்லாவிடினும், அக்காலத்தில் வழக்கமாகச் சொன்னது போல "சோவியத் அரசாங்கத்தை உறுதியாக ஆதரித்தவன்"

இளமை கடந்துவிட்டபின்பும் அவன் தனிக் கட்டையாகவே இருந்தான். முதலில் படிப்பும் அப்புறம் வேலை மும்முரமும் அவன் நேரத்தையெல்லாம் கவர்ந்துகொண்டன. கடைசியாக ஐம்பதாவது பிறந்த நாளன்றுதான், தன் வாழ்நாள் அநேகமாக முடிந்து விட்ட போதிலும், தான் குடும்பமோ, குழந்தை குட்டிகளோ, ஆழ்ந்த காதலோகூட இல்லாமலே காலந்தள்ளிவிட்டது அவன் மனத்தை உறுத்தியது.

தேர்-அவனேசவ் என்னிடம் கூறினான்:

"அன்றைய தினம் நான் நிலைக் கண்ணாடிக்கெதிரில் போய் நின்றுகொண்டு, மிகக் கவனமாக, மற்றவர்கள் பார்ப்பதுபோல, என்னை உற்றுப் பார்த்துக்கொண்டேன். வழுக்கை விழுந்த தலையும், ஊதிய கன்னங்களும், பருத்த தொப்பையும், சிறிய உடலுமாகக் காட்சியளித்த முதிய மனிதனை எனக்குப் பிடிக்கவே யில்லை. கண்ணாடிக்குள்ளிருந்து அவன் ஏக்கத்துடன் என்னை நோக்கிப் பின்வருமாறு பேசுவது போலிருந்தது: 'ஏய், தம்பீ, என்னை எக்கதிக்குக் கொண்டு வந்துவிட்டாய் பார்த்தாயா? நான் கிழவன். படுகிழவன். முதுமையில் நினைத்து மகிழ்வதற்குக் கூட என்னிடம் ஒன்றுமில்லையே! நிதியாதாரப் புத்தகப் புழுவே! வரவு செலவுத் திட்டத்தின் பத்திகள், விதிகள், உபரி வரிகள், வரி மதிப்பீடுகள், இவைகளைத் தவிர நீ வாழ்விலே எதையேனும் கண்டதுண்டா? கிழக் கழுதையே! தக்க பெண்ணொருத்தியுடன் உண்மையான

காதல் நீ எப்போதாவது கொண்டதுண்டா? அந்தக் காதலினால் உன் நெஞ்சம் துடித்ததுண்டா? தூக்கம் பிடிக்காமல் போனதுண்டா? பொறாமையால் வேதனையுற்று நீ வெதும்பியதுண்டா? வெள்ளை இரவுகளிலே, காதலி பராமுகமாயிருந்த போதெல்லாம் நம்பிக்கை-யிழந்து மறுகியும், அவள் முடிவாக ஆகட்டும்' என்று மொழிந்ததுமே பேருவகையில் மெய்மறந்தும் நேவா ஆற்றின் கரையில் நீ சுற்றி அலைந்ததுண்டா?...' இப்படியெல்லாம் அந்த மனிதன் என்னைக் கேட்பதுபோலத் தோன்றியது. மொத்தத்தில் அது துன்பகரமான பழங்கணக்குப் பார்வையீடும் துன்பகரமான முடிவுகளும் நிகழ்ந்த கரிநாள்..."

தேர்-அவனேசவ் பெருமூச்சு விட்டு ஒரு சிகரெட்டைப் பற்றவைத்து, யோசனையிலாழ்ந்தான். பந்தான்காக் கால்வாயைப் பார்த்தவாறிருந்த எனது அறையின் திறந்த ஜன்னல்களின் வழியே வெயிலொளி நிறைந்த மே நாளின் குதூகல ஒலி கேட்டது. தொலைவில் செழுமையும் பசுமையுமான "கோடைத் தோட்டத்"தில் விளையாடும் குழந்தைகளின் மகிழ்ச்சிக் குரல்கள் காற்றில் மிதந்து வந்தன.

"எனது வழக்கிற்கும் இதற்கும் உண்மையில் ஒரு தொடர்பும் இல்லை" என்று தேர்-அவனேசவ் திடுமெனக் கூறினான். "க்யூன், க்ராப்ட் ஆகியவர்களிடமிருந்து கைக்கூலி பெற்றுக்கொண்டு அவர்களின் வரிகளைக் குறைத்தேன் என்ற எனது குற்றத்தை ஒப்புக் கொண்டாய்விட்டது. மற்றதெல்லாம் வெறும் வார்த்தைப் பந்தல். சிறைக்குள் சிந்திப்பதற்கு ஏதாவது வேண்டுமல்லவா?"

"இதற்கு முன் நீங்கள் எப்போதாகிலும் லஞ்சம் வாங்கியதுண்டா?"

"ஒருபொழுதும் இல்லை என்று நான் ஆணையிடுகிறேன்! 1927ம் ஆண்டு இலையுதிர்காலம் வரை வெட்கப்படத்தக்க காரியம் எதுவும் நான் செய்ததில்லை. சத்தியமாகச் சொல்லுகிறேன்."

இதை அவன் ஒரே ஆவேசத்துடன் மனப்பூர்வமாகக் கூறியபடியால் நான் அதனை நம்பினேன். அத்துடன், நிதி இலாகாவில் தேர்-அவனேசவ், சேவை செய்துவந்த அத்தனை நீண்ட காலத்தில் ஒரு தவறுதலான காரியமேனும் செய்தான் என்பதற்கு எவ்விதமான அறிகுறியுமில்லை. அதற்கு மாறாக, தனது உத்தியோக சம்பந்தமான கடமைகளில் அவனது போக்கு அப்பழுக்கற்றதாயிருந்தது. இதை எல்லோரும் அறிந்திருந்தார்கள்.

தேர்ந்த படிப்பாளியும், முன்னர் நேர்மையுடனிருந்தவனும், முதிர்ந்த பக்குவம் பெற்றவனுமான இந்த மனிதனை, இத்தனை வருஷங்களாக அவன் உறுதியுடன் பின்பற்றிவந்த பாதையிலிருந்து பிறழச் செய்தது எதுவாயிருக்கக் கூடும்?

அவன் ஒருவன் தான் இக்கேள்விக்கு விடையளிக்க வல்லவன்; ஆனால் அவன் அதைச் செய்ய விரும்பவில்லை என்பது நன்கு தெரிந்தது. பல தடவைகளில், வழக்கு பற்றிய கேள்விகள் கேட்டு முடிந்ததும், இந்த விஷயத்திற்குப் பேச்சைத் திருப்பும் பொருட்டுத் தூண்டித் துளைத்துப் பார்த்தேன். வழக்கு பற்றிய குறிப்புகளில் பதிந்து கொள்வதற்காக நான் இதைக் கேட்கவில்லை என்றும் சொல்லிப் பார்த்தேன். அவனோ, வருத்தம் தோன்றச் சிரித்து மழுப்புவானே தவிர, பதிலே சொல்ல மாட்டான்.

இதற்கிடையில் வழக்கு விசாரணை முடிவிற்கு வந்து கொண்டிருந்தது. பிரதிவாதிகளின் மனைவிமார் வாரம் ஒரு முறை அவர்களை வந்து பார்க்க அனுமதிக்கப் பட்டிருந்தனர். வியாழக்கிழமை தோறும் இவர்கள் அனுமதிச் சீட்டிற்காக என்னிடம் வருவார்கள். அவர்களில் தேர்-அவனேசவ் மனைவியும் ஒருத்தி. அவள் கவர்ச்சி மிகுந்த இளநங்கை. பெரிய பசுநிறக் கண்கள்; அழகான, மேல் எடுப்பாகவுள்ள மூக்கு. சபல சித்தத்தைக் காட்டும் குமிழ் இதழ்கள். மற்றவர்களின் மனைவி மார்களைப் போலவே அவளும் தனது கணவனின் உடல் நலனைப் பற்றி அக்கறையுடன் விசாரித்து விட்டு, அனுமதிச் சீட்டைப் பெற்றதும், தலையசைத்துக் கொண்டு மறைந்து விடுவாள். எப்பொழுதும் அவள் ஏறக்குறையத் தன் வயதுள்ள நாசூக்கான ஓர் அழகிய இளைஞனோடு வருவாள். அவன் நடைபாதையில் நின்றுகொண்டு அவளுக்காகக் காத்திருப்பான். ஒவ்வொரு தடவையும் இருவரும் சேர்ந்தே போவார்கள். ஓரிரண்டு தடவைகள் நான் ஜன்னல் வழியே பார்த்தபொழுது அவர்கள் கைகோத்துக்கொண்டு பந்தான்காக் கால்வாயின் கரையோரமாக நடந்து செல்வதைக் கவனித்தேன். அவன் அவளுக்கு ஏதோ வேடிக்கையாகச் சொல்லிக் கொண்டு போனான், அவள் சிரித்தாள். வழக்கமாக அவள், தின்பண்டங்கள் அடங்கிய துணி சுற்றிய சிப்பம் ஒன்று கொண்டுவந்து, தன்னுடைய கணவனிடம் அதைச் சேர்க்கும்படி காவற்காரனிடம் கொடுத்து விட்டுச் செல்வாள். அந்தச் சிப்பங்களின் மீதுள்ள கையெழுத்து நீலப் பென்சிலால், நம்பிக்கையும் அவர்கள் உறுதியும் தோன்ற ஒரு தொழில் வல்லவன் எழுதிய எழுத்து போலவே இருக்கும்; இதை நான் எப்பொழுதும் கவனித்தேன்.

ஒரு நாள் அவள் ஒரு சிப்பத்தை எடுத்துக் கொண்டு என் அறைக்குள் நுழைந்தாள்; அப்பொழுது, "இந்தச் சிப்பங்களின் மீது இத்தனை அழகாக எழுதுவது யார்?" என்று அவளிடம் கேட்டேன்.

"எங்கள் நண்பன் ஒருவன்" என்று முகம் சிவக்கச் சொன்னாள்.

"வழக்கமாக உங்களுடன் வருகிறானே, அவன் தானா?"

“ஆம்“ என்று வேண்டா வெறுப்பாக விடை தந்தாள்.

அதற்குமேல் அவளிடம் நான் கேட்கவில்லை; இது வழக்கோடு சம்பந்தப்பட்டதல்லவே. இருந்தாலும் தன்னைவிட இருபத்தைந்து வயது இளையவளான பெண்ணைக் கலியாணம் செய்து கொண்டதற்கு, தேர் - அவனேசவ் அபரிமிதமான தண்டம் செலுத்திவருகிறான் என்று எனக்குள் எண்ணிக் கொண்டேன். எல்லாம் நேராயிருந்தாலே இந்த நிலைமை கவலைக்கிடமானது. போதாக்குறைக்கு இந்தப் பெண்ணின் கணவன் வேறு சிறையிலிருந்தான். அவனுக்குக் குறைந்தது பத்து வருடங்களாவது சிறை முகாமில் முகாமில் இருக்கும்படி தண்டனை கிடைக்கும் என்பதும் அவளுக்குத் தெரியும். இதனால் நிலைமை இன்னும் மோசமாகிவிட்டது.

குற்ற வழக்குகளில் பிரதிவாதிகளின் மனைவியர் தங்கள் கணவர்களிடம் விசுவாசமாயிருப்பது அரிதே என்பதை, துப்பறிபவனாய் இருக்கையில் நான் துரதிர்ஷ்டவசமாக அடிக்கடி காண நேர்ந்தது. விசாரணை ஆரம்ப நிலையில் இருக்கும்போதே கூடச் சில சமயங்களில் இந்த யுவதிகள் “ஆபத்துக் காலத்திற்கான இறங்குமிடம்” ஏதாவது தென்படாதா என்று கவலையுடன் தேடத் தொடங்கி விடுவதுண்டு. இத்தகைய பெண்களில் ஒருத்தி, என்னிடம் அப்பட்டமாக, நெஞ்சீரமின்றி இப்படியே சொன்னாள்.

மனைவியின் பொருட்டாக ஸீல் தோல் கோட்டுக்கு ஆசைப்பட்டு அதன் விளைவாகத் துர்க்கதி அடைந்த பிளத்தோனவின் அதே மனைவி, எடுப்பான தோற்றமும், திரண்ட மார்பும், பழுப்புக் கேசமும் வாய்ந்தவள். எப்போதும் வாசனைப் பொருள்கள் உபயோகிப்பாள். ஒயிலாக முடியலங்காரம் செய்துகொள்வாள். தளுக்கும் குலுக்குமாகப் பழகுவாள். வாராவாரம் சிறைச்சாலையில் கைதிகளை வெளியார் கண்டு பேசுவதற்கான நாட்களில் சேர்ந்தாற்போல இரண்டு தடவை அவள் வராமற்போகவே, பிளத்தோனவ் ஒரே பதைபதைப்புடன் எனக்குக் குறிப்பெழுதி அனுப்பினான். அதன்மேல் நான் அவளை அழைத்து அவள் ஏன் இரண்டு தடவையாகக் கணவனைச் சென்று பார்க்கவோ அவனுக்கு ஏதேனும் அனுப்பவோ இல்லை என்று கேட்டேன்.

“என்னைப் பற்றியும் நான் யோசித்துக் கொள்ள வேண்டும் என்பது அவருக்குத் தெரியாதா? என்னவானாலும் ஒரு ஜெயில் புள்ளியின் மனைவியாக இருந்து கொண்டு, வாழ்க்கை பாழாய்ப் போய்விட்டதே என்று நான் அழுது கொண்டிருக்கப் போவதில்லை. நான் ஒன்றும் சின்னப் பெண் அல்ல. ஏற்கனவே எனக்கு வயது இருபத்து எட்டு ஆகிவிட்டது. தக்க இடத்தில் வாழ்க்கைப் படுவது லேசான காரியமல்ல.

நல்ல வேளையாக எனக்குக் குழந்தை குட்டிகள் இல்லை. அவை வேறு இருந்துவிட்டால், மறு மணம் ஆனாற்போலத் தான்."

எனக்குப் பொங்கிக்கொண்டு வந்தது.

"ஆமாம், புருஷன் விஷயமாக உங்களுக்குப் பொறுப்பு உண்டு என்று நீங்கள் நினைக்கவில்லையா? பார்க்கப் போனால் அவர் சிறையிலிருக்க நேர்ந்ததற்கு உங்கள் குற்றமும் தானே காரணம்? இல்லையா?" என்று கேட்டேன்.

"என்னுடைய குற்றமாவது ஒன்றாவது! அந்தப் பேச்சை விடுங்கள். அவன் ஒரு மக்கு, சாமர்த்தியம் போதாது. பொறுப்பு என்பதெல்லாம் சரிதான். ஆனால் எதற்கும் ஓர் எல்லை உண்டல்லவா? எனது இளமை, அழகு, முதற்காதல் எல்லாவற்றையும் அவனுக்குக் கொடுத்தேன். ஆகவே எனது வாழ்க்கையை இனிமையாக்க வேண்டியது அவன் கடமை. அதற்கு அவனால் கையாலாகவில்லை என்றால் அது அவனுடைய போதாதகாலம்..."

மணம் புரிந்து கொள்வது வாழ்க்கையில் "மேலே செல்வதற்கான படி" என்றும், தங்கள் "இளமை, அழகு, முதற்காதல்" இவற்றிற்கு விலையாகத் தங்களுக்கு வசதியான வாழ்க்கை ஏற்படுத்தித் தருவது கணவன்மாரின் கடமை என்றும் கருதும் ஒரு குறித்த வகையைச் சேர்ந்த பெண்களின் முடிவாகத் தீர்ந்துபோன 'தத்துவம்' இந்த யுவதி வாயிலாக மீண்டும் எனக்கு எதிர்ப்படுகிறது எனப் புரிந்துகொண்டேன். தங்கள் கணவன்மார்களும் இளமையையும் பெரும்பாலும் முதற்காதலையும் தங்களுக்கு அளித்துள்ளார்கள் என்பது இப்பெண்களுக்கு ஏன் தான் ஒருபொழுதும் புலப்படாமற் போகிறதோ, எனக்கு இன்றளவும் புரியவில்லை. ஒரு சாராரின் 'முதலீட்டை' மட்டும் தம்பட்ட மடிப்பானேன், மற்றொரு சாராரினுடையதைக் குறிப்பிடாமலே விட்டுவிடுவானேன்? இல்லை, கேட்கிறேன்?

சிறையிலிருப்பவர்களின் அழகிய இளம் மனைவிகளை ஆட்டுக் கிடையில் ஓநாய்கள் பாய்வது போலப் பாய்ந்து கவ்விக்கொள்ளும் சில மனித விலங்குகள், அபூர்வமாகவே என்றாலும், இருக்கத்தான் செய்கிறார்கள் என்பதை இங்கே குறிப்பிடுவது நியாயமாகும். சிறைப்பட்டவனின் மனைவி தனது கஷ்டதசை காரணமாக எளிதில் மசிந்துவிடுவாள் என்பது இவர்களின் நினைப்பு. இத்தகைய கயவன், அம்மாதிரிப் பெண்கள் மேல் பிரமாதப் பரிவு காட்டுவது போலவும், அவர்களது அழகைப் பாராட்டுவது போலவும் நடிப்பான். இவ்வகையான பரிவும் பாராட்டும் எப்போதும் பெண்களுக்கு அவசியம். இக்கட்டிலிருக்கும் போதோ, கேட்கவே வேண்டாம். ஆகவே, முடிவில் கயவனின் காரியம் கைகூடிவிடும். அந்தப் பெண்

வேலை பார்த்தாலோ, பணம் கிணம் சேர்த்து வைத்திருந்தாலோ, இந்த ஒட்டுண்ணி காதலின்பம் பெறுவதுடன் நின்றுவிடுவதில்லை.

சிறையில் கணவனைக் கண்டு பேசுவதற்கு அனுமதிச்சீட்டு பெறும்பொருட்டு தேர்-அவனே சவின் மனைவி என்னிடம் வந்தபோது, அவளுடன் இருந்த, பொன்மயிரும், வெளிறிய கண்களும் கொண்ட நாசூக்கான இளைஞன் இம்மாதிரி ஒட்டுண்ணிதான். நான் அவனை ஆரம்ப முதலே கவனித்து வந்தேன். எனினும், இந்தக் குடும்பத்தின் வாழ்வில் அவன் புரிந்த லீலை என்ன என்பது, விசாரணை முடிந்து விட்டதென்று தேர் - அவனேசவுக்கு அறிவிக்கப்பட்ட அன்றுதான் எனக்கு தெரியவந்தது. வழக்கின் தஸ்தாவேஜு களைப் படித்துத் தெரிந்து கொண்டுவிட்டதாகவும், மேற்கொண்டு அறிவிப்பதற்குத் தன்னிடம் எதுவும் இல்லையென்றும் எழுதியிருந்த காகிதத்தில் கையெழுத்திட்டபின்பு தேர்-அவனேசவ் திடீரெனச் சொன்னான்:

“எனது வாழ்க்கை, கருத்துக்கள், நம்பிக்கைகள் ஆகியவை எல்லாம் சிறந்தவையாயிருந்துங்கூட, நான் ஏன் லஞ்சம் வாங்கும் நிலைக்கு வந்துவிட்டேன் என்று பல தடவைகள் என்னைக் கேட்டிருக்கிறீர்கள். ஒவ்வொரு தடவையும் பதில் தராது, தட்டிக்கழித்தே வந்திருக்கிறேன். நாம் இருவரும் இங்கு சேர்ந்து உட்கார்ந்து இருப்பது இதுவே கடைசி முறையாகும். அடுத்தாற்போல வழக்கு விசாரணை. அது எத்தகையதோ? மரணத் தண்டனையாகவே முடியலாம். விடை பெற்றுக் கொள்ளுமுன்பு, நீங்கள் என்னிடம் காட்டிய பரிவுக்காக உங்களுக்கு நன்றி கூற விரும்புகிறேன். உண்மையாய்ச் சொல்லுகிறேன், என் நிலைமையில் இருப்பவனுக்குத் தான் இதன் அருமை நன்கு புலப்படுகிறது. அதோடு கூட, தேர்-அவ னேசவ் குற்றவாளியானது எப்படி என்பதை விளக்கவும் விரும்புகிறேன். சொல்லட்டுமா?”

“நிச்சயமாய், இதை அறிய எனக்கு வெகு நாட்களாகவே விருப்பம்.”

“அப்படியானால் கேளுங்கள். இப்பொழுது, குற்ற விசாரணை முடிந்து விட்டபடியால் நான் சொல்வது இனிமேல் வழக்கு பற்றிய குறிப்புகளில் பதிவாகாது, அது அதற்குரியதும் அல்ல. ஆகவே, எல்லாவற்றையும் உங்களிடம் சொல்வதற்குத் தீர்மானித்திருக்கிறேன்...”

“எனது ஐம்பதாவது பிறந்த நாள் பற்றி ஒரு தடவை உங்களிடம் சொல்லத் தொடங்கினேனே நினைவிருக்கிறதா? இந்தப் பிறந்த நாளுக்கு ஆறு மாதங்கள் பின்பு மாஸ்கோவிற்கு ஓர் அவசர அறிக்கை அனுப்பும் பொருட்டுக் காரியாலயத்தில் வெகு நேரம்வரை தங்க நேர்ந்தது. அப்போது மே மாத் முடிவு. வெள்ளை இரவுகள் லெனின்கிராடில் ஆரம்பமாகும் காலம். இந்த ரவுகளைப் பற்றி மிகப் பலர் ஏன் தான் பரவச உணர்ச்சி அடைகிறார்களோ, எனக்கு ஒரு பொழுதும்

புரியவேயில்லை. இரவும் பகலும் சேர்ந்த இந்த இரண்டுங்கெட்டான் கலப்பு, மக்களின் தூக்கத்துக்குக் கேடாக இரவெல்லாம் நகரத்தில் படர்ந்திருக்கும் இந்தப் போலி அந்திமங்கல், வெளிறிச் சோகை பிடித்த கதிரவன், வெளிறிய உதய நேரத்தில் மெல்ல மெல்ல மேலே எழுவது, இவையெல்லாம் எனக்குக் கட்டோடு பிடிக்காது, என் வேலைக்கும் குந்தகம் விளைக்கும். இந்த வெள்ளை இரவுகளில் ஆரோக்கியத்தைக் கெடுப்பதும் தீங்கிழைப்பதுமான ஏதோ தன்மை இருக்கிறது என்று விஞ்ஞானிகள் என்றாவது கண்டறிவார்கள் என்று நான் உறுதியாகக் கூறுகிறேன். ஆகவே என் துயர்களெல்லாம் ஒரு வெள்ளை இரவில் தான் தொடங்கின என்பதில் அதிசயமில்லை. நான் சொன்னது போல, அன்று அவசர அறிக்கை தயாரித்து அனுப்ப வேண்டியதிருந்தது. எனது காரியாலய 'டைபிஸ்டு'கள் எல்லோரும் ஏற்கனவே வீடு சென்றுவிட்டனர். ஆகவே, 'ட்யூட்டி'ரூமிலிருந்த 'டைபிஸ்டை' அழைத்து வரச்சொன்னேன். சில நிமிடங்களில் அழகு உருவான இளநங்கை ஒருத்தி உள்ளே நுழைந்தாள். வேலையாள் அவளுடைய 'டைப் ரைட்டரை'க் கொண்டு வந்து வைத்தான். நான் சொல்லிக்கொண்டே வர, அவள் 'டைப்' அடிக்கத் தொடங்கினாள்..."

சிகரெட் பற்றவைத்துக் கொள்வதற்காகத் தேர்-அவனேசவ் கதையை நிறுத்திக்கொண்டான். குச்சிமேல் குச்சியாகக் கிழித்துக்கொண்டே போனான். அவனது கைகள் நடுங்கியதால் ஒவ்வொரு தடவையும் சிகரெட் பற்றுவதற்கு முன் தீ அணைந்து விட்டது. அவன் பதற்றமடைந்திருந்தான், என்னிடமிருந்து அதை மறைக்க முயல்கிறான் என்பதும் நன்கு தெரிந்தது. ஆகவேதான், அவன் பற்ற வைக்கத் திணறுவது சகஜமே என்பது போல நடித்தவனாய் நான் வாளாவிருந்தேன்.

"தீக்குச்சிகள் நமத்துப் போயிருக்கும்" என்று முடிவில் சொல்லி, "இதோ, என்னுடைய பெட்டியிலிருந்து, பார்க்கிறீர்களா?" எனக் கேட்டேன்.

ஒரு குச்சியைக் கிழித்து அவன் சிகரெட்டைப் பற்றவைத்தேன். பல தடவை புகையை ஆழ இழுத்துவிட்டான். பிறகு, சட்டென என்னைப் பார்த்துச் சொல்லலானான்:

"சுருங்கச் சொன்னால், இரண்டு மாதங்களுக்குப் பிறகு அப்பெண்ணை மணந்து கொண்டேன். நான் மிகவும் சந்தோஷமாக இருந்தேன். ஆனால் தலைக்கு மேல் வேலை. இரவில் வெகு நேரங்கழித்தே வீட்டிற்கு வருவேன். என் மனைவி கொட்டுக் கொட்டென்று தனியாயிருப்பாள். இவ்விஷயத்தில் பெரிய அதிகாரியின் மனைவியின் பாடு பரிதாபத்திற்குரியதே. உண்மையாகச் சொல்கிறேன், இந்த இரவு வேலை, முடிவற்ற ஆலோசனைக் கூட்டங்கள்,

காரியாலயத் தலைவர்களுக்கு இரவு நேரத்தில் அழைப்புகள், இவைகளெல்லாம் எவன் மூளையில் உதித்தனவோ, எதற்காகவோ, எனக்குப் புரியவேயில்லை. நிற்க, கால்யா, தனிமையில் ஏங்கலானாள். ஒரே களைப்பும் சோர்வுமாக நான் நேரங்கழித்து வீடு திரும்பி, ஏதாவது தின்றதாகப் பெயர் பண்ணிவிட்டு, அடித்துப்போட்டது போலப் படுக்கையில் விழுந்து உறங்கிவிடுவேன். ஒரு தடவை, இந்த வாழ்க்கை தனக்குப் புளித்துதுப் போய்விட்டதென்று அவள் வெடுக்கெனச் சொல்லிவிடவே, அவளுடன் நீண்ட நேரம் பேசிக் கொண்டிருந்தபின், சில நண்பர்களை அறிமுகம் செய்துகொண்டு அவர்களுடன் தியேட்டர்களுக்குப் போய்வாயேன் என்று யோசனை கூறினேன். வேறு வழியில்லாமல் போயிற்று. ஆயிற்றா. ஒரு நாள் இளைஞன் ஒருவனை எனக்கு அறிமுகம் செய்து வைத்து, சிநேகிதியின் வீட்டில் அவனைச் சந்தித்ததாகச் சொன்னாள். அவன் ஒரு சித்திரக்காரன். ரொம்பத் தேர்ச்சி பெற்றவன் அல்ல என்பது வெளிப்படை. ஏனெனில் அவன் லெனின்கிராட் விளம்பர ஆபீஸ் ஒன்றில் வேலை செய்தான். அங்கே அவன் சொந்தமாகப் படம் வரைந்தது கொஞ்சமே. கணக்குகளையும் ஆபீஸிற்கு வரும் ஆர்டர்களையும் கவனித்தது தான் அவன் அதிகமாகச் செய்துவந்த வேலை. அவனைப் பார்த்தால், தனது வாழ்க்கையில் மிகவும் திருப்தி கொண்டவன் போலவே தெரிந்தது. ஆயிற்றா. சீக்கிரமே அவன் எங்கள் வீட்டிற்கு நாள்தோறும் தவறாது வரத் தொடங்கினான். நான் காரியாலயத்திலிருந்து திரும்பி வரும்பொழுதெல்லாம் கியோர்கிய்- அது தான் அவன் பெயர்- வீட்டிலிருப்பதைக் கண்டேன். அவன் இங்கிதம் தெரிந்தவன். அடக்க ஒடுக்கமாயிருப்பான், ஆனால் அது குமட்டலெடுக்கும் பவ்வியம். அவனுடைய மதர்த்த விழிகள் வெளிறிய நீலம். மூக்கு முன் துருத்தியிருக்கும், எப்போதும் எதையோ மோப்பம் பிடிப்பது போல. நெஞ்சறியச் சொல்லுகிறேன், அகராதிப் பேச்சும், அலி போன்ற மினுக்கும், கெட்டழிந்தவன் என்பதைக் காட்டும் சொத்தைப் பற்களும் கொண்ட அந்த டம்பாச்சாரியைக் கண்டாலே எனக்குப் பற்றிக்கொண்டு வரும். எப்போது பார்த்தாலும் அடிமைத்தனமாகக் குழைவான். தான் பணி புரிவதாகக் கூறிக்கொள்ளும் 'புனிதக் கலை'யைப் பற்றிப் போலி உற்சாகத்துடன் பிரமாதமாக அளப்பான். இந்தப் பேர்வழி வேசித்தனமான நடத்தையுள்ள தூர்த்தன் என்பதை நான் கண்டுகொண்டேன். ஆனால் எத்தனையோ காரணங்களை முன்னிட்டு எதையும் என் மனைவியிடம் சொல்லவில்லை. அவள் எனக்குத் துரோகம் இழைப்பாள் என்று நான் நினைக்க வில்லையே, நினைக்கவே இல்லையே!"

இவ்வாறு தேர்-அவனேசவ் நெடுநேரம் வரை தன் கதையைச் சொல்லிக்கொண்டு போனான். கதையைக் கேட்டு நான் அதிர்ச்சி அடைந்து விட்டேன். மனிதன் எவ்வளவு இழிசெயலில் இறங்க முடியும் என்பதை அதிசயிக்கும் வகையில் காட்டியது அக்கதை. ஆயினும், தேர்- அவனேசவைச் சிக்க வைப்பதற்காக நெப்காரர்கள் தந்திரமாக அமைத்த பொறி அதில் அடங்கியிருப்பதை நான் அப்போது தெரிந்துகொள்ளவில்லை. தேர்-அவனே சவுக்கும் இது தெரியாது. அவன் அறிந்தவை எல்லாம் என்னிடம் சொன்ன விவரங்கள் மட்டுமே.

தேர்-அவனேசவின் மனைவி கியோர்கியுடன் அளவளாவ ஆரம்பித்ததற்கு ஆறு மாதங்களுக்குப்பின் ஒருநாள் அவன் கண்ணீரும் கம்பலையுமாக அவளிடம் வந்தானாம். தான் விளாதிமிர் கிளப்பில் சீட்டாடி, சர்க்கார் பணம் பதினாயிரம் ரூபிள்களைப் பறி கொடுத்துவிட்டதாகவும், தன்னால் "இந்த அவமானத்தைத் தாங்க முடியாது" என்றும், தான் தற்கொலை செய்துகொள்ளத் தீர்மானித்து விட்டதாகவும், "கடைசியாக விடை பெற்றுப் போகவே" வந்ததாகவும் ஓலமிட்டு அவல நாடகம் நடித்தானாம்.

அன்றிரவு, நேரம் கழித்து, தேர்-அவனே சவ் வேலையிலிருந்து வீட்டிற்கு வந்ததும் தம் மனைவி துயரமே வடிவாய் விம்மி அழுது கொண்டிருப்பதைக் கண்டானாம். அவளைத் தேற்றுவதற்கு வெகு நேரம் ஆயிற்றாம். கடைசியில், தான் கியோர்கியைக் காதலிப்பதாகவும் அவனுக்கு நேர்ந்திருக்கும் துன்பத்தைத் தன்னால் தாங்க முடியாது எனவும் அவள் கூறினாளாம். தன் மனைவி தனக்குத் துரோகஞ் செய்துவிட்டாள் என்பதும், காதலனைக் காப்பாற்றாவிட்டால் தற்கொலை செய்துகொள்ளப் போவதாக அவள் அச்சுறுத்தியதும் ஆக இரண்டு அதிர்ச்சிகள் ஏககாலத்தில் தேர் - அவனே சவைத் தாக்கவே அவன் நிலை குலைந்துபோனானாம்.

"அந்தப் பயங்கரமான இரவில், தற்கொலை செய்துகொள்வேன் என்று கால்யா அச்சுறுத்தியது, அவள் துரோகம் செய்துவிட்டாள் என்பதை அறிந்ததால் எனக்கு ஏற்பட்ட அதிர்ச்சியின் உக்கிரத்தைத் தணித்துவிட்டது என இப்போது புரிகிறது. அவள் துரோகம் இழைத்த செய்தி மட்டுமே தெரிந்திருந்தால் எனக்கு அதிகக் கடுமையான அதிர்ச்சி உண்டாயிருக்கும். இது விந்தையாகத் தோன்றினாலும் உண்மையே. கியோர்கியை நான் காப்பாற்றாவிடில் தனது உயிரை மாய்த்துக்கொள்ளப் போவதாக அவள் திண்ணமாக மொழிந்ததுமே தான் இந்தப் பெண் எனக்கு அளப்பரிய அருமை வாய்ந்தவள் என்பதைத் தெரிந்துகொண்டேன்."

இவ்வாறு கூறிய தேர்-அவனேசவ், எழுந்து அறையில் சிறிது நேரம் நடந்துவிட்டு நான் உட் கார்ந்திருந்த மேஜையருகே திரும்பி வந்து தொடர்ந்து கூறினான்:

"கியோர்கியைத் தான் நெஞ்சாரக் காதலிப்பதாகவும், அவனின்றித் தன்னால் உயிர்வாழ முடியாதென்றும், அவனை எப்படியாவது காப்பாற்றும் படியும் துயரம் பொங்க, தேம்பித் தேம்பி அழுதுகொண்டே அவள் கெஞ்சிப் புலம்பவே, எனக்கு மனம் இளகிவிட்டது. எப்படியாவது அந்தத் தொகையைத் திரட்டித் தருவதாக முடிவில் வாக்களித்துவிட்டேன். ஆனால் எங்கிருந்து பணத்தைப் புரட்டுவது என்றுதான் விளங்கவில்லை. கால்யா விரும்பியது எதையும் வேண்டாம் என்று மறுக்க எனக்கு மனம் வருவதில்லையாகையால் எங்களுக்குச் செலவு அபாரம். எனவே, நான் சேமித்து வைத்திருந்த சொற்பத் தொகையும் மின்னல் வேகத்தில் கரைந்து போயிற்று. காரியாலயத்- திலிருந்து அதிகமாய்ப் போனால் ஒரு மாதச் சம்பளம் முன்பணமாகப் பெறலாம், அவ்வளவு தான். பதினாயிரம் ரூபிள்கள் கடன் தரக்கூடிய நண்பன் எவனும் எனக்குக் கிடையாது. அடுத்த நாள் காரியாலயம் சென்ற பின்பும் இந்தப் பாழாய்ப் போன பணத்தை எப்படித் திரட்டுவது என்று நான் மண்டையை உடைத்துக் கொண்டிருந்தேன். அந்தச் சமயம் பார்த்து வந்து சேர்ந்தான் லெனின்கிராடிலுள்ள பெரும் பணக்கார நெப்காரர்களில் ஒருவனான வர்ணத் தயாரிப்பாளன் க்யூன். தன்மீது அதிக வரி விதிக் கப்பட்டுவிட்டதாகப் புகார் செய்வதற்காக வந்த இந்த சைத்தான், நான் கவலையோடிருப்பதைச் சட்டெனக் கண்டுகொண்டான். எல்லா நெப்காரர்களையும் போலவே இவனுக்கும் என்னைப் பல வருஷங்களாகத் தெரியும். ஏன் ஏதோ மாதிரி இருக்கிறீர்கள் என்று பரிவோடு விசாரித்தான். களைப்பா- யிருப்பதாகச் சொன்னேன். வழக்கத்துக்கு மாறாக எனக்கு ஏதோ நேர்ந்திருக்கிறதென்று அவன் புரிந்து கொண்டான். அப்பொழுது தான், என் வாழ்க்கையில் முதன்முதலாக ஒரு பயங்கரமான எண்ணம் உதித்தது. கேட்டவுடனேயே, வற்புறுத்தல் எதுவுமின்றியே, பத்தாயிரம் ரூபிளையும் மகிழ்ச்சியுடன் கொடுக்கக் கூடியவன் இதோ இருக்கிறான்; இந்தக் கொடுக்கல்- வாங்கல் ரகசியமாயிருக்க வேண்டுமென்பதில் எனக்கு எவ்வளவு அக்கறையோ அவ்வளவே அக்கறை இவனுக்கும் இருக்குமாதலால், இவ்வுலகத்தில் எங்கள் இருவரைத் தவிர வேறு யாரும் ஒருபொழுதும் அதைத் தெரிந்துகொள்ள முடியாது என்று எண்ணினேன். எனக்கானால் இப்படிப் புத்தி தடுமாறுகிறது, அந்த நாசமாய்ப் போகிற ஜெர்மானியனோ-க்யூன் பால்டிக் ஜெர்மானியன் வெளியேறுகிற வழியாய்க் காணோம். நான் ஏதோ இக்கட்டில் சிக்கிக் கொண்டிருப்பதையும், அதைத் தனக்குச் சாதகமாக உபயோகித்துக்

கொள்ள முடியுமென்பதையும் அவன் புரிந்து கொண்டு விட்டான் போலிருக்கிறது.

“நான் உங்களைப் போல் இரு மடங்கு வயதானவன். இருந்த போதிலும் ஸீனியர் துப்பறிவாளர் என்ற முறையில் நாள்தோறும் குற்றவாளிகளை விசாரித்து வருவதால் உங்களுக்கு என்னைக் காட்டிலும் அதிக அனுபவம் உண்டு. ஆகவே தான் கேட்கிறேன், ஒருவனது ஆன்மா பிணம் ஆகிவிட்டதென்பது இந்தக் கழுகுகளுக்கு எப்படி மூக்கில் வேர்த்துவிடுகிறது? ஆம், பிணம், ஏனெனில் அன்றைய தினம் எனது ஆன்மா உண்மையிலேயே பிணமாகிவிட்டது! ‘லஞ்சம் வாங்காத தேர் - அவனே சவ்’ என்று என்னைப் பற்றிக் க்யூன்,க்ராப்ட், சிமனோவ், சால்மன் வகையறாக்கள் சொல்வது வழக்கம். அப்பேர்ப்பட்டவன் ‘கை நீட்டத் தயாராகிவிட்டான்’ என்று, புலனுக்கெட்டாத எந்த நுண்ணிய குறிகளால் இவர்கள் மோப்பங் கண்டுகொண்டார்கள்? சொல்லுங்களேன்! நான் க்யூனிடம் கேட்க வேண்டிய அவசியமேற் படவேயில்லை. அவனாகவே பணத்தை எனக்குக் கொடுக்க முன்வந்தான். வெட்கத்தாலும், அவமானத்தாலும், இழிவுணர்ச்சியாலும் உள்ளமெல்லாம் வெதும்ப, நேவ்ஸ்கிய் தெரு வேசிமகளைப் போல நான் என்னையே அவனுக்கு விலைகூறிவிட்டேன்.

“நடு இரவு வாக்கில் வீடு திரும்பி, மனைவியிடம் பணத்தைக் கொடுத்ததுமே அவள் ஆனந்த மிகுதியால் கண்ணீர் பெருக என்னைக் கட்டியணைத்துக்கொண்டு, இந்த உதவியை ஒருபொழுதும் மறக்க மாட்டேன் என்றாள். பிறகு நிச்சயமற்ற நிலைமையைச் சகிக்க முடியாமல் கியோர்கிய் என்ன செய்துவிடுவானோ என்று கவலையடைந்தவளாய், உடைமாற்றிக் கொண்டு, பணமும் கையுமாக அவனிடம் சென்றாள். சத்தியமாகச் சொல்லுகிறேன், என் வாழ்க்கை-யிலேயே மிகப் பயங்கரமான இரவு அது -சிறையில் நான் கழித்த முதல் இரவைக்காட்டிலும் பயங்கரமானது!

“செலவைச் சுருக்கிக்கொண்டும், அதிகப்படி வேலை செய்தும், உடைமைகளை விற்றும், இயன்ற எல்லா வகையாலும் முயன்று க்யூனுக்குப் பணத்தை எப்படியாவது திருப்பிக் கொடுத்து விடுவது என்று சபதம் செய்துகொண்டேன் என்பது உண்மையே. ஆயினும், அவன் மீது விதித்திருந்த வரிகளைக் குறைக்கத்தான் வேண்டியிருந்தது.

“சரியாக ஒரு மாதம் சென்றபின், மீண்டும் என் மனைவி கதறி அழுது துடிப்பதைக் கண்டேன். இழந்த பணத்தை மீட்கும்பொருட்டு கியோர்கிய் மறுபடி சீட்டாடி, மேற்கொண்டு பதினையாயிரம் ரூபிள்களைத் தொலைத்துவிட்டானாம். தற்கொலை செய்து கொள்ளப் போவதாகச் சொன்னானாம். அவள் அவனை வேண்டாமென்று

கெஞ்சிக் கேட்டுக்கொண்டாளாம். 'அந்தத் தொகையை நீ கொண்டுவந்து கொடுத்தால்தான் ஆச்சு. இல்லாமல் கியோர்கிய் இறந்து போனானோ, நானும் நே வாவில் மூழ்கி உயிரைப் போக்கிக்கொள்வேன்' என்று என் மனைவி கூச்சலிட்டாள். 'கொடுக்கிறேன்' என்று மறுபடியும் வாக்களித்தேன்.

"நானே க்யூனை போன் செய்து வரவழைத்தேன். அவன் உடனே வந்து சேர்ந்தான், இன்னும் பதினையாயிரம் கடன் கொடுக்க முடியுமா என மென்று விழுங்கிக் கொண்டு கேட்டேன். அவன் என்னை ஒரே வியப்புடன் நோக்கினான். 'முந்திய கணக்கு முடிந்துவிட்டதாகத்' தான் கருதுவதாயும், ஆனபோதிலும் என் மீதுள்ள மரியாதை காரணமாக உதவிசெய்யத் தயாராயிருப்பதாயும் கூறினான். நான் மிக மகிழ்ச்சி கொண்டேன். இந்தத் தொகையை எனக்குக் கொடுக்கும்படி அவன் தனது நண்பனான சாக்கலேட் தயாரிப்பாளன் க்ராப்ட்டிடம் கேட்டுக்கொள்ளப் போகிறான் என்பது பின்புதான் தெரியவந்தது. ஒரு மணி நேரத்தில் அவன் க்ராப்ட்டுடன் திரும்பி வந்து ஆட்டை விற்பது போல என்னை அவனுக்கு விற்று விட்டான். இம்முறையும் என் மனைவி என்னை முத்தமிட்டாள், இந்த உதவியை என்றும் மறக்க மாட்டேன் என்று ஆணையிட்டாள். மறுபடியும் பணத்துடன் தனது அருமை கியோர்கியிடம் பறந்து சென்றாள். மறுநாட்காலையில் தான் அவள் அமைதியும், இன்பமும், மகிழ்ச்சியும் ததும்பத் திரும்பிவந்தாள்."

தேர்-அவனேசவ் பேசுவதை நிறுத்தி, இன்னொரு சிகரெட்டைப் பற்றவைத்தான். பந்தான் காக் கரைகளில் தெரு விளக்குகள் எல்லாம் எரியத் தொடங்கின. நதியில் படகுவலித்துச் சென்ற இளைஞர்களின் சிரிப்பும் கொம்மாளமும் கேட்டன. மார்ஸ் பீல்டில் முழங்கிய வாத்தியக் கோஷ்டியின் இசையொலியும் கேட்டது.

அவனைச் சிறைச்சாலைக்கு இட்டுச் செல்வதற்கு ஒரு காவலாளியை டெலிபோன் மூலம் வரவழைத்தேன்.

பிரியும் பொழுது, மெதுவாக அவன் என்னிடம் சொன்னான்:

"கடைசியாக ஒரு வேண்டுகோள்: என் மனைவி எனக்குச் சிறு சிப்பங்கள் அனுப்புவதை அனுமதிக்காதீர்கள். அந்தச் 'சித்திரக்' கையெழுத்து இலகும் சிப்பம் எனக்குக் கிடைக்கும் போதெல்லாம் நான் வெறி கொள்கிறேன். அது எனக்கு எவ்வளவு வெறுப்பையும், துன்பத்தையும் அளிக்கும் என்பதை அந்தக் கயவாளிப் பயல் புரிந்து கொள்ளாமலா இருக்கிறான்? இதுதான் எனது ஒரே வேண்டுகோள்."

தேர்-அவனேசவ் என்னிடம் கூறிய செய்திக்குப்பின்னர், தப்பியோடிவிட்ட க்யூனைக் கண்டு பிடிக்க வேண்டும் என்ற என்

எண்ணம் முன்னிலும் வலுத்தது. க்யூனுக்கு இரண்டு குடும்பங்கள் உண்டு என்பது எனக்குத் தெரியும்: ஒன்று அவனுடைய வயது சென்ற மனைவி-அவளோடு உறவைக் கத்தரித்துக் கொள்ள அவன் விரும்பவில்லை; இரண்டாவது மனைவி- உண்மையில் வைப்பாட்டி கருங்கூந்தல் அழகியான யுவதி மரீயா ப்யோத ரவ்னா. இவள் அரண்மனைக் கரைப் பகுதியில், ஆடம்பரமான வீடொன்றில் வசித்து வந்தாள் என்று தெரியவந்தது. க்யூன் திடீரென்று மறைந்துவிட்ட போதிலும், இவளுக்குப் பணத்தட்டே ஏற்பட வில்லை. முன்போலவே எதிலும் குறை வைக்காமல் தாராளமாகவே செலவு செய்துகொண்டு வாழ்ந்து வந்தாள் மரீயா ப்யோதரவ்னா. வேலை தேடவும் அவள் முயற்சி செய்யவில்லை, ஆகவே க்யூனுடன் தொடர்பு கொண்டிருந்தாள் என்பது புலப்பட்டது.

எனது அலுவலகத்திற்கு அவளை அழைத்தேன். க்யூன் எங்கே எங்கே இருக்கக் இருக்கக் கூடும் என்பது பற்றித் “தனக்கு எதுவும் தெரியாது” என்றும், அவனிடமிருந்து தனக்குக் கடிதங்கள் வருவதில்லையென்றும், இவ்விஷயத்தில் தான் எவ்விதத்திலும் உதவி செய்வதற்கில்லை என்றும் அவள் அமைதியுடன் அழுந்தச் சாதித்துது விட்டாள். மாநிறமும், கரிய விழிகளுமாக ஒயிலுடன் இலகிய இந்த யுவதி மிகக் கமுக்கமான பேர்வழி. இவளிடமிருந்து ஒரு தகவலும் கிடைக்காது என்பது துலக்கமாகப்பட்டது. அவளுடன் பேசும் போது, மற்றொரு பிரதிவாதியின் மனைவி அவளுக்குச் சிநேகிதி என்பதையும், அவளும் யுவதிதான் என்றாலும் கவர்ச்சியில் மரீயா ப்யோதரவ்னாவுக்கு ஒப்பாக மாட்டாள் என்பதையும் தெரிந்து கொண்டேன்.

இன்னும் நான் இளமைவாய்ந்த துப்பறியும் அதிகாரி தான், எனினும் இந்த மாதிரியான இரண்டு பெண்கள் சிநேகிதிகளாய் இருந்து, அவர்களில் ஒருத்தி மற்றவளை விட அழகிற் குறைந்தவளாய் இருந்தால், அநேகமாய் அப்பெண் அழகாயிருப்பவளைத் தன் மனதில் உள்ளூற வெறுத்து அவளிடம் கடுமையாகப் பொறாமைப்படுவாள் என்பதை நான் அறிந்திருந்தேன்.நான் லெனின்கிராடிற்கு மாற்றப்படும் முன்னால் நிகழ்ந்த ஒரு சம்பவம் என் நினைவிற்கு வந்தது. என்னுடைய வழக்குகள் ஒன்றில் ஒரு முதியவளைக் கேள்வி கேட்க வேண்டியதிருந்தது. அவள் நாகரிகமிகுந்த ஸ்தலேஷ்னிகவ் சந்தில், பல வருடங்களாகத் தொப்பிக்கடை வைத்திருந்தவள். இன்ன பெண்ணுக்கும் இன்ன பெண்ணுக்கும் உள்ள நட்பு எப்படிப்பட்டது என்று நான் விசாரணையின்போது கேட்டேன். அதற்கு அவள் எகத்தாளமாக நகைத்து, என்னை ஆச்சரியத்துடன் பார்த்தாள், சிகரெட் புகையை இழுத்து விட்டாள், பின்பு சொன்னாள்:

“தோழர் இன்ஸ்பெக்டர், நானும் முப்பதாண்டுகளாகத் தொப்பிகள் விற்றுக் கொண்டு வருகிறேன். தோழி இல்லாமல் ஒரு பெண்ணாவது தொப்பி வாங்க வந்ததும் இல்லை, ஒரு தோழியாவது சரியான யோசனை சொன்னதும் இல்லை. பெண்களுக்குள் சிநேகத்தைப் பற்றி நான் சொல்வதற்குள்ளது இவ்வளவுதான்.”

வழக்கு விசாரணை நடத்துகையில் பெண்களுக்குள் சிநேகம் எனப்படுவது எனக்கு எதிர்ப்பட்டபோது, தொப்பிக்காரக் கிழவியின் திருஷ்டாந்தம் அதற்குப் பொருந்துவதை நான் பல முறை காண நேர்ந்தது. ஆனால் இதோடு இன்னொரு விஷயத்தையும் சேர்த்துச் சொல்ல வேண்டியது நியாயமாகும். அதாவது நான் துப்பறிபவன் ஆனபடியால் பெரும்பாலும் என் கவனத்துக்கு வந்தவர்கள் ஒரு குறிப்பிட்ட வகுப்பினரான பெண்களே. அவர்களுடைய வாழ்க்கை அனுபவமும், அதன் காரணமாக அவர்களது மனப்போக்கும் தனித்த வகையானவை.

மரீயா ப்யோதரவ்னா, அவளுடைய சிநேகிதி, இருவரும் இந்த வகையைச் சேர்ந்தவர்கள் தாம். அதனால் தான் அந்தச் சிநேகிதி சிறைச் சாலையில் கணவனைக் காண அனுமதிச்சீட்டு வாங்க வழக்கம் போல் வியாழக்கிழமை என்னிடம் வந்த பொழுது, நான் பேச்சோடு பேச்சாக மரீயா ப்யோ தரவ்னாவைப் பற்றிக் கேட்டேன். அவள் என்னை ஒரு முறை சட்டெனப் பார்த்தாள். கணப்போது அவள் கண்களில் சந்தேகம் நிழலாடியது. பின் காதோடு காதாய் என்னிடம் சொல்லத் தொடங்கினாள்:

“அவளுக்கென்ன, மகாராஜி! தேனும் பாலுமாகக் கொழிக்கிறாள். க்யூனை வீட்டிற்கே அழைத்து வைத்துக் கொண்டிருக்கிறாள் என்றால் துணிச்சலுக்குக் கேட்பானேன்! இன்றைக்கு அவளே என்னிடம் சொன்னாள்: ‘இப்போது எங்கள் வீட்டில் புதுமண இன்பம் பொங்குகிறது’ என்று.”

அரைமணி நேரத்தில், ஒரு சோதனை வாரண்ட் எடுத்துக்கொண்டு மரீயா ப்யோதரவ்னா வசித்துவந்த மாளிகைக்கு வண்டியில் சென்றேன். மாவட்ட நீதி மன்றக் காவற்காரத் தலைவனும் அவனது உதவியாளனும் என்கூட வந்தனர். பின் புறத்தில் வெளியேறும் வழியொன்றும் இல்லை யென்பதை உறுதிப்படுத்திக்கொண்டு, முன்வாயில் மின்சார மணியை அழுத்தினோம். நீண்ட நேரம் கழிந்தது. கடைசியில் கனத்த கதவின் பின்புறத் தேயிருந்து இலேசான காலடிச் சத்தம் கேட்டது. அழகிய ‘ஏப்ரன்’ அணிந்த ஓர் இளம் பணிப் பெண் எங்களை உள்ளே அனுமதித்தாள். எஜமானி வீட்டில் இருக்கிறாளா என்ற கேள்விக்கு ‘ஆம்’ என்று பதிலளித்தாள். அதே சமயம் வீட்டிலிருக்கும் போது போட்டுக் கொள்ளும் ‘கவுன்’ அணிந்து, மரீயா ப்யோதரவ்னா முன்னறையுள் நுழைந்தாள். அவளிடம் வாரண்டைக் கொடுத்து, “தண்டனைக்குப் பயந்து ஒளிந்து திரியும் நிக்கலாய் க்யூன் என்பவனது

இருப்பிடத்தைக் கண்டுபிடிப்பதற்காகவே" இந்தச் சோதனை என்பதை அவளுக்கு விளக்கினேன். நான் சொல்லியதை அமைதியுடன் கேட்டுவிட்டு, அவள் புன்னகை பூத்தாள்.

"அப்படியா? தயவுசெய்து உள்ளே வாருங்கள். எனது வீட்டை நீங்கள் தாராளமாய்ப் பார்த் துக்கொள்ளலாம். உங்களுக்குத் தான் வெட்டி வேலை. க்யூன் இங்கே இல்லை, அவன் எங்கே இருக்கிறான் என்பதும் எனக்குத் தெரியாது. இன்ஸ்பெக்டரே, நீங்கள் வீணாகப் பெண்களைச் சந்தேகிக்கிறீர்கள்" என்றாள்.

அது நவநாகரிகமான வீடு. ஏழு அறைகள். விலையுயர்ந்த வீட்டுச் சாமான்கள். அந்தக் காலத்தில் பெரும்பாலான நெப்காரர்களின் வீடுகளில் விலையுயர்ந்த ஆடம்பரப் பொருள்கள் அழகோ அந்தமோ இல்லாமல் காமா சோமா வென்று நிறைந்திருக்கும். மரீயா ப்யோதரவ்னாவின் வீட்டில் அப்படியில்லை. சாமான்களெல்லாம் மிகுந்த கவனத்துடன் பாங்காக வைக்கப்பட்டிருந்தன. அறை அறையாகச் சோதனையிட்டோம். எங்கும் க்யூனைக் காணோம். மரீயா ப்யோ தரவ்னாவின் சிநேகிதி என்னிடம் பொய் சொல்லிவிட்டாள் என்று நினைக்கத் தொடங்கிவிட்டேன். முடிவில் கடைசி அறையாகிய படுக்கை அறைக்கு வந்து சேர்ந்தோம். அதில் வெண்கல வேலைப்பாட்டுடன் சிறந்த கரேலியன் பெர்ச் மரத்தால் இயன்ற, தாழ்வான அகன்ற மஞ்சம் இருந்தது. மஞ்சத்தின்மேல் விரிப்பு எதனாலோ அகற்றப்பட்டிருந்தது. இரண்டு தலையணைகளும் சவுங்கி யிருந்தன. மஞ்சத்தின் அருகிலிருந்த சிறு மேஜைமேல் ஆண்கள் உபயோகிக்கும் பைக்கடிகாரம் ஒன்று அலட்சியமாக 'டிக், டிக்' என்று அடித்துக் கொண்டிருந்தது. மரீயா ப்யோதரவ்னாவின் கையைப் பார்த்தேன். அவளுடைய கடிகாரம் அவள் கையிலேயே கட்டியிருந்தது. சாம்பல் தட்டு ஒன்றில் எரிந்த பல சிகரெட் துண்டுகள் கிடந்தன. அவற்றின் அடிப்பகுதி சவைபட்டிருந்தது. இவ்வாறு சிகரெட்டின் அடிப்பகுதியைச் சவைப்பது ஆண்களுக்கே வழக்கம்.

நான் நோட்டமிடுவதைக் கண்டுகொண்ட மரீயா ப்யோதரவ்னா, சிகரெட் துண்டுகள் இருப்பதற்குக் காரணங் கற்பிக்கும் பொருட்டு, அக்காலத்தில் பிரசித்தமாயிருந்த 'ஸாப்போ' மார்க் பாக்கெட்டிலிருந்து ஒரு சிகரெட்டைச் சட்டென உருவிப் புகைக்கலானாள். இந்த மௌனச் சாட்சியத்துக்கு மறுப்பு சொல்வதென்று தீர்மானித்த நான், அவள் புகைத்து முடிக்கும் வரை காத்திருந்து, அப்புறம் அந்த சிகரெட் துண்டைக் கொடுக்கும்படி கேட்டேன். வியப்பே வடிவாக அதை என்னிடம் நீட்டினாள். நான் எதிர்பார்த்த படியே, அந்தத் துண்டில் சவைபட்ட தடமே இல்லை. அவளுக்கு இதைக் காட்டிவிட்டு, அதே

கையோடு, ஆடவன் புகைத்த சிகரெட் துண்டு ஒன்றைச் சாம்பல் தட்டிலிருந்து எடுத்தேன்.

"பார்த்தீர்களா, மரீயா ப்யோதரவ்னா, இந்த சிகரெட்டுகள் நீங்கள் குடித்தவை அல்ல, க்யூன் குடித்தவை. அத்துடன்கூட இந்தப் பைக் கடிகாரமும் அவனுடையதுதான் என்று எண்ணுகிறேன். ஏனென்றால் அது இந்த அழகிய படுக்கை யறைக்குக் கொஞ்சங்கூட இசையவில்லை. இந்த சிகரெட் துண்டுகளைப் பார்த்தால் அவன் இங்கு ஒரு மணி நேரத்திற்கு முன்புதான் இவைகளைப் பிடித்திருக்க வேண்டுமென்றும் எனக்குப் புலப்படுகிறது. அதனால்தான் கேட்கிறேன், எங்கே அவன், க்யூன்?" என்றேன்.

அடக்க முடியாத எரிச்சலுடன் அவள் பேசினாள்:

"இன்னும் ஒரு முறை சொல்லுகிறேன். க்யூன் எங்கே இருக்கிறார் என்பது எனக்குத் தெரியாது. எத்தனையோ நாட்களாக நான் அவரைப் பார்க்கவே இல்லை. உங்களுடைய சந்தேகங்களுக்கு எந்தவிதமான ஆதாரமும் கிடையாது. சிகரெட் துண்டுகள் சவையுண்டிருப்பதாக நீங்கள் சொல்லுவதைப் பொறுத்தவரையில், நான் கோனன் டாயிலின் துப்பறியும் நாவல்கள் படித்து வெகு காலமாகிவிட்டபடியால் உங்களது அனுமான முறை அப்படித்தானே இதற்குப் பெயர்? - சரியா தவறா என்று என்னால் சொல்ல முடியாது."

இவ்வாறு கூறிவிட்டு அவள் நெருப்புமிழப் புன்னகை புரிந்தாள். நாங்கள் சோதனையைத் தொடர்ந்து நடத்தினோம். உடை அலமாரியில் க்யூனுடைய 'ஸூட்' தொங்கிக் கொண்டிருந்தது. அதன் பைகள் ஒன்றில் மாஸ்கோ-லெனின்கிராட் எக்ஸ்பிரஸ் டிக்கெட் ஒன்றிருந்தது. அதில் பதிந்திருந்த தேதி இரண்டு தினங்களுக்கு முன்புதான் அவன் மாஸ்கோவிலிருந்து வந்திருக்கிறான் என்பதைக் காட்டியது. டிக்கெட்டை அவளிடம் காட்டி இதுவும் அனுமான முறையைச் சேர்ந்தது தானோ என்று கேட்டேன்.

"இந்த 'ஸூட்'டும் டிக்கெட்டும் க்யூனைச் சேர்ந்தவை அல்ல எனது இன்னொரு நண்பனுடையவை. நான் அவனுடைய பெயரைச் சொல்ல வேண்டிய கட்டாயம் எதுவும் இல்லை; ஏனெனில் அது எனது சொந்த வாழ்க்கையைப் பற்றியது. நீங்கள் என்ன வேண்டுமானாலும் நினைத்துக் கொள்ளுங்கள்!" என்றாள்.

மேலும் சோதனை நடத்தி, ஓர் ஆடவனின் மழைக்கோட், தொப்பி, பூட்ஸுகள் இவைகளைக் கண்டுபிடித்தோம். அவையும் தனது மர்ம நண்பனுடையவையே என்று மரீயா ப்யோதரவ்னா சாதித்தாள்.

நாங்கள் சமையலறைக்கு வந்ததும், ஒரு பக்கச் சுவர் முழுவதையும் மறைத்துக் கொண்டிருந்த ஒரு பெரிய வெண்ணிற அலமாரியை நான்

கவனித்தேன்: அதன் பின்னால் இருப்பது என்ன வென்று மரீயா ப்யோதரவ்னாவைக் கேட்டேன்.

“வெறுஞ் சுவர்தான்” என்று சொல்லிவிட்டுச் சோதனைக்குச் சாட்சியாக உடனிருந்த வாயிற் காப்போனைக் கடைக்கண்ணால் பார்த்தாள். வெள்ளை ‘ஏப்ரன்’ அணிந்திருந்த வாயிற்காப்போன் வயதுசென்ற, தடித்த மனிதன். இந்தப் பேச்சு காதில் விழவேயில்லை போல அவன் ஒரு பக்கமாய் ஒதுங்கினான். என்னோடு வந்தவர்களை அலமாரியை நகர்த்தும்படி கேட்டுக்கொண்டேன். அதற்குப்பின்னே ஒரு கதவு இருந்தது. அதைத் திறந்து ஓர் இருண்ட சாமான் அறையைக் கண்டோம். மரீயா ப்யோதரவ்னா உதட்டைக் கடித்துக் கொண்டாள். பழைய கைநாற்காலிகள், உடைந்த நாற்காலிகள், பெட்டிகள் எல்லாம் உயரமாய்க் குவிந்து கிடந்த அச்சாமான் அறைக்குள் நுழைந்தேன். அறை காலியாய்த் தோன்றியது. ஆனால் ஓர் அலமாரியின் அருகே சென்றதும், யாரோ ஆழ்ந்து மூச்சு வாங்குவது கேட்டது. கதவைத் தட்டினேன்.

“க்யூன் அவர்களே, தயை செய்து எழுந்தருள வேண்டும்” என்றேன்.

“இதோ” என்று உள்ளே ஒளிந்து கொண்டிருந்த பேர்வழி கனத்த குரலில் பதிலளித்து விட்டு உடனே வெளியே வந்தான். உயரமும் பருமனுமான உடல். சிவந்த கன்னங்கள். வழுக்கைத்தலை. சிறிய தாடி. சாட்சாத் க்யூனே தான்.

“என்னிடம் வா, முத்தந் தருகிறேன், என்னிடம் வா, முத்தந் தருகிறேன் என்று ஓயாமல் சொல்லிக் கொண்டிருந்தாயே. பார்த்தாயா நீ முத்தம் கொஞ்சிய அழகை!” என்று மரீயா ப்யோதரவ்னாவிடம் சொல்லிவிட்டு அவன் என்னைப் பார்த்து, “நீங்கள் தான் என்னைத் தேடிக் கொண்டிருந்த ஸீனியர் ?” துப்பறிவாளரா என்று கேட்டவன் அதிசயத்தோடு, சற்றும் பதற்றப்படாமல் என்னை நோக்கினான். அட.... எவ்வளவு பால்யம்! எனக்குப் பொறாமையாயிருக்கிறது. கடவுளாணை, பொறாமையா-யிருக்கிறது. ‘தப்பியோடிய கோழி ‘சூப்’ பானையில் விழுந்தது போல’ என்று ருஷ்யப் பழமொழி சொல்வார்களே, அப்படியே ஆகிவிட்டது என் பாடு. ‘பெண்ணின் யோசனையைக் காது கொடுத்துக் கேட்டுவிட்டு அதற்கு நேர்மாறாக நட’ என்ற அராபிய மூதுரையும் இந்த இடத்திற்கு அப்படியே பொருந்தும். ஐயோ, அராபியர்களின் அறிவுரைப்படி செய்யாததால் தண்டனை கைம்மேல் கிடைத்துவிட்டது. அதுமட்டுமா? யனாக்கி விஷயம் தெரிந்தவன், எவ்வளவோ முட்டிக் கொண்டான், லெனின்கிராட் போகாதே போகாதே என்று. அவன் பேச்சையாவது கேட்டுத் தொலைத்தேனா? அந்தக் கிழட்டு நரிக்கு ஏதேனும் யட்சிணி வந்து சொன்னாளோ என்னவோ? ‘நிக்கலாய், குற்றம் நடந்த இடத்திற்குப் போவானேன்? அங்கே என்ன வைத்திருக்கிறது உங்களுக்கு? இந்த மாதிரிச்

செய்து உளையில் மாட்டிக் கொண்டவர்கள் அனந்தம் பேராயிற்றே!' என்று இப்படியே சொன்னான்..."

"அப்படியானால் யனாக்கி மாஸ்கோவில் தான் இருக்கிறானா?" என்று கேட்டேன்.

"இரண்டு நாட்களுக்குமுன் அங்கே தான் இருந்தான். இன்று எங்கிருக்கிறானோ, தெரியாது. அவனை மட்டும் நீங்கள் பிடிக்க முடியாது. பிடித்தால் காதை அறுத்துக் கீழே வைக்கிறேன்!"

க்யூன் உடை மாற்றிக்கொண்டான். மரீயா ப்யோதரவ்னா மலங்க மலங்க விழித்தவளாய் அவனோடு ஒட்டிக்கொண்டாள். அவளிடம் விடை பெறுகையில் க்யூன் முகத்தில் முறுவல் படர்ந்தது.

"போனால் போகிறது, மாஷா, என் கண்ணே, ஒன்றும் வருத்தப்படாதே. நீ என்னை முத்தமிட்டு விட்டாயே, அது ஒன்றிற்காகவே நான் எதற்கும் துணியலாமே! மிக அதிகமாகப் போனால், எனக்கு ஐந்து வருஷத் தண்டனை கிடைக்கும். நான் லஞ்சம் கொடுத்தவனே தவிர வாங்கியவன் அல்லவே அல்ல. போய் வருகிறேன்" என்றான்.

க்யூன் கெட்டிக்காரன். தன் நிலைமையை நன்றாக அறிந்திருந்தான். நகைச் சுவையை அவன் விடவேயில்லை. நாங்கள் அலுவலகத்தில் வசதியாய் அமர்ந்தவுடன், தேர்-அவனேசவிற்குத் தான் லஞ்சம் கொடுத்ததையும் க்ராப்டை லஞ்சம் கொடுக்கச் செய்ததையும் பற்றி ஒன்றுவிடாமல் விவரித்தான்.

"லஞ்சம் வாங்காத தேர்-அவனேசவைக் கைக்குள் போட்டுக் கொள்வதற்குப் பதின் மூன்றாயிரம் செலவாயிற்று. பதின்மூன்று ஆக்கங்கெட்ட எண் என்பது அப்பொழுது எனக்குப் புலப்பட வில்லை, போதாத காலம்..."

"இருங்கள். பதின்மூன்றாயிரமா, அது எப்படி?" என்று வினவினேன்.

"தேர்-அவனேசவுக்குப் பதினாயிரம் தரகனுக்கு மூவாயிரம். அவனை என்ன சொல்லி அழைப்பது என்று எனக்குத் தெரியவில்லை."

"தேர்-அவனேசவ் மனைவியின் காதலனைத் தானே குறிப்பிடுகின்றீர்கள்?"

"ஆமாம், அந்தப் பயல் கியோர்கியைத்தான். எனக்காகக் காத்துக் கொண்டிருந்த நேரத்தை நீங்கள் வீண்போக்கவில்லை யென்று தெரிகிறது. அவன் ஐந்தாயிரம் கேட்டான். முடிவில் மூவாயிரத்துக்குப் பேரம் திகைந்தது."

தேர் -அவனேசவை அணுகுவதற்குச் சரியான வழி கிடைக்கும் என்ற நம்பிக்கையே தனக்கு அற்றுப் போகும் தறுவாயில்,

தேர்-அவனேசவின் மனைவிக்கு ஒரு காதலன் இருப்பது தெரியவந்த தாகக் க்யூன் விளக்கினான். "Cherchez la femme"* என்று பிரெஞ்சுக்காரர்கள் சொல்வார்கள். இப்பொழுது அவனை அணுகும் வழியைக் கண்டுபிடிக்க வாய்ப்பு கிடைத்துவிட்டது என்று கண்டு கொண்டேன். ஒரு வாரத்திற்குப்பின் இந்த ஸ்திரீலோலனை அறிமுகம் செய்துகொண்டேன். அவன் ஒரு ரோமியோவோ, ஹாம்லெட்டோ அல்ல, மிகச் சாதாரணமான கயவாளி, தூர்த்தன், எந்த இழிசெயலுக்கும் தயாராகவுள்ளவன் என்பதையும் தெரிந்துகொண்டேன். இருவரும் சேர்ந்து, பெருந்தொகையான சர்க்கார் பணத்தைச் சூதாடி இழப்பது, தற்கொலை செய்துகொள்ளப் போவதாகப் பாசாங்கு செய்வது என்பன போன்ற நாடகக் காட்சிகளையெல்லாம் ஒரு நாள் மாலை முழுதும் ஆலோசித்து முறைப்படுத்திக்கொண்டோம். இவ்வாறான நிலைமை நேர்ந்தபின் தேர்- அவனேசவின் மனைவி தனது கணவனுடைய கோட்பாடுகளையெல்லாம் குலைத்துவிடுவாள் என்பதில் எனக்கு சந்தேகமே ஏற்படவில்லை. இந்த நாடகம் நடந்த மறுநாளே தேர் அவனேசவைப் பார்க்கச் சென்றேன். தோழர் துப்பறிவாளரே, அவன் இருந்த பயங்கர நிலைமையைக் கண்டதும், ஏன் இந்தச் சூழ்ச்சி செய்தேன் என்று கூட வருத்தப் பட்டேன். ஆனால் வேறு வழி- யில்லையே! பிரெஞ்சுக் காரர்கள் சொல்வது போல, 'C'est la vie', இது தான் வாழ்க்கை."

அவனுடைய வாக்குமூலத்தை விவரமாக எழுதிக்கொண்டேன். தேர்-அவனேசவ் வாழ்க்கையைப் பாழ்படுத்தியதில் இவ்வளவு கேவலமான பங்கெடுத்துக் கொண்ட அந்த அயோக்கியப் பதரைக் கைது செய்வதற்குச் சட்டபூர்வமான உரிமை எனக்கு இப்பொழுது கிடைத்துவிட்டது. அதைப் பற்றி மிகுந்த மகிழ்ச்சி அடைந்தேன். அதே நாள் மாலையில் "அந்தப் பயல் கியோர்கிய்" என்ற கியோர்கிய் மெய்லோன் கைது செய்யப்பட்டான். இந்த வகை மனிதர்கள் எல்லோரையும் போலவே அவன் பெரிய கோழை. கேள்வி கேட்கையில் காய்ச்சலால் நடுங்குவதுபோல விதிர்விதிர்த்தான். அழுதுகொண்டே பொய் சொன்னான். பொய் சொல்லிக்கொண்டே அழுதான். முடிவில் எல்லாவற்றையும் ஒப்புக் கொண்டு விட்டான். காமக்கிழத்தியிடமிருந்து இரண்டு தடவைகளில் கிடைத்த இருபத்து ஐயாயிரம் ரூபிள்களையும் அவன் மிக ஜாக்கிரதையுடன் தனது பாங்கிக் கணக்கில் போட்டு வைத்திருந்தான். இத்தனை அழகிய தன்மைகளுடன்கூட அவன் அபரிமிதமான பேராசையும், கஞ்சத்தனமும் வேறு கொண்டிருந்தான்.

---

* (பிரெஞ்சு) பெண்ணைத் தேடிப்பிடி (பெண் தான் எல்லாத் துன்பங்களுக்குக் காரணமாம்).

பசப்பும் குழைவுமாகப் போலி இனிமை சொட்டும் அவனது முகம், கெஞ்சுங்குரல், அடிமைத்தனமான சைகைகளும் மறுப்புரைகளும், நயமிக்க பேச்சு முறை என்று அவன் கருதிப் பேசிய தோரணை, மழுங்கச் சிரைத்த புருவங்கள், பகட்டான உடை ஆகிய அனைத்துமே அருவருப்பூட்டின. ஆனால் தூர்த்தத்தனத்தையே தொழிலாகக் கொண்ட இந்தக் கயவனை நம்பி, தனது காதல், கவுரவம், அபாக்கியவானான தன் கணவனின் வாழ்வு ஆகிய அனைத்தையும் இவன் காலடியில் கிடத்துவதற்குத் தேர்-அவனேசவின் மனைவி எப்படித்தான் மனம் ஒப்பினாளோ, விளங்காத புதிராகவே இருக்கிறது.

இந்தப் போக்கிரிப் பயலுக்குச் சரியான தண்டனை கிடைக்கும் என்பதனால் நான் திருப்தியுற்றேன். தவிரவும், அவனைக் கைது செய்ததன் மூலம், தேர்- அவனே சவ், க்யூன் இவர்களின் செயல்களைப் பற்றி இன்னும் சில முக்கியமான தகவல்கள் கிடைக்கலாம் என்று எண்ணினேன்.

மெய்லோனைச் சிறைக்கு அனுப்பியதில் நான் பேருவகை கொண்டேன். இவனைக் காட்டிலும் எவ்வளவோ கொடிய குற்றங்களைச் செய்தவர்களைக் கண்டிருக்கிறேன். ஆனால் இதுவரையில் இவ்வளவு அருவருக்கத்தக்கவன் எவனையும் நான் கண்டதேயில்லை. கொலைகாரர்களை எனக்குத் தெரியும். கொடிய குற்றங்கள் புரிந்த போதிலும் அவர்களிடம் மனிதத் தன்மை ஓரளவுக்கு எஞ்சியிருக்கத் தான் செய்தது. எந்தக் குற்றங்களை அவர்கள் இழைத்ததாகக் கடமை காரணமாய் நான் நிரூபித்தேனோ, அவற்றுக்கேற்ற தண்டனை அவர்களுக்குக் கிடைத்ததென்னவோ உண்மையே. அவர்கள் தண்டனை பெற்றனர். ஆனால் தன்னையே விலைகூறுபவனும், எந்த மாபாதகத்திற்கும் தயாராயிருப்பவனுமான இந்தப் பசப்புக்காரப் பிலுக்கன் மீது எனக்கு மண்டிவரும் வெறுப்பும் அருவருப்பும் அவர்கள் மீது உண்டானதே கிடையாது. நானறிந்த சில கொள்ளைக்காரர்கள் கூட மெய்லோனைப் பற்றி எனக்குத் தெரிந்த விவரங்களைத் தெரிந்துகொண்டால் அவனைத் தொடவே அசிங்கப்பட்டு விலகிவிடுவார்கள். நரி புலியாகாது தான். ஆயினும் புலியைக் காட்டிலும் அது எவ்வளவு கடைகெட்டது!

தேர் -அவனேசவும், அவன் செய்த குற்றமும் இகழ்ச்சிக்குரியவையே. இருந்த போதிலும் க்யூன், மெய்லோன் இருவரும் அமைத்த பொறியில் அகப்பட்டு, சந்தர்ப்பங்களுக்குப் பலியாகி விட்டவன் அவன். இதைக் கருத்தில் கொண்டே நீதிமன்றமும் அவனுக்குப் பத்தாண்டு காவல் தண்டனை அளித்தது.

4
சொல் ஓவியம்

க்யூன் கைது செய்யப்பட்ட பின்பு, நாடறிந்த நெப்காரன் கிறிஸ்தோபர் யனாக்கியின் இருப்பிடத்தைக் கண்டறிய வேண்டியிருந்தது. லெனின் கிராடிலிருந்து மறைந்து போவதற்குமுன், முன் யோசனையுள்ள இந்த அயோக்கியன் தனது எல்லா நிழற்படங்களையும் அழித்து விட்டிருந்தான். அதனால் அவனைத் தேடிப்பிடிப்பது மிகவும் கஷ்டமான காரியமாய் விட்டது.

யனாக்கி மாஸ்கோவில் இருக்கிறான், அல்லது மாஸ்கோவில் தங்கிவிட்டுப் போனான் என்பதையும், அவன் புனைபெயர் வைத்துக் கொண்டிருக்கிறான் என்பதையும், அந்தப் பெயர் க்யூனுக்குத் தெரியாது என்பதையும் க்யூன் சொன்னதிலிருந்து அறிந்து கொண்டேன்.

இதனைத் தெளிவு படுத்துவதற்கு நான் எடுத்துக்கொண்ட முயற்சிகள் எல்லாம் பயனற்றுப் போயின. இதற்கிடையில், யனாக்கி பெரும் லஞ்சக்காரர்களில் ஒருவன் என்றும், மோசடியான வழிகளில் பெருத்த செல்வம் திரட்டியிருந்தான் என்றும் தெரிந்துகொண்டோம்.

எனவே, லெனின்கிராட் நகர்ப்புறம் யனாக்கி அவ்வப்போது காணப்படுவதாகத் திடீரெனத் தகவல் கிடைத்ததும் மிகவும் திருப்தி யடைந்தேன்.

அவனைத் தேடிப்பிடிப்பதற்கு வழிகளை உபயோகிக்க வேண்டும் என்று ஆலோசித்து, "சொல் ஓவியம்" என வழங்கும் ஒரு முறையைக் கையாளுவதென்று முடிவு செய்தேன். இம்முறை பிரான்சு நாட்டின் புகழ்பெற்ற குற்றவியல் அறிஞரும், பாரிஸ் போலீஸ் இலாகாவைச் சேர்ந்த அங்க அடை யாளஆராய்ச்சி நிலையத்தின் டைரெக்டருமான அல்போன்ஸ் பெர்த்தில்லோன் என்பவரால் 1885ம் ஆண்டில் முதன் முதலாக வகுக்கப் பெற்றது. பின்னர் சுவிட்ஸர்லாந்தைச் சேர்ந்த குற்றவியல் அறிஞர் ரெயிஸ் என்பவர் இந்த முறையை விரிவு படுத்தினார். 1912ல் ஜார் ஆட்சியின் கீழ் நீதி அமைச்சகம், ருஷ்ய நீதிமன்றத் துப்பறியும் அதிகாரிகள், குற்றவியல் அறிஞர்கள் அடங்கிய ஒரு கோஷ்டியை அவரிடம் கற்றுவருவதற்காக அனுப்பிவைத்தது.

ஒரு மனிதனுடைய தோற்றத்தை (அவனது உடல், தலை, முகம் ஆகியவற்றை) விசேஷக் குறிச் சொற்களால் வர்ணிப்பதைக் குற்றவியல் அறிஞர்கள் "சொல் ஓவியம்" எனக் குறிப்பிடுகிறார்கள். மற்றொருவனின் தோற்றத்தை வருணிக்கும் ஒவ்வொரு மனிதனும், சொற்களின் மூலமாகவே அவனது உருவத்தைத் தீட்டுகிறான் என்பது

உண்மையே. எனினும் பேச்சில் வழங்கும் சாதாரணச் சொற்களால் அவன் செய்யும் வருணனை, எவனது சொல் ஓவியம் தேவையோ, அவனது தோற்றத்தைத் துல்லியமாகச் சரிவரப் பதியவைப்பதில்லை. ஒரு குற்றவாளியைத் தேடுவதற்கோ, அவனது தோற்றத்தைப் பற்றிய மிகத் திட்டமான விவரம் இன்றியமையாததாகும்.

சொல் ஓவிய முறைப்படி, மனித முகத்தின் பக்கத் தோற்றம் மூன்று பகுதிகளாகப் பிரிக்கப்பட்டிருக்கிறது. அவையாவன, தலைமயிர் முதல் மூக்கந்தண்டு வரையுள்ள நெற்றி, மூக்கு, மூக்கின் அடி முதல் மோவாய் விளிம்பு வரையுள்ள வாய்.

சொல் ஓவியத்தின் உதவிகொண்டு ஒரு குற்றவாளியைத் தேடும்போதோ, குற்றவாளியையோ பிரேதத்தையோ இன்னாரென்று அடையாளம் கண்டுகொள்ளும்போதோ துப்பறியும் அதிகாரி திட்டமான விசேஷக் குறிச்சொற்களை உபயோகிக்க வேண்டும். சொல் ஓவியத்தின் தனிப்பட்ட அம்சங்களை நினைவிற் கொள்ளவும், வகைப் படுத்திக்கொள்ளவும் வேண்டிய ஆற்றல் துப்பறியும் அதிகாரிக்குக் கைவருகிறது.

யனாக்கியின் சொல் ஓவியத்தைத் தயாரித்துக் கொள்ளும் பொருட்டு நான் பல சாட்சிகளை வெகு நுணுக்கமாக விசாரிக்க நேர்ந்தது. அவர்கள் உபயோககரமான பல தகவல்களை அளித்தனர். கடைசியில் யனாக்கியின் சொல் ஓவியம் தெளிவாயிற்று. நடுத்தர உயரம், கனத்த சரீரம், முட்டை வடிவமான முகம், வரவர வழுக்கை யாகிக் கொண்டுவரும் தாழ்ந்த நெற்றி, நீண்ட கிளிமூக்கின்மீது இணைந்துள்ள வளைந்த செம்பட்டைப் புருவங்கள், இதழ்க் கோடிகளில் சரிந்த நடுத்தரமான வாய், தடித்த உதடுகள், பிதுங்கிய கீழ் உதடு, சதுரமான இரட்டை நாடி, முக்கோண வடிவுடைய, கொஞ்சம் துருத்திய, பெரிய காதுகள், உப்பிய பசிய கண்கள், செம்பட்டைத் தலை.

அவனது சொல் ஓவியத்தை உருவாக்குவதில் நான் மிகவும் உழைத்திருந்தபடியால், என் வாழ்வில் ஒரு முறையேனும் அவனைக் காணாதிருந்துங் கூட எனது மனக்கண்ணால் அவனை வெகு தெளிவாகக் கண்டுகொள்ள முடிந்தது. தப்பித் திரியும் யனாக்கியை விரைவில் பிடிப்பதற்கு இந்தச் சொல் ஓவியம் பயன்படும் என்று கருதி அதைப் பற்றிய விவரங்களைப் பற்பல இலாகாக்களுக்கும் அனுப்பிவைத்தேன். ஒரு சனிக்கிழமை ஸெஸ்த் ரோரெத்ஸ்க்கிற்குப் புறப்பட்டேன். அங்கே ஞாயிற்றுக்கிழமையைக் கழிக்க வேண்டுமென்று விரும்பினேன். அக் காலத்தில் ஒவ்வொரு ஞாயிற்றுக் கிழமையும் ஸெஸ்த்ரோரெத்ஸ்க்கிற்கு மக்கள் கூட்டம் கூட்டமாக வருவதுண்டு. வெயில் சுள்ளென்று அடிக்கும் கோடை நாட்களில், குளிப்பவர்கள் ரம்மியமான கடற்கரையில் திரள் திரளாக மொய்த்துக் கிடப்பார்கள்.

மறு நாள், நீராடல் மும்முரமாக நடந்து கொண்டிருக்கையில், ரகின்ஸ்கிய், பொதுனோவ் என்ற இரு சக அதிகாரிகளுடன் கடற்கரையில் படுத்திருந்தேன். அப்போது இரண்டு இளைஞர்கள் யாரையோ தேடிக் கொண்டு மெதுவாக நடந்துவருவதைக் கண்ணுற்றேன்.

திறமை மிகுந்த துப்பறிபவனும் எதையும் கூர்ந்து கவனிக்கும் இயல்பினனுமான பொதுனோவும் அவர்கள் பக்கம் பார்வையைச் செலுத்தினான்.

"இந்தப் பையன்கள் ரயில்வே மிலீஷியா நிலையத்தைச் சேர்ந்தவர்கள் என்று நினைக்கிறேன். யாரையோ தேடுகிறார்கள் போலிருக்கிறது" என பொதுனோவ் சொன்னான்.

சில நிமிடங்களுக்கெல்லாம் அவர்கள் எங்களை அணுகினர்.

"தோழர் ஷெய்னின், நாங்கள் உங்களைத் தான் தேடி வருகிறோம். சொல் ஓவியம் பயனளித்துவிட்டது.தெத்ஸ்கோஸெல்ஸ்கிய் ரயில்வே ஸ்டேஷனிலுள்ள மிலீஷியா நிலையத்தில் யனாக்கியைப் பிடித்து வைத்திருக்கிறோம். எங்கள் தலைவர் உங்களை வரும்படியாகச் சொல்லியனுப்பினார். உங்களுடைய வீட்டிற்குச் சென்று பார்த்தோம். நீங்கள் இங்கே இருப்பதாகச் சொன்னார்கள்" என்றான் அவர்களில் ஒருவன்.

நான் ஒரேயடியாக மகிழ்ச்சி பொங்க, மள மளவென்று உடைகளை மாட்டிக்கொண்டு லெனின் கிராடிற்கு விரைந்தேன். மிலீஷியா நிலையத்தின் தலைவன், திருப்தியே வடிவாய் தெத்ஸ்கோஸெல்ஸ் கிய் ரயில்வே ஸ்டேஷனில் எனக்காகக் காத்துக் கொண்டிருந்தான்.

"எங்களைப் படாத பாடு படுத்திவைத்து விட்டீர்கள், போங்கள்! ஆனால் ஒன்று: இந்தச் சொல் ஓவியம் இருக்கிறதே, ரொம்பப் பிரமாதமான யுக்தி. இதுவரை எனக்குத் தெரியாது. எங்கள் 'புலி'களும் இதற்கு முன்னால் அதைப் பற்றிக் கேள்விப்பட்டதே இல்லை. இன்றைக்குத் தான் காலையில் அவர்களையெல்லாம் கூட்டிவைத்து உங்கள் சொல் ஓவியத்தை விளக்கினேன். உடனே தேடத் தொடங்கிவிட்டோம் இந்தச் செம்பட்டைத் தலையனை" என்று மூச்சு விடாமல் சொல்லிக் கொண்டு போனான்.

எனக்கு இந்தச் சளசளப்பைக் கேட்கப் பொறுமையில்லை. "அது கிடக்கட்டும். யனாக்கி எங்கே?" என்று கேட்டேன்.

"அவனா? ஒரு பத்துப் பன்னிரண்டு பெயர் போல ஏற்கனவே பிடிபட்டுவிட்டார்கள்" என்று குதூகலமாக விடையளித்த தலைவன் என்னை அலுவலக அறைக்குள் அழைத்துச் சென்றவாறே, "அவர்களில் ஒருவன் நிச்சயமாக யனாக்கி, மற்றவர்கள் ஒருவேளை அவனுடைய அண்ணன் தம்பிமார் போலும்" எனக் கூறினான்.

எனக்கா, பகீரென்றது. அட பாவமே! தெத்ஸ்கோஸெல்ஸ்கிய் நிலையத்தின் மிலீஷியாத் தலைவன், பெர்த்தில்லோன், ரெயிஸ் இருவரது முறைக்கும் நேர் எதிரிடையாக அல்லவா செய் திருக்கிறான்!

“அட இதென்னய்யா! சொல் ஓவியத்தின் படி ஒரே ஒருவனைத்தான் கைது செய்ய முடியும். அந்த ஆளும் யனாக்கியைத் தவிர வேறு எவனாகவும் இருக்க முடியாது. இது கூடத் தெரியவில்லையா உங்களுக்கு?” என்று பதற்றத்தால் நாக்குழறக் கேட்டேன்.

“நமக்குள் விவாதமேன்?” என்று மகிழ்ச்சியுடன் கூறினான் குஷால் பேர்வழியான தலைவன். ”அவர்களில் ஒருவன் என்னவோ யனாக்கிதான். மற்றவர்களும் மனத் தாங்கல் கொள்ள மாட்டார்கள். எல்லோரிடமும் மிக மரியாதையாகவே நாங்கள் நடந்துகொண்டோம். அவர்கள் ‘லாக் அப்’பில் அடைக்கப்படவில்லை. ரெயில்வே ஸ்டேஷன் ‘ட்யூட்டி’ ரூமில் தான் இருக்கிறார்கள். சிலர் தேநீர் அருந்துகிறார்கள், சிலர் தாயம் விளையாடுகிறார்கள். மற்றுஞ் சிலர் பத்திரிகைகள் படித்துக் கொண்டிருக்கிறார்கள்... பண்பாட்டில் ஒன்றும் குறைவில்லை இங்கே!”

அவனைக் கையமர்த்தி விட்டு ‘ட்யூட்டி’ ரூமிற்குள் விர்ட்டென்று பாய்ந்தேன். கருஞ்சிவப்பும், இளஞ்சிவப்பும், இரத்தச் சிவப்புமான செந்தலையர்களால் அறை முழுவதும் தகதகத்தது. அவர்களோ, பாவம், நிகழ்ந்தது என்னவென்று புரியாமல் மிரள மிரள வளைய வந்து கொண்டிருந்தார்கள். தெத்ஸ்கோஸெல்ஸ்கிய் ஸ்டேஷன் ‘புலி’கள் மேலும் மேலும் செந்தலையர்களைப் பிடித்துக் கொண்டு வந்து விட விட, இந்த அப்பாவிகளின் திகில் அதிகரித்துக் கொண்டே போயிற்று. கொம்பு விளிம்பு கட்டிய மூக்குக் கண்ணாடியும் தானுமாக இலகிய ஸ்டேஷன் உதவித் தலைவன், சொல் ஓவியத்தில் பிரமாத உற்சாகம் காட்டினான். புதிதாக வந்த ஒவ்வொரு செந்தலையனையும் இவன் மரியாதையாக வரவேற்றதென்னவோ உண்மையே. ஆனால் அதே கையோடு, வந்தவனின் காதுகள், மூக்கு, வாய் ஆகியவற்றையும், சொல் ஓவியத்தில் குறித் திருந்த மற்ற அம்சங்களையும் மற்றவர்கள் கண் முன்பே கவனமாக அளவிடுவதும், கூர்ந்து நோட்டமிடுவதும், தனது கைப்புத்தகத்தில் ஏதோ மர்மமான குறிப்புகளைக் கிறுக்குவதும், வாய்க்குள்ளாக முணுமுணுப்பதுமாக ஒரே கெடுபிடி செய்தான். இதெல்லாம் ஏதோ மர்மச் சடங்கு போலும் என மருண்டார்கள் செந்தலையர்கள். அதிலும் அவர்கள் கேள்விகளுக்கு அவன், “பெர்த்தில்லோன், ரெயிஸ் இவர்களுடைய சொல் ஓவியம் பற்றிய சமாச்சாரமாக்கும் இதெல்லாம். ஸீனியர் இன்ஸ்பெக்டர் இதோ வந்து தேர்ந் தெடுத்துக்கொள்வார். அதுவரை பொறுத்திருக்கும்படி கேட்டுக்

கொள்கிறேன்" என்று மூடுமந்திரமாகப் பதிலளிக்கவே, அவர்களது மருட்சி இன்னும் அதிகமாயிற்று.

கூடியிருந்தவர்களில் ஒருவரும் பெர்த்தில் லோன், ரெயிஸ் இவர்களைப் பற்றியோ, சொல் ஓவியத்தைப் பற்றியோ எதுவும் கேட்டதே கிடையாது. ஒருவனாவது தேநீர் அருந்தவோ, தாயம் விளையாடவோ, பத்திரிகை படிக்கவோ இல்லை. கைது செய்யப்பட்டவர்களில் ஒருவன் சென்னி சந்தையிலிருந்து வந்த முதிய கசாப்புக்காரன்.வரிவசூல் இன்ஸ்பெக்டர்கள், அவனுக்கு வரிகள் என்றால் ஒரே காபுரா.

"அது தான் பட்டப்பகல் போல் தெரிகிறதே- செந்தலை நபர்களுக்குத் தனிவரி போட்டிருக்கிறார்கள். நம் தலைக்கெல்லாம் வந்தது கேடு!" என்று அவன் மற்றவர்கள் காதோடு சொன்னான்.

"வரிகளுக்கும் இதற்கும் என்ன சம்பந்தம், முட்டாள்" என்று மற்றொருவன் மறுத்துரைத் தான். "அவர்கள் தாம் தெளிவாய்ச் சொன்னார்களே, இன்ஸ்பெக்டர் வரவை எதிர்பார்ப்பதாக! அதிலும் சாதாரண இன்ஸ்பெக்டரை அல்லவாம், பெரிய இன்ஸ்பெக்டரையாம்! போதாக் குறைக்கு இந்தக் கண்ணாடிக்காரன் வேறு நம் மூக்கு, காதுகளை எல்லாம் அளவெடுத்துக் கொண்டிருக்கிறான்!... நீர் என்ன, ஒவ்வொரு வகை மூக்கிற்கும் ஒவ்வொருவிதமான வரி போடுவார்கள் என்று எண்ணுகிறீரா?"

"நீங்கள் இரண்டு பெயர் சொல்லுவதும் சிறு பிள்ளைத்தனம் தான்" என்றான் முன்னாளில் பங்குத் தரகனாக இருந்த மூன்றாமவன். "ஏதோ புதிய திரைப்படம் பிடிப்பதற்கு அவர்களுக்குச் செந்தலை மனிதர்கள் தேவை போலிருக்கிறது. ஆகவே தான் காதுகளையும், மூக்குகளையும் அளந்து கொண்டு வருகிறார்கள், தேவைக்குப் பொருத்தம் தானா என்று பார்ப்பதற்காக."

நான் வந்த நேரத்தில் அவர்களுடைய விவாதம் மும்முரமாக நடந்து கொண்டிருந்தது. செந்தலையர்கள் கூட்டமாக என்னைச் சூழ்ந்து கொண்டார்கள். நான் அவர்களிடம் மன்னிப்பு கேட்டுக்கொண்டேன். அவர்களுக்கு விஷயத்தை விளக்குவது என் கடமை எனக் கருதி, பெருத்த தவறுதல் நேர்ந்துவிட்டதென்றும், தப்பியோடிய செந்தலைக் குற்றவாளி ஒருவனை நாங்கள் தேடிக் கொண்டிருக்கிறோம் என்றும், தெத்ஸ்கோஸெல்ஸ்கி ஸ்டேஷன் அதிகாரிகள் அதியாக நடந்து கொண்டுவிட்டது துரதிர்ஷ்டம் என்றும் விவரித்தேன். அவர்களது பதிவுச் சீட்டுகளைப் பரிசீலனை செய்தும், சொல் ஓவிய முறைப்படி ஆராய்ந்தும் அவர்களில் எவனும் யனாக்கி இல்லை என்பதைக் கண்டுகொண்டபின், மறு தடவையும் அவர்களிடம் மன்னிப்பு கேட்டுக்கொண்டு, அவர்களுக்குப் போக விடை கொடுத்தேன்.

இலையுதிர் காலத்தில் பொலபொல வென்று உதிரும் பழுப்புகளைப் போல அவர்கள் பிளாட்பாரத்தில் சிதறிச் சென்றனர். ஒருவன் மட்டும் பின் தங்கினான். மர்மமாக ஜாடை காட்டி என்னை ஒருபக்கமாக அழைத்துச் சென்று காதோடு காதாகச் சொன்னான்:

"அந்த மூன்று செந்தலை மூடர்களும் ஏதேதோ ஊகங்கள் செய்து கொண்டிருந்தபோது நான் உதவித் தலைவரை உற்றுக் கவனித்து எந்த விதமான மூக்குகள், காதுகளில் அவர் மிகவும் அக்கறை காட்டினார் என்பதைத் தெரிந்து கொண்டேன். அவர் தேடிய காதுகளையும் மூக்கையும் உடையவன் யனாக்கிதான். இல்லை யென்றால் காதை அறுத்துக் கீழே வைக்கிறேன். எனக்கு அவனைத் தெரியும். இப்பொழுது அவன் லெனின்கிராடில் இல்லை. மாஸ்கோவில் இருக்கிறான் என்று சொல்லிக்கொள்கிறார்கள். ஒன்று சொல்ல விரும்புகிறேன்: அவன் ஹாஸ்யச் சங்கீத நாடகங்களுக்குப் போவதில் மிகப் பிரிய முடையவன். செந்தலையன் என்ற முறையில் உங்களுக்கு உதவுவது என் கடமை யாகையால் இதைத் தெரிவித்தேன். நல்லது, போய்வருகிறேன், தோழர் இன்ஸ்பெக்டரே."

புனிதக் கடமையைப் புரிந்துவிட்டவன் போன்ற திருப்தி ததும்ப அவன் நடந்து சென்றான்.

மற்றவர்கள் எல்லோரும் போன பிறகு, மிலீஷியா நிலையத் தலைவனிடம், அவனையும் அவனுடைய 'புலி'களையும் பற்றி என் மனதில் குமுறிக் கொண்டிருந்ததை யெல்லாம் கொட் டித் தீர்த்தேன். அவன் திக்குமுக்காடிப் போய் என்னிடம் மன்னிப்பு கேட்டுக் கொண்டான். "நாளை முதலே குற்றவியலை ஆழ்ந்து கற்றுக் கொள்ளத் தொடங்கி, சொல் ஓவியம் பற்றிய எல்லா விவரங்களையும் கரைத்துக் குடிக்காவிட்டால் என்னை ஏன் என்று கேளுங்கள்" என்று சபதம் கூறினான். அதன்படியே ஒரு மாதங் கழித்து அவன் என்னிடம் வந்து, சொல் ஓவியத்தின் சரித்திரம், அதற்குரிய விசேஷச் சொற்கள், அதன் தயாரிப்புத் திட்டம், முறை ஆகியவை பற்றிக் கடகட வென்று ஒப்புவித்தான். பெர்த்தில்லோன், ரெயிஸ், வெயின்கார்த், யாகிமோவ் ஆகியவர்களின் மேற்கோள்களை எடுத்துக் கூறினான்.

"இப்பொழுதெல்லாம் நான் கண்களை மூடிக் கொள்ள வேண்டியதுதான், அந்த யனாக்கி அப்படியே எதிரே வந்து நிற்கிறான். பாழாய்ப் போகிறவன். அவனால் தானே எனக்கு இத்தகைய தலைகுனிவு! அந்தச் சிவப்புத் தலையர்களை யெல்லாம் கூட்டி அடைத்ததற்காக எனது தலைவரிடமிருந்து கிடைத்த கண்டனத்தையோ கூறவே தேவையில்லை. என்னதான் சொல்லுங்கள், இந்த பெர்த்தில்லோன் மூளையே மூளை! அவன் உருவாக்கிய சொல் ஓவிய முறை அற்புதம் என்றால் அற்புதம்!"

தெத்ஸ்கோஸெல்ஸ்க்கிய் நிலையத்தின் தலைவன், குற்ற இயலில் தனது சாதனைகளை எடுத்துக் காட்டிவிட்டுச் சென்ற மறுதினமே, எனது விலாசமிட்ட கடிதமொன்று மாவட்ட நீதிமன்றத்தில் பட்டுவாடா ஆயிற்று. அனுப்பியவன் வேறு யாருமில்லை, யனாக்கியேதான். அவன் எழுதியிருந்தது பின்வருமாறு:

மதிப்பிற்குரிய ஸீனியர் இன்ஸ்பெக்டர் ஷெய்னின் அவர்களுக்கு

நீங்கள் என்னைக் காணத் துடிப்பதாகத் தெரிகிறது. நான் அவ்வாறு துடிப்பதாகக் கூற மாட்டேன். காதலே இன்பம் என்பது இருவர் மனமும் ஒத்திருந்தால் தானே! ஆமாம், எவனோ பேராசிரியன் ரெயிஸாம், சொல் ஓவியம் என்று ஒரு மடத்தனமான முறையை வகுத்திருக்கிறானாம், அதன்படி நீங்கள் என்னைத் தேட முயன்றீர்களாமே? இதைக் கேட்டு எனக்குச் சிரிப்பு தாங்க முடியவில்லை. புரொபசர் ரெயிஸையும் அவனுடைய சொல் ஓவிய முறையையும் தூவென்று இகழ்ந்தேன்.

"விடை பெற்றுக்கொள்கிறேன்
-யனாக்கி."

இந்தக் கிண்டலைக் கண்டதும் எனக்கு உண்மையாகவே பற்றிக்கொண்டு வந்தது. இந்தக் கயவாளி நெப்காரன் சட்டத்தை ஏமாற்றி வருவது மட்டுமின்றி, குற்ற இயல் என்னும் விஞ்ஞானத்தைப் பழிப்பதற்கும் துணிந்துவிடுவதா!... மாவட்ட பிராக்யூரேட்டரிடம் இந்த விசித்திரமான கடிதத்தைக் காட்டி, அதிலிருந்த 'மாஸ்கோ' தபால் முத்திரையை அவருடைய கவனத்திற்குக் கொணர்ந்து, அங்கு செல்வதற்கு அனுமதி வேண்டினேன். யனாக்கியைக் கண்டுபிடிக்க என்ன செய்யப் போகிறோம் என்பது பற்றி எனக்கு எந்தவித திட்டமும் கிடையாது. ஆனால் இவ்விஷயத்தில் மூர் ஸ்தாபனத்தைச் சேர்ந்த எனது நண்பர்கள் பேருதவி புரிவார்கள் என்று முழு மனதுடன் நம்பினேன். மாவட்ட பிராக்யூரேட்டருக்கும் கடிதத்தைப் பார்த்து ஒரேயடியாக மண்டிக் கொண்டு வந்ததாகையால் உடனே என்னைப் புறப்பட்டுப் போகும்படி கூறினார்.

அடுத்த நாளே நான் மூரில், ஓஸிபவின் காரியாலயத்தில், இருந்தேன். யனாக்கி பற்றிய சொல் ஓவியத்தால் விளைந்த கூத்தை அவனுக்கும், அங்குள்ள பிறருக்கும் எடுத்துரைத்தேன். எனக்கு வந்திருந்த கடிதத்தைக் காட்டினேன். பொங்கிய சீற்றத்தால் ஓஸிபவ் முகம் குப்பென்று சிவந்து விட்டது.

"லஞ்சக்காரனும் புரட்டனுமாகிய எவனோ வங்கு பிடித்த நெப்காரன் குற்ற இயலையும், நீதியையும் ஏளனம் செய்ய விட்டுவிட்டு நாம் சும்மா இருப்பதா? என்ன செய்யலாம்? சொல்லுங்கள்." என்று தனது துணைவர்களைப் பார்த்துக் கூறினான்.

“என்ன செய்வதாவது?” என்று கேட்டான் தில்நேர்; இவன் எப்பொழுதும் நிதானமும் மரியாதையும் தன்னடக்கமுமாக இருப்பவன்.

“முதலாவதாக, அவனது சொல் ஓவியம் நம்மிடம் இருக்கிறது. இரண்டாவதாக, மற்றும் பல நெப்காரர்களைப் போலவே யனாக்கியும் ஹாஸ்யச் சங்கீத நாடகங்களுக்கு அடிக்கடி போய் வருகிறான் என்பதையும் நாம் அறிவோம். ஆகவே ‘அக்வேரியம்‘, ‘ஹெர்மிடேஜ்’ என்ற கொட்டகைகளில் அவனைத் தேடிப் பார்க்க வேண்டும். என்றாகிறது. கடைசியாக அவன் வீட்டுச் சாமான் வியாபாரி. ஆகவே மாஸ்கோவிலுள்ள வீட்டுச் சாமான் வியாபாரிகளில் அவனுக்கு நண்பர்கள் நிச்சயமாய் இருப்பார்கள். அவர்களையும் விசாரித்துப் பார்க்க வேண்டும். இது இப்பொழுது கௌரவத்தைப் பொறுத்த விஷயமாய் விட்டப்படியால், யனாக்கியைத் தேடிக் கண்டுபிடிப்பதில் நம் தொகுதி கட்டாயமாய்க் கலந்து கொள்ள வேண்டியதுதான்.”

“ரொம்ப சரி” என்று வழக்கம் போலத் தணிந்த குரலில் சொன்னான் நோஷ்னித்ஸ்கிய்; இவன் மிகுந்த சாமர்த்தியசாலி. பெருந்தன்மையுள்ளவன். நாய்கள் வளர்ப்பதில் இவனுக்கு ஒரே மோகம். புத்தகங்களை விரும்பிப் படிப்பவன். “மாலைதோறும் ஹாஸ்யச் சங்கீத நாடகங்களுக்குப் போக வேண்டியதுதான். ‘ஸில்வா’, ‘வௌவால்’ இரண்டையும் ஒன்றுமாற்றி ஒன்றாகப் பார்க்க வேண்டியது தான். வேறு வழியில்லை” என்றான்.

“அவ்வளவு போதும்” என்று சுருக்கமாகக் கூறிய ஓஸிபவ், ஆலோசனை முடிந்துவிட்டதென்று குறிப்பதற்காக எழுந்து நின்று, இன்று ‘அக்வேரியத்தில்’ என்ன நடக்கிறது? எனக் கேட்டான்.

நோஷ்னித்ஸ்கிய் தனது செய்தித்தாளை எடுத்து, விளம்பரங்களைப் பார்த்து, தத்தியானா பாக், பிராவின், யாரோன் ஆகியோர் முக்கிய பாத்திரங்களாக நடிக்கும் “ஸில்வா” நாடகம் நடப்பதாகச் சொன்னான்.

அதே மாலை ‘ஸில்வா’ சங்கீத நாடகத்தைப் பார்ப்பதற்காக, ஓஸிபவும் நானும் ‘அக்வேரியம்’ கோடைத் தோட்டம் சென்றோம். எங்கள் ஸீட்டுகள் மூன்றாவது வரிசையில் வலப்புறம் இருந்தன. சில வரிசைகளுக்குப் பின்னால் ஓஸிபவின் இரு துணைவர்கள் அமர்ந்திருந்தனர். அவர்களில் ஒருவன் யாஷா சாக்ஸாகன்ஸ்கிய் என்ற ஓடிசலான ஜார்ஜிய இளைஞன். கறுப்பு அரும்பு மீசையுடைய அவன், சொல் ஓவியங்களில் நிபுணன் என்று கருதப்பட்டான். மற்றவன் வான்யா பெஸ்ரூகவ் என்பவன். எப்போதும் சிரிப்பும் குதூகலமுமாக இருப்பவன். குறும்புத்தனம் மிளிரும் அவனது சாம்பல் நிறக் கண்கள்

முன்னேயும் பின்னேயும் பார்க்க வல்லவை என மூர் ஸ்தாபனத்தார் சொல்வதுண்டு.

முதலாவது இடை நேரத்தில் ஒஸிபவும், நானும் 'அக்வேரியத்'திலுள்ள கட்டையான எலுமிச்சை மரங்களினூடே நடந்து கொண்டிருக்கையில், சாக்ஸாகன்ஸ்கிய் எங்களிடம் வந்தான்.

"பன்னிரண்டு செந்தலையர் நாடகத்தைப் பார்த்துக் கொண்டிருக்கின்றனர். இரண்டு பேர்களின் காதுகள் சரியாய் உள்ளன; ஆனால் அவர்களின் மூக்குகள் சரியில்லை. நாம் விரும்பும் மூக்குகள் மூன்று பேர்களுக்கு இருக்கின்றன; ஆனால் காதுகள் சரியில்லை. தொங்கும் உதடு ஒன்று கூடக் காணோம். ஒரே ஒரு செந்தலையனது உதடு சிறிதே துருத்திக் கொண்டிருக்கிறது. அவன் சுங்கான் புகைத்துக் கொண்டிருந்தது தான் அதற்கு காரணமாய் இருக்கலாம். சுங்கான் குடிக் கையில் உதடு தொங்குவது சகஜம்தானே. ஆக, இதுதான் இப்போதைய நிலைமை" என்றான்.

இச்செய்தியைக் கேட்டதும், தெத்ஸ்கோ ஸெல்ஸ்கிய நிலையத்தின் 'ட்யூட்டி ரூம்' நினைவிற்கு வரவே, எனக்குப் பகீரென்றது. ஆயினும் இது வீண் பதற்றமே. இங்கே விவகாரம் ஒஸிபவின் கையிலல்லவா இருந்தது! இந்த வித்தியாசம் பளிச்செனப் புலப்பட்டுவிட்டது.

"யாஷா என்று ஓஸிபவ் இடைமறித்து, "உமது அறிக்கை கோகலின் திருமணம்" என்ற நாடகத்தில் வரும் மணமகளை நினைவிற்குக் கொண்டுவருகிறது. அந்த மூளை கெட்ட பெண்ணும் தன்னை மணம் புரிய விரும்பிய ஒருவனது மூக்கும் மற்றொருவனது உதடுகளும் இணைந்து விடாவா எனக் கனவு கண்டாளாம். தோழர் சக்ஸாகன் ஸ்கிய், நீங்கள் கணக்கெடுத்து வைத்திருக்கும் மூக்குகளைப் பற்றி எனக்கு அக்கறையே இல்லை. எனக்குத் தேவையுள்ளது ஒரே மூக்கு, அதாவது கிறிஸ்தோபர் யனாக்கியின் மூக்கு, தான். நான் அறிய விரும்புவது எல்லாம் அந்த மூக்கு இங்கே இருக்கிறதா, இல்லையா என்பதே."

"இந்த நச்சுப் பிடித்த கேள்விக்கு இரண்டாவது இடைநேரத்திற்குள் விடையளித்து விடுகிறேன்" என்று யாஷா உறுதி கூறினான்.

"இரண்டாம் வரிசையில் இடதுபக்கம் சரி பார்த்துக்கொள்ளுங்கள். நாங்கள் அதிகத் தொலைவில் இருக்கிறோம். அங்கு அடையாளப் பொருத்தமுள்ள யாரோ ஒருவன் இருப்பது போல் எனக்குப் புலப்பட்டது. எப்படியாயினும் இரண்டாம் வரிசையையும் ஒரு கண் பார்த்துக்கொள்ளுங்கள், யாஷா" என்றான் ஓஸிபவ்.

இரண்டாம் அங்கம் நடைபெறுகையில், மேடையை விட அதிகமாய் இரண்டாம் வரிசையையே நான் பார்த்துக் கொண்டிருந்தேன் என்பது சொல்லாமலே விளங்கும். அங்கு யாரோ ஒருவனுடைய தீப்போன்ற

செந்தலை, பிலியர்ட் பந்தைப் போல் பளபளத்த ஒரு வழுக்கைத் தலைக்கும் ஒரு பெண்ணின் புஸு புஸுத்த முடியின் விதரணையான அலங்காரத்திற்கும் இடையே, தக தகத்தது. தொலைவில் இருந்து காதுகளையும், மூக்கையும், வாயையும் என்னால் நன்றாகப் பார்க்க முடியவில்லை. ஆனால் திடீரென ஏற்பட்ட பல்வலியால் அவதிப் படுகிறவனைப் போல், கையைக் கன்னத்தில் வைத்துக்கொண்டு யாஷா இருமுறை இரண்டாம் வரிசையின் அருகாக நடந்து சென்றதைக் கண்டேன்.

நாடகத்தின் இரண்டாவது அங்கத்திலே, எட்வினும் ஸில்வாவும் ஒருவரை யொருவர் அணைத்தவாறே பாடும் கட்டம் வந்தது. இந்தப் பிரசித்தி பெற்ற இருவர் பாட்டில், ''அதிர்ஷ்டம் நம்மீது அருள் நகை புரிந்ததே, அது நினைவிருக்கிறதா உனக்கு?'' என்ற முக்கியமான கேள்வி வெளிப்பட்டதும், அதிர்ஷ்டம் என்மீது உண்மையாகவே அருள்நகை புரிந்ததும் ஒன்றாக நிகழ்ந்தன. அதே கணம் யாஷா இடைவழியில் வந்து என் காதோடு காதாக, யனாக்கி ஆறாவது வரிசையில் உட்கார்ந்திருக்கிறான் என்று நினைக்கிறேன். ஒரே ஓர் அம்சத்தில் மட்டுமே சொல் ஓவியத்துடன் முரண்பாடு காணப்படுகிறது. மற்றவையெல்லாம் ஒத்திருக்கின்றன. அவன் மாத்திரம் யனாக்கி யில்லையானால், நாளையே வேலையை ராஜீனாமா செய்ய நான் தயார். இடைநேரத்தில் அவனைக் காட்டுகிறேன்'' என்றான்.

உடனே இச்செய்தியை நான் ஓஸிபவிடம் கூறினேன். அவன் முகத்தில் ஒருவித மாறுதலும் ஏற்படவில்லை. பெரிய கலாரசிகன் போல, இசைக்கு ஒப்பத் தலையை அசைத்துக்கொண்டே, "யாஷா திடுதிப்பென்று முடிவு செய்துவிட்டானோ என்னவோ. ஆயினும், எதுவும் சாத்தியம் தான். இடைநேரத்தில் நிச்சயப்படுத்திக்கொள்வோம்'' என்று மெதுவாகச் சொன்னான்.

இரண்டாம் அங்கம் முடிந்ததும் ஓஸிபவ் என்னுடன் கைகோத்துக்கொள்ள நாங்கள் இருவரும் ஒளிதிகழும் பாதைகள் வழியே மெள்ள நடந்து, கச்சிதமாக உடையணிந்து கலகலப்பாக நெரிந்த ஜனக் கூட்டத்திற்கிடையே சுற்றி வந்தோம். மாஸ்கோ "அக்வேரியம்" தியேட்டரில் அக்காலத்தில் வழக்கமாகக் காணப் படுவது போன்ற கூட்டம் அது. விலையுயர்ந்த மென்மயிர்த் தோல் வைத்துத் தைத்த கோடைகால மேலங்கிகளும், கச்சிதமான உடைகளும் அணிந்த மாதர் ஒயிலுடன் அன்ன நடை நடந்தனர். அவர்களது வெளிறிய முகங்களில் பவுடர் அப்பியிருந்தது. பிரமாதமாக ஒப்பனை செய்யப்பட்ட மயல் விழிகள் பளிச்சிட்டன. ஒரேயடியாகச் செவ்வண்ண மூட்டிய உதடுகள் கனன்றன. சிவந்த முகத்தினரான ஸத்ஸேபா மளிகைக் கடைக்காரர்களும் மீன் வியாபாரிகளும், உருண்டை

முகங்களும் திரண்ட மார்புகளுமாக இலகிய மனைவியரைக் கைலாகு கொடுத்து அழைத்து வந்தார்கள். இந்த மனைவியர் அணிந்திருந்த அச்சுப்போட்ட பாரசீகப் பட்டுச் சால்வைகளின் நீண்ட ஜாலர்கள் சரசரவென்று தரையைப் பெருக்கின. நிகோல்ஸ் காயா, பெத்ரோவ்கா தெருக்களைச் சேர்ந்த நடுத்தரவயதுள்ள பருத்த தொழிற்சாலைக்காரர்கள் தங்களுடைய பகட்டான பின்ஸ்னே (விளிம் பற்ற) கண்ணாடியையும் தங்கப் பற்களையும் டம்பமாகக் காட்டிக்கொண்டு நடந்தனர். குறுகிய குட்டைக் காற்சட்டைகளும், அப்போதைய மோஸ்தர்படி கட்டம் போட்ட இறுக்கமான கோட்டுகளும் அணிந்த இளம் சவடால் பேர்வழிகள், வாலிபர்கள்போன்று குட்டையாகக் கத்தரித்த முடியும், கண்டோர் மயங்கக் குறு நெற்றிகளின்மீது புரண்ட மயிர்க் குஞ்சங்களுமாகத் திகழ்ந்த பிலுக்குக்காரிகளான இள மகளிரை மந்தை மந்தையாகப் பின்தொடர்ந்தனர்.

இத்தகைய பலரக மக்களுக்கிடையே, பள பளக்கும் கருமுடியன் ஒருவன் மீது திடீரென என் பார்வை விழுந்தது. இளம் பொன்னிறக் கேசமும், நிகு நிகு வென்ற மேனியும், வெள்ளைக் கோட்டும், தோள்மீது அலட்சியமாய்ப் போடப்பட்ட நீல நரியின் மென்மயிர்த் தோலுமாக விளங்கிய மங்கை யொருத்தியுடன் அவன் உலவிக் கொண்டிருந்தான். இந்த மனிதனது முகம் பழக்கமானது போலிருந்தது. ஆனால் அவனை இதற்குமுன் நான் பார்த்ததேயில்லை என்பது நிச்சயம்.

அவனுடனிருந்த பெண்ணின் சாயமேற்றிய கேசத்தை உற்று நோக்கினேன். பெராக்ஸைட் ஊட்டப்பட்டதாலுண்டான அதன் ஜீவகளையற்ற வெளிர்மையைப் பார்த்துக் கொண்டிருக்கையில், அந்த மனிதனின் முகம் ஏன் அவ்வளவு பழக்கமானதாகக் காணப்பட்டது என்பதைத் திடுமெனப் புரிந்து கொண்டேன்: சதைப்பற்றுள்ள கிளிமூக்கு, வழுக்கையாகி வரும் தாழ்ந்த நெற்றி, அடர்ந்து இணைந்த புருவங்கள், சதுரமான இரட்டை நாடி, முக்கோண வடிவுடைய சிவந்த காதுகள் இவையனைத்தும் யனாக்கியின் சொல் ஓவியத்தில் குறித்துள்ள அங்க அடையாளங்கள்!

அவன் புகை பிடிப்பதைக் கவனித்ததும், விரைவாக அவனிடம் சென்று பற்றவைப்பதற்குத் தீப்பெட்டி கேட்டேன். சட்டைப் பையிலிருந்து ஒரு தீப்பெட்டியை மெதுவாக எடுத்து, ஒரு குச்சியைக் கிழித்தான். அவனது கைகளைக் கவனித்தேனோ இல்லையோ, எனது இதயம் படபட வென்று அடித்துக்கொண்டது. மச்சங்கள் மிகுந்த அக்கரங்கள் மீது செம்மயிர் அடர்ந்திருந்தது. நிமிர்ந்து, அவனுடைய முகத்தைப் பார்த்தேன். உப்பிய பசிய கண்களும் சிவந்த இமை மயிரும் காட்சியளித்தன. ஆம், அம்மனிதன் யனாக்கிதான். முடிக்கு மட்டும் கறுப்புச்சாய மேற்றி இருந்தான்!

நான் அப்பால் நகர்ந்தவன், யாஷா அருகே நின்று கொண்டிருப்பதைப் பார்த்தேன். யனாக்கியையோ, ''அக்வேரியம்'' கோடைத் தோட்டத்தையோ, 'ஸில்வா' சங்கீத நாடகத்தையோ, மறுநாள் ராஜீனாமா கொடுப்பதையோ, எதையும் பற்றிக் கவலையே அற்றவன் போன்ற தோற்றத்துடன் பராக்குப் பார்த்துக் கொண்டிருந் தான் அவன்.

அவன் என்னிடம் நெருங்கி வந்து, "சாய மேற்றிய அந்த வான்கோழியை நீங்களும் கவனித்ததில் எனக்கு மகிழ்ச்சி. ஒன்று நான் கவைக்குதவாத கழுதை, இல்லையானால் அவன் யனாக்கி! இரண்டிலொன்று நிச்சயம்!" எனக்காதோடு கூறினான்.

பாவம், அருமை யாஷா! இந்த நிகழ்ச்சிக்குச் சில வருடங்கள் பின்னர், க்ஷயரோகத்தினால் அவன் காலமானான். தான் நோயாளி என்பதை அறிந்த அவன், மணஞ் செய்துகொள்ளாமல், தனியாகவே ஒரு சிறிய அறையில் வாழ்ந்து வந்தான். அதிலிருந்து அவனது சவப்பெட்டி வெளியே எடுத்துச் செல்லப்பட்டபொழுது, அவனது காரியாலயத் தோழர்கள் பொங்கும் துயரத்துடன் உடன் சென்றார்கள். முன்கோபக்காரனா யிருந்தபோதிலும் துணிவும், நேர்மையும், பரிவும் மிகுந்த இந்த மனிதன், துப்பறியும் கடினமான வேலையில் கடைசி மூச்சுவரை மனப்பூர்வமாக ஈடுபட்டு உழைத்தான். எனவே அவர்களுக்கெல்லாம் அவன்மேல் உண்மையான அன்பு...

அந்தக் 'கருந்தலை யனாக்கி' மீது மீண்டும் கண்ணோட்டி விட்டு ஒரு முறை , யாஷா சொல்லியது சரியே என்று எனக்குப் படுவதாக ஓஸிபவின் காதிலுரைத்தேன். அம்மனிதனுடைய கரிய தலைமயிர், விசித்திரமான ஊதா டால் அடிப்பதைக் கவனிக்கும்படி சொன்னேன்:

"இருக்கலாம்" என்றான் ஓஸிபவ். அவன் குரலில் அலட்சிய பாவம் தொனித்ததாயினும், என் கரத்தைப் பற்றியிருந்த அவனது பிடி இறுகியதை உணர்ந்து, இந்த அலட்சியம் வெறும் நடிப்பே என்று தெரிந்துகொண்டேன். ஓஸிபவ் மேலும் தொடர்ந்து, "அந்தக் கயவாளிப் பயல் தலைமயிருக்குச் சாயமேற்றிக் கொண்டிருக்கலாம். அதனால்தான் போலும் இவ்வளவு துணிச்சலாக நடமாடுகிறான். ஆயினும் விஷயத்தை இன்னும் நன்றாக உறுதிப்படுத்திக் கொள்வது அவசியம். தெத்ஸ்கோஸெல்ஸ்கிய் தலைவன் வாங்கிக் கட்டிக் கொண்டானே, சமர்த்துப் பட்டம், அது எனக்கு வேண்டவே வேண்டாம். இவன் உண்மையாகவே யனாக்கி என்பதும், முதல் வேட்டையிலேயே நாம் இவனை 'வலைப்படுத்திவிட்டோம்' என்பதும் மட்டும் சந்தேகமறத் தெரிந்துவிட்டாலோ, அப்புறம் நான் பரலோக வாழ்வை நம்புவதுடன், பெர்த்தில்லோன், ரெயிஸ், இரண்டு கிழடுகளும் தங்கள் முறையைப் பரிகசித்ததற்குத் தண்டனையாக இவன் பிடிபடும் பொருட்டுத்

தங்களுக்குள் பேசிவைத்துக்கொண்டு மேலுலகிலிருந்து நமக்கு உதவினார்கள் என்பதையும் நம்புவேன்" எனக் கூறினான்.

மூன்றாவது அங்கத்திற்குத் திரை தூக்கப்பட்ட பின் நானும், ஓஸிபவும் எங்களுடைய ஆசனங்களில் உட்காராமல், சந்தேகப் புள்ளியான கருந்தலையன் இருந்த ஆறாவது வரிசைக்கு அருகே சுவரோரமாக நின்று கொண்டோம். இதற்கு முன்பு ஓஸிபவ் ஒப்பனை அறைக்குச் சென்றிருந்தான். அங்கிருந்து ஒரே திருப்தி ததும்பத் திரும்பிவந்து, "வேடிக்கையான உளவியல் சோதனை ஒன்றை" நாம் காணப்போகிறோம் என்று என் காதோடு கூறினான்.

'ஸில்வா' என்ற ஹாஸ்யச் சங்கீத நாடகத்தின் உதவி கொண்டே சந்தேகப் பேர்வழியை ஊர்ஜிதம் செய்துகொள்வதென மிகத் தந்திரசாலியான எனது நண்பன் முடிவு செய்தான் என்பது விந்தையாகத் தோன்றலாம். ஆயினும் உண்மை அதுவே. ஹாஸ்யச் சங்கீத நாடக நடிகர்கள், நடு நடுவே தங்கள் சொந்தச் சரக்கையும் உட்புகுத்துவதில் வல்லவர்கள் என்ப தை அறிந்திருந்த ஓஸிபவ், மூன்றாவது அங்கத்தின் ஒரு காட்சியில் சில வார்த்தைகளைச் சேர்த்துக் கொள்ளுமாறு நடிகர்களை இணங்கச் செய்துவிட்டான். இந்தக் காட்சியில், மதாம் வலப்யூக் இளமைப் பருவத்தில் கூத்துமேடைப் பாடகியாயிருந்ததாகவும், "வானம்பாடி" என அழைக்கப்பட்டதாகவும் அறிந்ததும் எட்வினின் தகப்பன் தலையைப் பிய்த்துக் கொள்வதாக ஒரு கட்டம் வருகிறது. இந்தப் பாத்திரம் வீட்டுச் சாமான் வியாபாரியான யனாக்கியின் மகள் என்று இவற்றோடு சேர்த்துச் சொல்லும்படி அந்த நடிகையை ஓஸிபவ் கேட்டுக் கொண்டிருந்தான்.

சபையோர் இந்தச் சிறிய விவரத்தைக் கவனிக்கவேயில்லை. ஆனால் ஆறாவது வரிசையிலிருந்த கன்னங்கருந்தலையனுக்கோ, ஒரேயடியாகத் தூக்கிவாரிப் போட்டது. ஒருவேளை தனக்குத் தான் சரியாகக் காதில் விழவில்லை போலும் என்று எண்ணி, உடனிருந்த பெண் பக்கமாகக் குனிந்து, "என்ன பெயர் சொன்னாள்?" என்று வினவினான்.

"அவனே தான்" என்று ஆறுதல் தோன்றப் பெருமூச்சுவிட்டவாறே கூறிய ஓஸிபவ், "யாஷா, தங்கமென்றால் தங்கம் தான். யனாக்கியின் சொல் ஓவியத்தை இவ்வளவு நன்றாகத் தயாரித்திருப்பதற்கு உன்னையும் மெச்ச வேண்டும். வா, அப்பனே, வாயிலில் அவனை வரவேற்போம்" என்றான்.

ஒரு மணி நேரத்திற்குப்பின், ஓஸிபவின் அறையில் ஒரேயடியாக பிரமை பிடித்துப் போய் உட்கார்ந்திருந்தான் கைதியான யனாக்கி. தான் தலைக்குச் சாயமேற்றிக் கொண்டிருந்துங்கூட, சொல் ஓவியத்தின்

உதவியாலேயே தன்னை எப்படிப் பிடித்துவிட்டார்கள் என்பதை அவனால் புரிந்துகொள்ளவே முடியவில்லை.

"இதோ பாருங்கள், யனாக்கி, பேராசிரியர் ரெயிஸ் உங்களை விட எவ்வளவோ கெட்டிக்காரர் என்பதும், முடிச்சுமாறிகள் குற்ற ஆய்வு இயல் போன்ற அத்தனை மகத்தான விஞ்ஞானத்தை அவமதிக்கக் கூடாதென்பதும் இப்பொழுது உங்களுக்கு விளங்கியிருக்கும் என்று நம்புகிறேன்" என்றான் ஒஸிபவ்.

"விளங்கிவிட்டது, இன்ஸ்பெக்டர் ஐயா. ஆனால் உரிய சமயத்தில் விளங்காதது என் போதாத காலம்" என வருத்தத்துடன் பதிலளித்த யனாக்கி, மேலும் தொடர்ந்து, என்னுடைய கடிதம் மிகவும் துடுக்கானது, நான் இப்படி ஒப்புக் கொண்டதை உங்களுடைய அறிக்கையில் குறிப்பிடும்படி கேட்டுக்கொள்கிறேன். எனது காலஞ் சென்ற தந்தையார், நான் என் சிறுவனாக இருந்தபோதே கூறுவது வழக்கம், "கிறிஸ்தோ பர், நீ விஞ்ஞானத்தை மதிக்க மாட்டேன்கிறாய். இது நன்மையில் முடியப் போவதில்லை" என்று. ஆமாம், இன்ஸ்பெக்டர் ஐயா, தெரியாமல் தான் கேட்கிறேன், அத்தகைய அறிவாளியான தகப்பனுக்கு இத்தகைய மடையனான மகன் எப்படிப் பிறக்க முடிந்தது? என் போன்ற அறிவிலிக்கு அப்படிப்பட்ட தந்தை எங்ஙனம் வாய்க்க முடிந்தது? பரம்பரைக் குணம் பற்றிய நியதிகள் எங்கே போயின? சொல்லுங்களேன் சற்றே. குற்ற ஆய்வு இயலும் இப்போது நான் பெரிதும் மதிக்கும் பேராசிரியர் ரெயிஸூம் இயற்கையின் இந்த விந்தையான நிகழ்ச்சியை விளக்குவது எப்படி?" எனக் குத்தலாகக் கேட்டான்.

"ரொம்ப உசிதமான கேள்விகள் தாம். இவற்றைப் பற்றிச் சர்ச்சை செய்ய நான் ஆயத்தமாயிருக்கிறேன். முதலில் நீங்கள் உங்கள் குற்றத்திற்கும், வாய்த்துடுக்கிற்கும் உரிய தண்டனையை அனுபவித்துவிட்டு வாருங்கள், அப்புறம் பேசிக்கொள்வோம். இப்பொழுது உங்கள் ஏட்டையே திருப்பிப் படிக்கிறேன், விடை பெற்றுக் கொள்ளுங்கள்!" எனப் பதிலளித்தான் ஒஸிபவ். இவ்வாறு பெர்த்தில்லோன், ரெயிஸ் ஆகியோரின் சொல் ஓவிய முறை மீண்டும் மாண்புற நிலைநாட்டப்பட்டது.

1956

5

குற்றத்தை ஒப்புக் கொள்ளுதல்*

தாமாகவே மிலீஷியா நிலையங்களுக்கு வந்து, தங்கள் குற்றங்களை ஒப்புக் கொள்வோரைப் பற்றிய சுருக்கமான செய்திக் குறிப்புகள் வரவர அதிகரிக்கின்றன.

வயதிலும், தொழிலிலும், வாழ்க்கையிலும் ஒருவருக்கொருவர் வேறுபட்ட இவர்களிடையே, பழமும் தின்று கொட்டையும் போட்ட பல தேர்ந்த கொள்ளைக்காரர்கள், துடியான ஜேப்படித் திருடர்கள், பணப் புரட்டர்கள், கொலைகாரர்கள் ஆகியோர் உண்டு. இவர்களெல்லோரும், எவராலும் நிரூபிக்கப்படாத தங்கள் குற்றங்களைப் பற்றித் தாமே சொல்லிவிடுகின்றனர்.

தங்கள் குற்றங்களை ஒப்புக் கொள்ள வேண்டும் என்ற தீர்மானத்திற்கு அவர்கள் எல்லோருமே எளிதிலோ, விரைவிலோ வந்துவிடவில்லை தான். எனினும் அவர்கள் அவ்விதத் தீர்மானத் திற்கு வந்தேயுள்ளனர்.

ஒரு உதாரணமாக, ஒரு நகை வணிகன் மிலீஷியா நிலையத்திற்கு வந்தான். அவனுக்கு ஒரு கால் முடம். அதில் மரக் கால் பொருத்தியிருந்தது. ஒரு பெரிய கடையின் தங்க, இரத்தினப் பிரிவில் வேலை செய்த அவன், பொய்க் கணக்கு எழுதுவதும் திருடுவதுமாகப் பல வருஷங்கள் வெகு சாமர்த்தியமாகத் தகிடுதத்தம் செய்து வந்தவன். இதெல்லாம் நடந்து எத்தனையோ ஆண்டுகள் ஆயின. கடையும், அதன் நகைப் பிரிவும் என்றைக்கோ மூடப்பட்டுவிட்டன. அவனது திருட்டுப் புரட்டுகள் - கண்டுபிடிக்கப்பட வில்லை, அவை பற்றிய சந்தேகந்தானும் யாருக்கும் உண்டாகவில்லை.

இவ்வளவெல்லா மிருந்தும், அந்த மரக் கால் நகை வணிகன், ஒரு நாள் மாலையில் மிலீஷியா நிலையம் வந்து சேர்ந்தான். ஒரே தயக்கமும் குழப்பமுமாக, மென்று விழுங்கிக்கொண்டு, அவன் தனது எல்லாக் குற்றங்களையும் ஒப்புக் கொண்டான். உட்குழலான தன் மரக் காலைத் திருகிக் கழற்றி, அதனுள் இருந்த இரகசியப் பகுதியிலிருந்து வைரங்களையும் தங்க நகைகளையும் அதிகாரியின் மேஜை மீது குவித்தான். இவையெல் லாம் அவன் திருடியவை.

---

* இக்கதை 1937, மார்ச் 16ம் தேதி "இஸ் வே ஸ்தியா" இதழில் வெளி-யிடப்பட்டது. அது வெளியானதனால் விளைந்த நிகழ்ச்சிகள், அடுத்து வரும் "மனம் விட்டுக் கூறல்", "உறுதியான நட்பு" என்ற இரண்டு கதைகளில் விவரிக்கப்பட்டுள்ளன.

"உன்னைத்தான் ஒருவருமே கட்டாயப் படுத்தவில்லையே. திடீரென்று இவ்வாறு நீ குற்றத்தை ஒப்புக்கொண்டதற்கு என்ன காரணம்?" என அதிகாரிகள் அவனைக் கேட்டார்கள்.

"இது கூடவா உங்களுக்குப் புரியவில்லை? சோவியத் அரசுக்காகப் போர் புரிகையில் ஒரு காலை இழந்தேன், இந்த மரக் காலைப் பெற்றேன். அதே சோவியத் அரசிடமிருந்து திருடிய நகைகளை ஒளித்து வைப்பதற்கு இந்தக் காலை உபயோகிப்பது எனக்கே வெட்கமாயிருக்கிறது. போதாக் குறைக்கு இவற்றை விற்றுக் காசாக்குவதும் எளிதல்ல" என்று அவன் பதிலளித்தான்.

வேறு எந்த நாட்டிலாவது இப்படி ஒருவன் செய்திருப்பானாயின், பத்திரிகை நிருபர்கள் காமிராவும் கையுமாக அவனை விடாது தொடர்ந்து சென்றிருப்பார்கள், அவனுடைய உறவினர், நண்பர் ஆகியோரை எல்லாம் நிச்சயமாய்ப் பேட்டி கண்டிருப்பார்கள். அவன் பெயர் பிரமாதமாக முழங்கியிருக்கும். நம் தேசத்திலோ, இந்நிகழ்ச்சி குறித்து யாருமே விசேஷமாய் ஆச்சரியப் படவில்லை.

1937ல் சோவியத் யூனியனின் பிராக்யூரேட்டருக்கு பைலோ ரஷ்யாவிலிருந்து கீழ்கண்ட கடிதம் வந்திருந்தது. எவனோ யாசெங்கோ என்ற கிராமப் பள்ளி ஆசிரியன் அதை எழுதியிருந்தான்:

"...நான் இங்கு சௌகரியமாக வாழ்ந்து வருகிறேன். நான் சந்தேகிக்கத் தக்க புள்ளி என்ற எண்ணமே, யாருக்கும் கனவில் கூட உண்டாகாது மாறாக, இங்கே எல்லோருமே என்னை மனப்பூர்வமாக நேசித்தும் மதித்தும் வருகிறார்கள். இது என் நெஞ்சை இன்னும் அதிகமாக உறுத்துகிறது: உண்மையாகவே. இந்த ஒரு வருஷமாக, நேர்மையும் உழைப்பும் நிறைந்த ஒழுங்கான வாழ்க்கை நடத்தி வருகிறேன். இன்னும் எவ்வளவு காலம் வேண்டுமானாலும் இதே போல வாழ்ந்து வரலாம். நான் இப்பொழுது இருப்பது போன்ற மனநிறைவுடன் ஒரு பொழுதும் இருந்ததில்லை. அதனால் தான், தோழர் பிராக்யூரேட்டர் அவர்களே, உங்களுக்கு எழுதுகிறேன். என் பெயர் யாசெங்கோ இல்லை. நான் சிறையிலிருந்து தப்பி வந்தவன். எப்போதோ ஆசிரியப் பயிற்சிப் பள்ளியில் படித்துப் பட்டம் பெற்றேன். நான் அநேகமாக மறந்திருந்த தொழிலை மேற்கொள்வதற்கு இந்தப் பட்டம் உதவியாய் இருந்தது. பொய்யான தஸ்தாவேஜுகளை உபயோகிக்காமலிருக்க முடியவில்லை என்பது உண்மையே. ஆயினும் உபாத்திமைத் தொழில் எனக்குப் பிடித்துப் போயிற்று. எஞ்சியுள்ள தண்டனைக் காலம் முடிந்ததும் ஆசிரியத் தொழிலுக்கே எனது வாழ்வை அர்ப்பணஞ்செய்ய விரும்புகிறேன். தயவு செய்து எங்கே, எப்படி வந்து சேர வேண்டுமென்பதை எனக்குத் தெரிவிப்பீர்களாக..."

இதனை எழுதியவன், சில நாட்களுக்குப் பிறகு சோவியத் யூனியன் பிராக்யூரேட்டர் அலுவலகத்திற்கு வந்தான். கூச்சத்தோடும் சுற்றி வளைக்காமலும் தன்னைப் பற்றிக் கூறினான். அவன் முகத்தில் கவர்ச்சிகரமான இளமை தவழ்ந்தது. புன்னகையில் சோகம் நிழலாடியது.

"எனது உணர்ச்சிகளைப் பகுத்தாராய்வது எனக்கே கடினமாய் இருக்கிறது" என்று ஆரம்பித்தான் அவன். "எனினும் ஒரு விஷயம் மிகத் தெளிவாயுள்ளது: பழைய வாழ்விற்கு மீண்டும் திரும்புவது இனி நடவாது. கொள்ளைக்காரனாக, திருடனாக, குற்றச் செயல் புரியவனாக இருந்தவன் தான் நான். ஆயினும் இந்த ஒரு வருடமாக நேர்மையாய் வாழ்ந்து பார்த்துவிட்டேன். இனி என்னால் வேறு விதமாக வாழ முடியாது. எனினும் நான் முறைப்படி நடக்க வேண்டுமல்லவா? ஒரு சிறிய கடன் நான் செலுத்த வேண்டியிருக்கிறது. கொள்ளைக் குற்றத்திற்காக எனக்கு ஐந்தாண்டு சிறைவாச தண்டனை கிடைத்தது. சிறை சென்ற சில மாதங்களுக்கெல்லாம் நான் தப்பித்து வந்துவிட்டேன். புதிய வாழ்வில் அழுக்குக் கால்களுடன் அடியெடுத்து வைக்கக் கூடாதல்லவா? எனவே முதலில் கடனைத் தீர்த்துவிடுவது எனத் தீர்மானித்திருக்கிறேன்" எனக் கூறிமுடித்தான்.

பிறகு தான் கலந்துகொண்ட கொள்ளைகள், திருட்டுகள் எல்லாவற்றையும் பற்றிய முழு விவரங்களையும் அறிவித்தான். எந்த வருஷம், எந்த மாதம், எந்த நகரில், எந்தத் தெருவில் இவை ஒவ்வொன்றும் நிகழ்ந்தன என்று தெரிவித்தான்.

அவனுக்கு ஒரே நகரத்தில் நீண்ட காலம் கால் தரிக்கவே இல்லை. ஆகவே சில வருஷங்களுக்குள் விரிவான பிரதேசத்தைச் சுற்றி வந்திருந்தான்.

"ஆயிற்றா. நான் பைலோ ரஷ்யாவிற்கு வந்து ஆசிரியன் வேலையில் அமர்ந்ததும், இது ஒரேயடியாகச் சப்பென்றிருக்கும் என எண்ணினேன். புதிய புதிய நகரங்கள், புதிய புதிய தட்பவெப்ப நிலைகள், புதிய புதிய முகங்கள் என்று ஓயாமல் மாற்றிய வண்ணமாயிருந்து பழகிவிட்டேனல்லவா? எனக்கோ கொந்தளிப்பும் கோலாகலமும் வேண்டும். வேலைபார்த்த இடத்தில் இருந்த தெல்லாம் பள்ளிக்கூடம், குழந்தைகள், எங்கும் நிசப்தம், பனி மூடிய வயல்கள், சிறு தொகையினரான மக்கள், அவ்வளவுதான். இந்த வாழ்வு புளித்துப் போய்விடும் என நினைத்தேன். ஆனால் அது தவறாயிற்று. மெய்யாகவே, இதற்குமுன் ஒரு பொழுதும் நான் இவ்வளவு திருப்தியுடன் இருந்ததில்லை என்றால் உங்களுக்கு விந்தையாகப் படலாம். என்றாலும் அது உண்மையே. பூகோளப் பாடம் சொல்லிக் கொடுப்பது தான் சங்கடமாக இருந்தது"

என்று சொல்லி யாசெங்கோ புன்னகை புரிந்தான். "கருங்கடலின் கரைப்பகுதியைப் பற்றிப் பேச வாயெடுக்குமுன் அங்கு நான் செய்த களவுகள் நினைவிற்கு வந்துவிடும். சைபீரியாவைப் பற்றிச் சொல்லும் போதே ஓம்ஸ்கில் அடித்த கொள்ளையை நினைத்துக்கொள்வேன்."

தண்டனைக் காலத்தை முடிக்கும்பொருட்டு அவன் உழைப்பு முகாம் ஒன்றுக்கு அனுப்பப்பட்டான். இப்போது அவன், தனது புதியதும் கடைசியானதுமான தொழிலை--அதாவது உபாத்திமைத் தொழிலை- அங்கே செய்து வருகிறான்.

★★★

இவான் புரோலவ் என்பவன், தனது சுய சரிதையை, பீடிகையோ விமர்சனமோ எதுவுமின்றி, காரியார்த்தமான முறையில், இரத்தினச் சுருக்கமாக எழுதி அனுப்பியிருந்தான்:

சோவியத் யூனியனின் பிராக்யூரேட்டர் காரியாலயத்துக்கு, நெடு நாள் குற்றவாளி இவான் புரோலவிடமிருந்து.

சுயசரிதை

1911ல் சராதவ் நகரில் பிறந்த இவான் புரோலவ் ஆகிய நான், சோவியத் யூனியனின் பிராக்யூரேட்டர் ஆகிய உங்களுக்கு இதன் மூலம் தெரிவிப்பது என்னவென்றால், தற்சமயம் என்னிடம் அடையாளச் சீட்டுகள் முதலிய தஸ்தாவேஜுகள் எவையும் இல்லை. இதன் காரணமாகச் சிறையில் தள்ளப்படுவோமோ என்று அஞ்சி, சோவியத் யூனியனின் பிராக்யூரேட்டர் என்னும் மிக உயர்ந்த அதிகாரியின் காரியாலயத்திற்கே விண்ணப்பித்துக் கொள்ளத் தீர்மானித்தேன். நெடுநாள் குற்றம் புரிந்துவந்த திருடன் ஆன ஒருவனிடமிருந்து வரும் இந்த வாக்குமூலத்தைப் பற்றிக் கேள்விப்பட்டாலோ, நீங்களே படித்தாலோ, அதில் தனிப்பட்ட கவனம் செலுத்துவீர்கள் என்று நம்புகிறேன். உதவுவதற்கு வேண்டிய அவசியமான நடவடிக்கைகளை நீங்கள் எடுப்பீர்கள் என்றே நம்புகிறேன்-எனக்கு என்று நான் சொல்லிக் கொள்ள விரும்பவில்லை; ஆனால், புதிய அரசியல் சட்டத்தைக் கண்டும், சோதித்துப் பார்த்தும், மகாநாட்டில் தாங்கள் நிகழ்த்திய உரையைப் படித்தும் 'காலாடிகளுக்குச் சீட்டு கிழிந்துவிட்டது!' என்ற சுருக்கமான முடிவிற்கு வந்துள்ள ஒரு திருடனுக்கு நீங்கள் உதவி செய்வீர்கள். என்று நம்புகிறேன்.

"எனது வாழ்க்கைச் சுருக்கம் கீழே கொடுக்கிறேன். தவறுதலான வழியில் நான் சென்றதற்கான காரணங்களும் அதில் தரப்பட்டுள்ளன. எதன் மூலம் எனக்கு நல்லறிவும் நேர்மையாக உழைத்துப் பிழைக்க வேண்டும் என்ற விருப்பமும் உண்டாயின என்பதை இந்த வரிகளைப் படித்து முடித்ததும் நீங்கள் புரிந்துகொள்வீர்கள்.

"முன்பே கூறியுள்ளபடி நான் சராதவ் நகரத்தில் பிறந்தவன். மாற்றாந்தாயின் முலைப் பாலுண்டு வளர்ந்தேன். தகப்பனாரும் நானும் மாற்றாந் தாய் வீட்டிலேயே வசித்தோம். அவள் வீட்டு வேலை பார்த்தாள். தந்தை வோல்கா படகுத் துறை வேலையாளாக இருந்து, 1921ல் பட்டினி கிடந்து இறந்தார்..."

புரோலவின் நிர்க்கதியான பிள்ளைப் பருவம், அவன் திருடக் கற்றுக்கொண்டது, "அந்தத் தொழிலில் மிகுந்த தேர்ச்சி" பெற்றது ஆகியவை பற்றிக் கடிதத்தில் விவரிக்கப்பட்டிருந்தது. அதன் பிறகு புரோலவ் பின்வருமாறு எழுதி யிருந்தான்:

"...வாழ்க்கையின் கோணல் பாதையில் நான் சென்றேன். தெருக்களில் வாசம், திருடர்களுடன் சகவாசம், அவர்களோடு சேர்ந்து குடிக்கும் பழக்கம் இதுவே எனது வாழ்க்கையாகிவிட்டது! சுகரேவ்ஸ்கிய் சந்தை, உணவு விடுதிகள், உண்டிச் சாலைகள், சினிமா என்று ஏராளமாகப் பணம் புரளும் இடங்களுக்கு அடிக்கடி சென்றேன். இவ்வாறே மாஸ்கோவில் ஒன்றரை வருடம் கழித்தேன். அங்கு மூர்க்காரர்கள் என்னைக் கைது செய்யவே. கம்பி எண்ணிவிட்டு வந்தேன். இப்போது நேராக உங்களுக்கே எழுதிக் கேட்பது என்று நிச்சயித்துவிட்டேன். பலரகமான மாமன், மாமிமாரிடையே எப்படியோ தண்டத்துக்குத் தின்று வாழ்ந்து வருகிறேன். பயனுற வாழ்வதற்கு வாய்ப்பு அளித்து எனக்கு உதவி செய்ய வேண்டுமென்று தலைமை பிராக்யூரேட்டர் ஆகிய உங்களைக் கேட்டுக்கொள்கிறேன்.

உழைத்து நேர்மையான வாழ்வு நடத்தும்படி, உபயோகமுள்ள சோவியத் பிரஜையாக இருக்கும்படி ஏதாவது ஒரு நகரத்திற்கோ, கிராமத்திற்கோ என்னை அனுப்புங்கள். நான் நடத்தி வந்துள்ள வாழ்க்கையை வெறுக்கிறேன். நேர்மையுடன் உழைத்து, சமூகத்திற்கு உபயோகமாக இருந்துகொண்டு, ஒருவன் சுகமே வாழ முடியுமென்பதை நான் உணர்ந்துகொண்டேன்.

இதற்குக் கையொப்பமிட்டு, மனப்பூர்வமான உண்மையை உறுதிப்படுத்துகிறேன்.

"இவான் புரோலவ்"

தந்திரம் அல்லது கூச்சம் காரணமாகக் கடிதத்தின் முடிவில் தனது விலாசத்தைக் கொடுக்காமல், கீழேயுள்ளபடி, எழுதியிருந்தான் புரோலவ்:

இக்கடிதத்திற்குரிய பதிலை நீங்கள் 'இஸ்வேஸ்தியா'வில் வெளியிட்டு, என் போன்றவர்கள் விஷயத்தில் உங்களது அபிப்பிராயம் என்ன, நீங்கள் வழக்கமாகச் செய்வது என்ன என்பதை விவரிக்குமாறு

கேட்டுக்கொள்கிறேன். முக்கிய விஷயம்: சிறை செல்வது அவசியமா, அல்லது அது இல்லாமலே காரியம் நடக்குமா?"

ஐயா, இவான் புரோலவ், சோவியத் யூனியனின் பிராக்யூரேட்டர் உமது கடிதத்திற்குப் பதிலளிக்க எனக்கு அதிகாரம் தந்திருக்கிறார். பிராக்யூரேட்டர் அலுவலகத்திற்கு எந்த நாள் வேண்டுமாயினும் நீர் வரலாம். அதிகாரிகள் உமது விஷயத்தை விரிவாக விளக்கி, உமக்கு உதவி செய்வார்கள்.

இவான் புரோலவ் உறுதியாக அலுவலகத்திற்கு வருவான் என்று நான் எண்ணுகிறேன். அவனைச் சுற்றிலும் நமது புதிய வாழ்வு மலர்ந்து கொண்டிருக்கிறது. மனிதர்களிடையே ஒரு புதிய உறவு முறை உருவாய் வருகிறது. தண்டனை கிடைக்குமோ என்ற பயத்தைவிட, பழைய பழக்கங்களையும் விட, உலகில் மற்றெல்லாவற்றையும் விட இதுவே அதிக வன்மையுடையது. ஆகவே அவன் கட்டாயம் வருவான்.

1937

6

மனம்விட்டுக் கூறல்

இதெல்லாம் தொடங்கியது மார்ச் 16ம் தேதி.

காலையில் சரியாய்ப் பத்து மணிக்கு கூர்ங் கண்ணனான ஓர் இளைஞன், சோவியத் யூனியனின் பிராக்யூரேட்டர் அலுவலகத்து ட்யூட்டி ஆபீசரிடம் வந்தான். "இஸ்வேஸ்தியா" பிரதி ஒன்றைக் கையில் பிடித்தவாறே, காலாடிகள் எங்கே ஆஜராக வேண்டும்?" என்று சுருக்கமாக, மொட்டையாகக் கேட்டான்.

ஆபீசர் வந்தவனை வியப்புடன் நோக்கி,"புரியவில்லையே ஐயா, நீங்கள் வந்த காரியம் என்ன? தெளிவாகச் சொல்லுங்களேன்" என்றான்.

"சொந்தக் காரியம். பத்திரிகையில் வந்திருக்கிறேன். கண்டபடியே குற்றத்தை ஒப்புக் கொள்ள."

தகவல் கிடைத்ததும் அவன் நான்காம் மாடிக்குச் சென்றான். அங்கே ஒவ்வோர் அறையின் கதவிலும் பொறித்திருந்த பெயர்களைக் கவனமாகப் படித்தான். எதிர்பார்ப்பு அறையைக் கண்டதும் அதனுள் சென்று சோபாவில் அமர்ந்தான். "யாரைப் பார்க்க வேண்டும்?" என்று பிராக்யூரேட்டரின் காரியதரிசி கேட்டாள்.

"ஷெய்னினிடம் வந்தேன்" என்று நிதானமாக விடையளித்த இளைஞன், ஆனால் இப்போதே வேண்டாம். கொஞ்சம் போலக் காத்திருக்கிறேன். நம் ஆசாமிகள் இன்னும் சில பேர்கள் இங்கே வந்தாக வேண்டும்" என்றான்.

"நீங்கள் என்ன, கூட்டமாகப் போக உத்தேசமா?"

"அப்படியொன்றும் இல்லை. சேர்ந்திருந்தால் கலகலப்பா-யிருக்குமே என்கிறது தான். என்ன நான் சொல்கிறது? அப்பொழுது அதிக நிச்சயமாயும், பதற்றம் இல்லாமலும்... ஊம்?"

இப்படிச் சொல்லிவிட்டு மீண்டும் சோபாவில் சாய்ந்துகொண்டான். அரை மணி நேரத்திற்குப் பிறகு, சாதாரண மென்மயிர்த் தோல் காலர் வைத்த பழுப்புநிறச் சட்டை அணிந்த ஒருவன் உள்ளே வந்தான். சுற்று முற்றும் பார்த்தான், முதலவன் அருகே உட்கார்ந்தான், சிகரெட்டைக் கொளுத்தினான், திருப்தியாகப் புகையை இழுத்து விட்டான், பின்பு, ஏதோ பொதுப்படையாகச் சொல்வது போல, "உங்கள் முகம் எனக்குப் பழக்கமானதாகப் படுகிறது. சைபீரிய முகாமில் சேர்ந்து இருந்தோம் போலும். அப்படித்தானே?" எனப் பட்டும் படாததுமாகச் சொன்னான்.

“இல்லை. உங்களுக்குத்தான் அப்படித் தோன்றுகிறது” என்று புன்னகையுடன் பதிலளித்தான் இளைஞன். சிறிது நேரம் மௌனமாயிருந்து விட்டு, “நாம் சேர்ந்து இருந்தது வேறொரு முகாமில். நான் சைபீரிய முகாமிற்கு வரு முன்பே துரதிர்ஷ்டவசமாய் நீங்கள் போய்விட்டீர்கள்” என்று மேலும் கூறினான்.

இவ்வாறு தொடங்கியது அவர்களது உரையாடல். ‘அந்தக் காலம்’, எத்தனை எத்தனையோ விதமான செயல்கள், சிறைச்சாலைகள் ஆகியவற்றை யெல்லாம் பற்றி அவர்கள் நினைவுபடுத்திப் பேசிக் கொண்டிருக்கும் போதே மற்றும் மூவர் அறையுள் நுழைந்தனர்.

சிலர் முகமறியாதவர்களாயினும் அவர்களிடையே விரைவில், சரளமாகப் பேச்சு வார்த்தை தொடங்கியது. தங்கள் மனத்தை எல்லாவற்றையும் விட அதிகமாக உலப்பிய பிரச்சினையைக் குறித்து அவர்கள் ஆர்வத்துடன் விவாதிக்கலாயினர்.

“நிச்சயமாய் நம்மை உள்ளே தள்ளப் போகிறார்கள், பார்த்துக் கொண்டேயிருங்கள்” என்றான் அவர்களில் ஒருவன். அவன் நடுத்தர வயதினன், கூனல் தோளன், ஏங்கிய முகத்தினன். “இவர்கள் எத்துக்காரர்கள் அப்பா, எனக்குத் தெரியும். குட்டிக் குதிரைகளைப் பிடிப்பது போல, நம்மைப் பிடித்துவிடப் பார்க்கிறார்கள். என் பேச்சைக் கேளுங்கள், தம்பிமாரே! உள்ளே போகாதீர்கள். இந்தத் ‘துர்மன்’ ஒன்று சொன்னால் நன்றாகத் தெரிந்து கொண்டுதான் சொல்லுவான், ஆமாம்“ என்று மேலும் கூறினான் அவன்.

“அவ்வளவு கெட்டிக்காரனாய் இருந்தால், இங்கே எதற்காக வந்தாயாம்?”

‘துர்மன்’ முகத்தில் மர்மப் புன்னகை தோன்றி மறைந்தது.

“இங்கே நடப்பதை மோப்பம் கண்டு வரும்படி பையன்கள் என்னை அனுப்பினார்கள். என்னவோ பத்திரிகையிலே எழுதுகிறதாம், காண வாருங்களப்பா என்று நமக்கு அழைப்பு விடுக்கிறதாம், நல்ல வேடிக்கைதான் போ. எவனோ புரோலவாம், இவர்களுக்கு எழுதினது போலேயும், இவர்கள் அவனுக்குப் பதிலெழுதினது போலேயும் பாவலா பண்ணுகிறார்கள். யார் அவன் புரோலவ்? எதற்காக புரோலவ்? கண்டது யார் இந்தப் புரோலவை? இதெல்லாம் ஏமாற்று வேலையப்பா, ஏமாற்று வேலை. ஆனால் இந்தப் புனை சுருட்டெல்லாம் எதற்காகச் செய்திருக்கிறார்கள் என்பதை அறிய விரும்புகிறேன். என்னைப் பொறுத்தவரை இந்த புரோலவைப் பற்றி எதுவும் தெரியாது. அப்படி ஒருவன் இருப்பானாகில், அவனுடைய புனைபெயரை வெளியிடுவதற்கென்ன?...” இப்படி அவன் சொல்லிக்கொண்டு போனான்.

இதற்கிடையே மேலும் மேலும் ஆட்கள் வந்தனர். அறையிலிருந்தவர்கள் தங்கள் 'இனத்தவர்' என்பதைத் தவறுதலின்றி ஒரே பார்வையில் கண்டுகொண்டு, அவர்களுடன் சேர்ந்து கொண்டனர்.

அவர்களது எண்ணிக்கை பதினொன்றானதும், கச்சிதமான உடையும், மழித்த முகமும், சிறந்த தோரணையுமாக இலகிய ஒரு நெட்டையன் கூடியிருந்தவர்களை ஒழுங்குபடுத்தினான். அவன் தன் மதிப்பை நன்கறிந்த ஆண்மகன் என்பதும், அதிகாரம் செலுத்திப் பழகியவன் என்பதும் தெற்றெனப் புலப்பட்டன. அவனது நாட்டாண்மை எல்லோராலும் மறு வார்த்தையின்றி ஒரு முகமாக ஏற்றுக்கொள்ளப்பட்டது. "சீமான் கோஸ்த்யா" என்று எல்லோரும் அவனை அழைத்தார்கள்.

"போதுமப்பா வீண் சளசளப்பு!" என்று ஓர் அதட்டு போட்டுவிட்டு அவன் மேலும் சொன்னான்:

"வந்த காரியத்தைப் பற்றிப் பேசுவோம். நாம் குழந்தைகள் அல்ல. தத்துவம் பேசுவது கவைக்குதவாது. இதெல்லாம் என்ன என்பது பற்றி எனக்கு ஒன்றும் தெரியாது. உங்கள் ஒவ்வொருவரது கையிலும் 'இஸ்வேஸ்தியா' வின் பிரதி ஒன்றிருப்பதைக் காண்கிறேன். எதனாலோ எல்லாம் நேற்றைய இதழ்களாயிருப்பதையும் குறிப்பிட விரும்புகிறேன். விந்தையான உடனிகழ்ச்சி இது, தம்பிமாரே. நிலைமை என்ன என்பது தெளிவு. புரோலவ் என்பவன் இருக்கிறானா, இல்லையா என்பதைப் பற்றி நான் அலட்டிக் கொள்ளப் போவதில்லை. இல்லையென்றே வைத்துக் கொள்வோம். ஆனால் 'துர்மன்', 'கரப்பான்' 'ராஜா', 'ஜிப்ஸி', நான், நீங்கள், எல்லாருங்கூடவா இல்லாமல் போய்விட்டோம்? இருக்கத்தான் செய்கிறோம். ஆகவே வம்பென்ன? 'துர்ம'னுக்கு நம்பிக்கை இல்லையா? மகாராஜனாக, சௌக்கியமாகப் போய் விடட்டும் வெளியே. ஆனால் நான் நம்புகிறேன். உள்ளே செல்லப் போகிறேன். ஆபத்தை விலைக்கு வாங்குகிறேன் என்கிறீர்களா? , சரிதான். ஆனால், உண்மையில் இதில் அப்படி என்ன ஆபத்து, என் கண்களா? அவர்கள் நம்மை என்ன வேண்டுமானாலும் செய்யட்டுமே. நாம் கடையைக் கட்ட வேண்டிய காலமோ வந்துவிட்டது. அவர்கள் நம்மை உள்ளே தள்ளினால் குடி முழுகிவிடாது. தள்ளவில்லையோ இன்னும் நல்லது. இரண்டில் எது நேர்ந்தாலும் சரியே, நான் மூட்டை கட்டியாயிற்று. என் ஆட்டம் ஓய்ந்து விட்டது. ஓட்டம் முடிந்துவிட்டது. எல்லாம் போதும். நான் சொல்வது சரியா, தவறா?"

"சரிதான், 'சீமான்' என்று எல்லோரும் ஒரே குரலில் கூறினார்கள்.

ஏக்கம் பிடித்த ‘துர்மன்’ கூட, “எல்லோருக்கும் உள்ளது எனக்கும். நீங்கள் எல்லோரும் போவதானால் நானும் போவேன்” எனறான்.

ஒரு மணி நேரத்திற்குப் பின்னர் நாங்கள் ஒருவருக்கொருவர் நன்கு அறிமுகமாகிவிட்டோம். அந்தப் பதினொரு பேர்களும் எனது அலுவலகத்தில் உட்கார்ந்திருந்தார்கள். ஒருவர் பின் ஒருவராகத் தமது சரிதையைக் கூறினார்கள்.

“நான் வீடு புகுந்து திருடுபவன். எட்டு வருடங்களாகத் திருடி வருகிறேன்” என்றான் ‘கரப்பான்’. ‘இரண்டு முறை கம்பி எண்ணினேன், பல தடவை பிடிபட்டேன். மாஸ்கோவில் கொக்கெயின் முகர்ந்தேன், பொகாராவில் கிர்யாக், அனாஷ் இரண்டையும் ருசிபார்த்தேன், விளாதிவஸ்தோக்கில் அபினி புகைத்தேன். நான் காணாததோ செய்து பார்க்காததோ ஒன்றும் பாக்கியில்லை. நான் அடைபட்டிருந்ததும் உண்டு, விட்டாற்றியாகத் திரிந்ததும் உண்டு. பட்டினியால் துடித்திருக்கிறேன். பணக்கார மைனர் போல் ஊதாரித்தனமும் பண்ணியிருக்கிறேன். இந்த ஒரு வருடமாகத்தான் எனக்கு இருப்பே கொள்ளவில்லை. சலித்துப் போய்விட்டது. எங்கும் மக்கள் மனிதர்களாய் லட்சணமாய், உழைத்துப் பிழைக்கிறார்கள், தொழில் தேர்ச்சி பெறுகிறார்கள், மணஞ் செய்துகொண்டு குழந்தைகள் பெற்றுக் குடியும் குடித்தனமுமாக வாழ்கிறார்கள். அவர்களைவிட நான் எதில் குறைந்தவன்? நானும் தான் எல்லோரையும் போல வாழ விரும் புகிறேன். பொய் சொல்வானேன்! கடந்த வருடத்திலும் நான் திருடியதுண்டு தான். சரியாய் இரண்டு தினங்களுக்கு முன்பு தான் பல்கலைக்கழகத்திலிருந்து ஒரு தோல் கோட்டைக் களவாடினேன். அதோடு முற்றுப்புள்ளி. நான் சொல்வதை நம்புங்கள். நான் உங்களைக் கண் துடைப்பதற்காகச் சொல்லவில்லை. முடியுமானால், உள்ளே தள்ளி விடாமலிருக்கும்படி வெகுவாகக் கேட்டுக் கொள்கிறேன். ஒரு நகரம், தஸ்தாவேஜுகள், ஒரு வேலை, அவ்வளவேதான் எனக்கு வேண்டியது. அப்புறம் பாருங்கள், நான் தங்கக் கம்பியாகி விடுகிறேனா இல்லையா என்று.’ இப்படிச் சொல்லிவிட்டுக் ‘கரப்பான்’ சிறிது நேரம் மௌனமாக யோசனையில் ஆழ்ந்திருந்தான். பிறகு திடீரென்று, முகஞ்சிவக்க, வெட்கத்துடன் மேலும் கூறினான்:

“சுகமாக வாழ மாட்டோமா என்று ரொம்ப ஆசையாயிருக்கிறது. உள்ளபடியே சொல்கிறேன், திருடர்கள் ஒரு பொழுதும் சுகமாய் வாழ்வதில்லை. ஒரே ஒரு தடவை மட்டுமே நான் அத்தகைய சுகமாக இருந்தேன். அதுவும் கனவில் தான்.”

“எதைப் பற்றி நீ கனவு கண்டாய்?”

'கரப்பான்' கனவுபவன் போன்று புன்னகை செய்து சொன்னான்:

"என்ன கனவு கண்டேன் தெரியுமா? நான் ரொம்ப இளவட்டம், அதற்குள், திருட்டில் புலி. இளவேனில், இன்பமான பருவம். வெயில், பூக்கள், மற்றவை எல்லாம் பிரமாதம். ஓர் இடத்திலே கைவரிசையைக் காட்டிவிட்டு, பெரிய மூட்டையும் தோளுமாக, பட்டப் பகலில் ஸ்தலேஷ்னிகவ் சந்து வழியே விடுவிடு வென்று நடக்கிறேன். மசமச வென்று கூட்டம் நெரிகிறது. பெண்கள் குதூகலமாகச் சிரிக்கிறார்கள். ஸ்தலேஷ்னிகவ் பெத்ரோவ்கா இரண்டு சந்துகளும் சந்திக்கும் முடுக்கில் நிற்கிறான் மிலீஷியாக்காரன்; வெள்ளைக் கையுறைகளும் தானுமாக, சாதாரணமான மிலீஷியாக்காரன். அவனுக்கு எதிரே ஒரு பெரிய கடை. அதின் முகப்பில் "மாஸ்கோ நகரக் கடை, திருட்டுச் சாமான்கள் வாங்கிக் கொள்ளப்படும்" என்ற குறிப்பு கண்ணைப் பறிக்கிறது. என் அற்புதம் பார்த்தீர்களா? சுமையும் தோளுமாக ஜாம் ஜாமென்று மிலீஷியாக்காரனைக் கடந்து செல்கிறேன், சட்ட பூர்வமாக. கடையிலோ, தலைவரே என்னை வாயிலில் எதிர் கொள்கிறார். என் மூட்டையிலிருந்த சப்புச் சவறை எல்லாம் விலைப் பட்டியின் படி அன்புடன் வாங்கிக் கொண்டு, 'ஏது இப்பொழுதெல்லாம் நீங்கள் வருவதே அபூர்வமாகிவிட்டது? இப்படியே போனால் நான் திட்டத்தை நிறைவேற்றுவதெங்கே?..." என்று ஒரே உபசாரமாகச் சொல்கிறார்.

* * *

'ஜிப்ஸி' என்ற திருடி, தூய்மையான உடையணிந்த யுவதி. அவள் கண்களில் குறும்புத்தனம் பளிச்சிட்டது. ஒதெஸ்ஸாவில் பிறந்தவளாம். பதினான்காம் வயதிலிருந்தே திருட்டுத் தொழிலில் இறங்கிவிட்டாளாம். ஒதெஸ்ஸாவில் அவளுக்கு ஒரு பெண் குழந்தை இருப்பதாகவும் அதைத் தன் சகோதரியிடம் விட்டு வைத்திருப்பதாகவும் சொன்னாள். அவளுடைய கணவனும் திருடன் தானாம். இங்கே அவள் மட்டுமே வந்திருந்தாள்.

"இதன் முடிவை அறிவதற்காக என் கணவன் சேர்புகவில் காத்துக் கொண்டிருக்கிறான்" என்று விளக்கினாள் 'ஜிப்ஸி' "உள்ளே தள்ளிவிடுவீர்களோ என்று அவனுக்குப் பயம். இதில் ஏதேனும் சூது கீது இருக்கிறதா என்று சோதிக்கும் பொருட்டே என்னை இங்கு அனுப்பி இருக்கிறான். 'ஏதாவது தப்பு தண்டா நடந்தாலும் நீ பெண் ஆகையால் கொஞ்சமாகத்தான் உனக்குத் தண்டனை கொடுப்பார்கள். நான் வெளியிலிருந்து கொண்டு உனக்குப் பண்டங்கள் அனுப்பி வைக்க ஏற்பாடு செய்வேன். சூழ்ச்சி கீழ்ச்சி ஒன்றும் இல்லையானால் உடனே தந்தி கொடு. நானும் வந்துவிடுகிறேன்' என்கிறான்."

* * *

ஜேப்படிக்காரன், ‘பம்பரம்’ துடியான இளைஞன். எப்போதும் புன்னகைதான். அவனது நடையுடை பாவனைகள் அவனது புனைபெயருக்கு முற்றிலும் இசைவாயிருந்தன. தயாராக எழுதி வைத்திருந்த காகிதம் ஒன்றை அவன் புன்னகையுடன் என்னிடம் நீட்டினான்.

“இந்தாருங்கள். உள்ளதையெல்லாம் நன்றாக யோசித்து இதில் குறித்திருக்கிறேன். படித்துப் பாருங்கள். பின்னால், சேர்க்க வேண்டியதைச் சொல்கிறேன்” என்றான். அவன் எழுதியிருந்தது இதுவே:

குற்றம் புரிந்து வாழ்ந்த காலம்

“1931ல் எனது ஏழு வருடப் பள்ளிப் படிப்பை முடித்தேன். அப்பொழுது நான் பதினைந்து வயதுப் பையன். எந்தத் தொழிலிலும் நான் தனிப் பயிற்சி பெறவில்லை. 1932ல் தகப்பனார் இறந்ததும், சுதந்திரமாக வாழ வேண்டும் என எண்ணினேன். சில ‘நல்ல’ பையன்கள் பழக்கமானார்கள். அவர்கள் என்னைத் தங்களுடைய சாக்கடைக் கூட்டத்திற்குள் இழுத்துக்கொண்டு, குற்ற நடவடிக்கைகளையும், அதாவது, திருடுதல், சூதாட்டம், குடி ஆகியவைகளையும் கற்றுக் கொடுத்தனர். திருட்டு வாழ்க்கை தொடங்கி மூன்று வருடங்களுக்குப்பின், நான் பிடிபட்டுத் தண்டனையடைந்தேன். 1936 செப்டம்பரில் எனது தண்டனைக் காலம் முடிவுற்றது. திருட்டுத் தொழிலைத் தொலைத்துத் தலை முழுகிவிட்டு, தாய்நாட்டுக்குப் பயன்படக் கூடிய மனிதன் ஆவது என் கடமை எனத் தீர்மானித்தேன். ஆனபோதிலும், பயனுள்ள மனிதனாவதற்கு நான் எவ்வளவோ முயன்றும் முடிந்தபாடில்லை. இந்த முறை வெற்றி பெற்று நமது சோஷலிஸ சமுதாயத்தின் மற்றக்குடிகள் போலவே வாழ்க்கை நடத்துவேன் என ஆணையிட்டுக் கூறுகிறேன். நமது நாடாகிய செழுமையான வயலில் நான் களையாக இருக்க விரும்பவில்லை.

“பம்பரம்”

“தயவுசெய்து எனது பெயரைப் பிரசுரிக்காதீர்கள். நான் மணஞ் செய்துகொள்ளப் போகும் பெண்ணுக்கு எனது முந்தைய வாழ்க்கை பற்றித் தெரிய வேண்டாம். இதெல்லாம் பழங்கதையாகி விட்டபின்பு அவள் தானே தெரிந்து கொள்ளட்டும்.”

⋆ ⋆ ⋆

‘சீமான்’ கோஸ்த்யா, பெருமிதத்துடன், அவசரமோ, உளநெகிழ்ச்சியோ இன்றி, நிதானமும் காரிய ரீதியும் வாய்ந்த தோரணையில் தன் கதையைச் சொன்னான்:

“நான் இளைஞனல்ல. எனக்கு இப்பொழுது முப்பத்தெட்டு வயது. இந்தக் கற்றுக்குட்டிகள் கனவிலும் கண்டிராத எவ்வளவோ என் வாழ்க்கையில் பார்த்துவிட்டேன். என்னுடைய தொழில், உண்மையில் நுட்பமான தனித் திறமை கொண்ட ஒன்று. இந்தத் தொழில் செய்பவர்கள் அபூர்வமாகத்தான் இருந்தார்கள். நான் ‘அபேஸ்’ வேலை பார்த்தது மாஸ்கோ-மஞ்சூரியா எக்ஸ்பிரஸில். எனது கூட்டாளி அழகான அழகல்ல. அந்த மாதிரி அழகி நான் பார்த்ததே இல்லை. அவள் பெயர் வாந்தா. சீல் தோல் மேல்கோட்டு போட்டிருப்பாள். கண்ணைப் பறிக்கும் ஒய்யாரம், சீமாட்டி போல. எனக்குப் பார்வையிலே ஒரு கோளாறும் கிடையாது, இருந்தாலும் ரயிலில் போகையில் கொம்பு விளிம்புக் கண்ணாடி மாட்டிக் கொள்வேன். அந்தஸ்தாயிருக்க வேண்டுமே, அதற்காக. எப்பொழுதும் ஜம்மென்று ராஜகம்பீரமாயிருப்பேன். நானும் வாந்தாவும் முதல் வகுப்பில் தான் பிரயாணஞ் செய்தோம் என்று சொல்ல வேறு வேண்டுமா? முகமறியாதவர்கள் போலப் பாசாங்கு செய்வோம். எவனாவது பணமிகுந்த பிலுக்கன் வாந்தாவுடன் வழியிலே சரசமாடத் தொடங்கிவிடுவான். பிரயாண காலத்திலே இந்த மாதிரிச் சரசம் எப்போதும் ஏற்படுவதுதானே, இல்லையா? வாந்தா இந்தச் சரசத்துக் கெல்லாம் இடம் கொடுப்பாள். அப்புறம் இருவரும் சேர்ந்து தேநீர் பருகுவார்கள், அல்லது உண்டி கொள்ளும் வண்டியில் இராச்சாப்பாட்டுடன் ஒயின் அருந்துவார்கள். சமயம் பார்த்து அவள் பானத்தில் உறக்க மருந்தைக் கலந்து விடுவாள். பணமூட்டை உறங்கிப் போவான். நாங்கள் அவனுடைய சாமான்களைச் சுருட்டிக் கொண்டு அடுத்த முதல் ஸ்டேஷனிலேயே கம்பி நீட்டி விடுவோம். புரிகின்றதா? ஆனால் இந்த இரண்டு வருடங்களாகத் தொழில் நடத்துவது அநேகமாக முடியவே இல்லை. ‘பிரயாணி உண்டியல்கள்’ வந்தாலும் வந்தன, எல்லாம் கெட்டுக் குட்டிச்சுவராகிவிட்டன. எவனுமே இப்பொழுது ரொக்கம் எடுத்துச் செல்வதில்லை. இந்த வயது காலத்தில் - எனக்கு அப்படி ஒன்றும் வயதாய் விடவில்லை என்றாலும் தொழிலை மாற்றிக் கொள்வதற்கு,விருப்பமுமில்லை, அதில் அர்த்தமும் இல்லை. தவிரவும் - உங்களிடம் உண்மையைச் சொல்லிவிடுகிறேனே இந்த வெட்டிப் பிழைப்பு எனக்கே ஒரேயடியாகச் சீயென்று போய்விட்டது. இந்த நாட்களிலேயும் ஏதாவது தில்லுமுல்லு செய்து தான் பிழைத்து வருகிறேன், சொல்லக் கூச்சப்படுவதிலோ, கண்ணில் மண்ணைத் தூவப் பார்ப்பதிலோ பயனில்லை. இவைகளைப் பற்றியெல்லாம் சொல்வதற்காகத் தானே இங்கு வந்திருக்கிறேன். இதற்காக நீங்கள் எனக்குக் கனகாபிஷேகம் செய்யப் போவதில்லை என்பது தெரிந்து தானிருக்கிறது. வேறொரு தொழிலிலும் எனக்குத் திறமையுண்டு.

முதல் தரமான நில அளவைக்காரன் நான். ஏதாவது ஆராய்ச்சி யாத்திரைக் குழுவுடன், அதுவும் எங்கேயாவது தொலை தூரத்துக்கு என்னைத் தயவு செய்து அனுப்புங்கள். இப்போதைக்கு மாஸ்கோவில் இருப்பதற்குப் பயமாயிருக்கிறது. கட்டுப்படுத்திக்கொள்ள முடியாமல் போய் மறுபடியும் உளையில் மாட்டிக்கொள்வேனோ என்னவோ! நீங்கள் உதவி செய்வீர்களானால் ஆராய்ச்சி யாத்திரைக் கோஷ்டியுடன் எங்கேனும் போய் ஓரிரண்டு ஆண்டுகள் இருந்து, ஒழுங்குக்கு வந்து, எனக்கே என்மீது நம்பிக்கை யேற்பட்டதும், மாஸ்கோ திரும்புகிறேன். அவ்வளவு தான்."

மற்றவர்களும் இதே முறையில் தான் பேசினர். விசாரணை முடிந்தபின் அவர்கள் தோழர் விஷின்ஸ்கிய் முன் ஆஜரானார்கள்.

வெவ்வேறு நகரங்களில், வெவ்வேறு துறைகளில் வேலைகள் தரும்படி அவர்கள் கேட்டனர். அவ்வாறே வாக்களிக்கப்பட்டது.

"இஸ்வேஸ்தியா" ஆசிரியர் அலுவலகத்தில் அன்றிரவு ஒரு விசித்திரமான கூட்டம் நடைபெற்றது. அன்று காலை பிராக்யூரேட்டர் அலுவலகத்திற்கு வந்திருந்த குற்றத் தொழிலினர் அனைவரும் அங்கிருந்தனர். அவர்கள் மட்டுமல்ல. குன்றிலிருந்து கீழே உருண்டுவரும் வெண்பனிப் பந்தைப் போல், அவர்கள் வழியில் எதிர்ப்பட்ட குற்றத் தொழிலினரை எல்லாம் திரட்டிக்கொள்ளவே பத்திரிகாலயத்துக்கு வந்த கூட்டம், பிராக்யூரேட்டர் அலுவலகத்துக்கு வந்திருந்தவர்களை விடப் பல மடங்கு அதிகமாயிருந்தது.

துரதிர்ஷ்டவசமாய் இடையில் ஒரு சிறிய தப்பபிப்பிராயம் நேர்ந்துவிட்டது. பத்திரிகாலயத்தில் கூட்டம் மாலை ஏழு மணிக்கு நடப்பதாக முதலில் ஏற்பாடாகியிருந்தது. பத்திரிகை ஆசிரியர்கள் அவர்களைப் பதினொரு மணிக்குத் தான் பார்க்க முடியும் என்று பின்னால் அறிவிக்கப்பட்டது. எனவே, இது தங்களை வஞ்சகமாய்ப் பிடிப்பதற்கான சூழ்ச்சி போலும் என அவர்களில் பலர் திகிலடைந்தனர். 'சீமான்' கோஸ்த்யா எனக்குப் போன் செய்து இதைப்பற்றித் தகவல் தெரிவித்தான்.

"பட்டவர்த்தனமாகச் சொல்லி விடுங்கள், எங்களை உள்ளே தள்ளுவதாக உத்தேசம் உண்டா, இல்லையா? பையன்களில் பலரும், நானும் எப்படியிருந்தாலும் வரத் தயார். சில பையன்கள் சந்தேகப்படுகிறார்கள். ஒருவித அபாயமும் இல்லையென்று நான் அவர்களுக்கு வாக்குத் தரலாமா?" என்று கேட்டான்.

தாராளமாய்த் தரலாம் என்று அவனுக்கு உறுதி கூறினேன். அவர்கள் எல்லோரும் வந்தனர். பத்திரிகாலயத்திற்கு வந்தவுடன் அவர்களுக்கு

நிம்மதி யுண்டாயிற்று. "உள்ளே தள்ள மாட்டார்கள்" என்று நம்பிக்கை ஏற்பட்டதும் அவர்கள் இன்னும் மனம் விட்டுப் பேசத் தொடங்கினர்.

'ராஜா' என்ற புனைபெயர் கொண்ட ஒருவன், சில ஜேப்படிக்காரரர்களின் 'பிரதிநிதி'யாகத் தான் வந்திருப்பதாகவும், அவர்களின் எண்ணிக்கை கொஞ்சமே என்றாலும், அவர்களிடையே நெருங்கிய ஒற்றுமை இருப்பதாகவும், அவர்கள் தீர ஆலோசனை செய்து, இந்த விஷயத்தின் முடிவைக் கண்டு வரும்பொருட்டுத் தன்னைப் பத்திரிகாலயத்துக்கு அனுப்பி யிருப்பதாகவும் தெரிவித்தான்.

"நடப்பதை யெல்லாம் எங்கள் பையன்கள் ஒரே விழிப்புடன் கவனித்துக் கொண்டிருக்கின்றார்கள். ஒருவேளை அவர்கள் எல்லோரும் நாளைக்கே வந்தாலும் வரலாம். வேறு வழியில்லை. மற்ற எல்லோரையும் போலவே, நாங்களும் வாழ விரும்புகிறோம். துப்பறிபவர்களோ எங்களை நிம்மதியாயிருக்க விடுவதேயில்லை. வேவுகாரர்கள் ரொம்பத் தானே நுட்பமாகக் குடைகிற குடைவில் எங்களுக்குப் பெரும் பாடாயிருக்கிறது.

பிறகு கூட்டம் தொடங்கியது. சோவியத் யூனியனின் பிராக்யூரேட்டரும், "இஸ்வேஸ்தியா" பத்திரிகை ஆசிரியர்களும், இந்த விசித்திரமான மகாநாட்டை நடத்தினார்கள்.

அங்கு அனைவரும் மனம் விட்டுப் பேசினார்கள். சட்டம் என்றால் சட்டம் தான், குற்றத்தை ஒளிக்காமல் தாமே ஒப்புக் கொண்டுவிட்டதற்காக உங்களை ஒன்றுமே செய்யாமல் சும்மா விட்டு விடுவோம் என்று நினைப்பது தவறு என்று அவர்களிடம் கறாராகச் சொல்லி விட்டார் பிராக்யூரேட்டர்.

"நீங்களாகவே விரும்பி இங்கே வந்திருக்கிறீர்கள். மனம் விட்டு அனைத்தையும் கூறுவதற்கு என்று இங்கு வந்துள்ள யாரையும் நாங்கள் கைது செய்ய மாட்டோம். வேலைகளில் அமர உங்களுக்கு உதவி, புதிய வாழ்க்கை தொடங்குவதற்கு வாய்ப்பளிப்போம். ஆனால் எளிதில். அது கைகூடும் என்று நினைத்து விடாதீர்கள். பல கஷ்டங்களும் மிகுந்த சஞ்சலமும் ஏற்படலாம். ஆனால் நீங்கள் சொன்ன சொல்லைக் காப்பாற்றுவீர்கள் என்று நம்புகிறோம். உங்களது எதிர் காலம் உங்கள் கையில் தான் இருக்கிறது. அது இன்பகரமாய் இருக்கும் என்று நம்புகிறேன்" என்று அவர் மேலும் கூறினார்.

'சீமான்' கோஸ்த்யா குற்றத் தொழிலினர் சார்பில் பேசினான்.

"நான் சொல்வது விந்தையாகப்படலாம். ஆனால் ஒரு திருடன் வாக்குக் கொடுப்பானாகில் அதைக் காப்பாற்றியே தீருவான். அவனுடைய வாக்கு உலோகம், துருவேறா உருக்கு, பிளாட்டினம். நாங்கள் அனைவரும் ஒருவருக்கொருவர் உறுதியளிக்கின்றோம்.

நாங்கள் சொல்கிறபடியே இருக்கும் என்பதைப் பற்றி நீங்கள் சிறிதும் சந்தேகங்கொள்ள வேண்டாம்” என்று குரல் தழு தழுக்கக் கூறினான்.

'கரப்பான்', 'துர்மன்' இருவரும் தொலைவில் ஒரு மூலையில் ஒரே ஈடுபாட்டுடன் ஏதோ எழுதிக் கொண்டும், அதன் வாசகத்தைப் பற்றித் தணிந்த குரலில் விவாதித்துக்கொண்டுமிருந்தனர். கடைசியாக, அவர்கள் எழுதி முடித்துவிட்டனர். அது அங்கு கூடியிருந்த குற்றத் தொழிலினரின் சார்பில், திருட்டைத் தொழிலாகக் கொண்ட எல்லோருக்கும் விடுக்கப்பட்ட விசித்திரமான வேண்டு கோளாகும். அதன் விவரம் பின்வருமாறு:

“இன்னும் தெரு வாழ்க்கை நடத்திவரும் தோழர்களாகிய குற்றத் தொழிலினரே! நமக்காக சோவியத் அரசு செய்துவருவது என்ன வென்பதை உற்றுக் கவனிப்பீர்களாக. நம்மிடத்திலிருந்து வேண்டப்படுவது என்ன என்பதை நாம் புரிந்துகொள்ள முடியாதா? சாக்கடை யிலிருந்து நம்மை வெளியே கரையேற்றும் பொருட்டு சோவியத் யூனியன் தனது பாட்டாளிக் கையை நீட்டுகிறது என்பதை இப்போதாவது தெரிந்து கொள்ளுங்கள். உங்களுடைய சந்தேகங்களையும், அவ நம்பிக்கைகளையும் விட்டொழி யுங்கள். எங்களுடைய முன்மாதிரியைப் பின்பற்றுங்கள். வேலைகளைப் பெற்றுக் களவுக்குத் தலை முழுகுங்கள். களவால் எவ்வித நன்மையும் வரப்போவதில்லை. நமது நாட்டிற்கு அவமானம் விளைவிக்காதீர்கள். நம் தாய் நாட்டின் தகுதி சான்ற மக்களாய் வாழ்வீராக!”

1937

7
உறுதியான நட்பு

வெண்பனி உருகத் தொடங்கியிருந்த மார்ச் மாதத்தில் ஒருநாள் மாலை நேரத்தில் அவர்கள் வெவ்வேறு ரயில் நிலையங்களிலிருந்து மாஸ்கோவை விட்டுப் புறப்பட்டுச் செல்வதற்குத் தயாராயினர். இவர்கள் முதல் கோஷ்டியினர், பிராக்யூரேட்டர் அலுவலகத்திற்கு வந்திருந்த முதல் பதின்மூன்று பேர். உண்மையில், பன்னிரண்டு பேர்தான் அப்பொழுது புறப்பட்டுக் கொண்டிருந்தார்கள். பதின்மூன்றாமவனாகிய 'சீமான் கோஸ்த்யா தற்போதைக்கு மாஸ்கோவில் தான் இருந்தான். விரைவில் அவனும் ஆர்க்டிக் பிரதேசத்திற்குப் புறப்படுவதாக ஏற்பாடு.

இப் பிரயாணிகள் ஒவ்வொருவனும் தன் உட்பையில் வெகு முக்கியமான தஸ்தாவேஜு ஒன்றை வைத்திருந்தான். ஒவ்வொருவனும் வேலைக்காகச் செல்லும் புதிய நகரத்திற்கான அனுமதிச் சீட்டு அது. அங்கேதான் கடினமான சோதனைகள் நிறைந்த புது வாழ்வு ஒவ்வொருவனையும் எதிர்நோக்கியிருந்தது.

ஒரு ரயில் நிலையத்திலிருந்து மற்றொன்றிற்கு விரைந்தோடுவதும், டிக்கெட்டுகள் வாங்குவதும், நண்பர்களை அவர்களது இடங்களில் அமர்த்துவதும், மிகக் கடுமையான குரலில் அவர்களுக்கு உபதேசம் செய்வதுமாக ஓடியாடினான் 'சீமான்' கோஸ்த்யா. இதற்குமுன் ஒரு பொழுதும் அவனது வாழ்க்கை இவ்வளவு சுறுசுறுப்பாகவும், கடினமாகவும், இன்பமாகவும், நிறைவுடையதாகவும் இருந்ததே யில்லை.

"பாருங்களடா, அப்பன்களா! ஏங்கி ஏங்கி இடி இடித்துப் போய்விடாதீர்கள்! நீங்களும் குழியில் விழாதிருங்கள், மற்றவர்களையும் குழியில் தள்ளி விடாதீர்கள். நாம் நடப்பதைப் பொறுத்தே அதிகாரிகள் மற்ற எல்லோரையும் மதிப்பிடுவார்கள். பெரிய காரியத்தைப் பாழ்படுத்துவதோ சீராக்குவதோ நம் கையில் தான் இருக்கிறது. சீராக்குங்களடா, சைத்தான் உங்களை வாரிக் கொண்டு போக! உயிரே போவதாயிருந்தாலும் கெட்ட வழியில் இறங்காதீர்கள். குமுறிக் குமுறி அழுகை வந்தாலும் திருடாதீர்கள். கைகளை வசத்தில் வைத்துக்கொள்ள முடியவில்லை யானால் அவைகளை வெட்டியெறியுங்கள். புரிகிறதல்லவா நான் சொல்வது?" என்று பொழிந்து தள்ளினான்.

ஆம், அவர்கள் அவனைப் புரிந்துகொண்டனர். அவன் அவர்களுக்கு மிகவும் பிடித்துப் போய்விட்டான். அவனை நம்பினர், மறு வார்த்தை பேசாமல் அவனுக்குக் கீழ்ப்படிந்தனர்.

கீவ் ரயில் நிலையத்தில் டிக்கெட்டு வாங்குவதற்காக அவர்கள் வரிசையில் நின்று கொண்டிருந்தபொழுது 'கரப்பான்' பக்கத்தே நின்று கொண்டிருந்த ஸ்திரீயைத் தற்செயலாகக் கண்டு கொண்டான். அவளுக்குப் பார்வை மந்தம். கண்களை இடுக்கிக்கொண்டு கூட்டத்தில் இங்கு மங்கும் பார்த்து யாரையோ தேடிக் கொண்டிருந்தாள். அவளது இரு ஆடம்பரமான பெட்டிகள், மங்கிய பளபளப்புடன், ஒரு தூணருகே ஏனென்று கேட்பாரின்றிக் கிடந்தன. அவை கிடந்தவிதமே 'கரப்பா'னின் நெஞ்சை வேதனை செய்தது. யாராவது தூக்கிக் கொள்ள மாட்டார்களா என்று கெஞ்சுவன போல் தோன்றின அவை. தனக்குள்ளே நடந்த போராட்டத்தினால், 'கரப்பா'னின் முகம் சிவந்தது. அந்தப் பாழாய்ப் போன பெட்டிகளின் மீதிருந்து தனது கண்களை அப்பால் திருப்ப முயன்றும் அவனால் முடியாது போயிற்று. 'சீமான்' கோஸ்த்யா அவனுடைய பார்வையில் தோன்றிய தவிப்பைக் கவனித்து விட்டான்.

"எதை இப்படிப் பிரமாதமாகப் பார்த்துக் கொண்டிருக்கிறாய், 'கரப்பான்'?" என்று பயகரமாகச் சீறினான் கோஸ்த்யா. "அந்த உதவாக்கரைப் பெட்டிகளோடு நீ மூழ்குவதுடன் இன்னும் பன்னிரண்டு பேரையும் மூழ்கடிக்கப் பார்க்கிறாயா?" என்றான்.

'கரப்பான்' முகம் குப்பென்று சிவந்தது. அப்படி யொன்றுமில்லை என்று ஆணையிடத் தொடங்கினான்.

அப்படியெல்லாம் செய்வேனா, கோஸ்த்யா, நீ ஒன்று. உன் வார்த்தைகள் என் மனதைப் புண்படுத்துகின்றன. நீயுந்தான் பாரேன், அந்தப் பெட்டிகள் கிடக்கும் கோலத்தை! அந்த முட்டாள் பெண் நிற்கிற விதமோ, இன்னும் கேவலம். கண்ணை உறுத்துகின்றன, இந்தப் பெட்டிகள், ஆமாம்..." என்று சொல்லிக் கொண்டு போனான்.

கோஸ்த்யா அவனை இடைமறித்து, "ஓகோ, கண்ணை உறுத்துகின்றனவா! இந்த மாதிரிச் சப்புச் சவறெல்லாம் உன் கண்களை உறுத்துவதானால் அவை வெடித்துப் போகட்டும்; அவைகளில் உப்பையோ, மணலையோ அள்ளிப்போடு!" என்று கர்ஜித்தான்.

அதன் பிறகு அவன், பரக்கப் பரக்க விழித்துக் கொண்டு நின்ற அந்த மாதிடம் சென்று, மிக நாசூக்காகத் தலை வணங்கி, தேன் கசியும் குரலில் அவளிடம் சொன்னான்: 'பார்டோன். நீங்கள் யாரையோ தேடுகிறீர்கள் போலிருக்கிறது. உங்கள் பெட்டிகளை யாரேனும் அடித்துக் கொண்டு போய்விடாதபடி அவற்றின் மேல் ஒரு கண் வைத்துக் கொள்ளும்படி உங்களை எச்சரிப்பது என் கடமையாகும்.

ரயில் நிலையத்தில் அபேஸ் பேர் வழிகள்-மன்னிக்க-மன்னிக்க வேண்டும், நான் சொல்வதென்ன வென்றால்-திருடர்கள் இருப்பார்கள். ஆகவே, சாமான்களைக் கவனமாகப் பார்த்துக் கொள்ள வேண்டும்.

அவள் கிரீச்சிட்டுக்கொண்டே சடக்கென்று தனது பெட்டிகளை யெடுத்துக் கொண்டு விருட்டென ஒரு புறம் ஒதுங்கிவிட்டாள்.

“தடுப்பு முறை, தம்பிமாரே!” என்று புன் சிரிப்புடன் கூறி, கோஸ்த்யா, “யோசித்துப் பார்த்தால், இது பெரிய விஷயம் என்பதைக் காண்பீர்கள்” என்றான்.

★ ★ ★

பிராக்யூரேட்டர் அலுவலகத்திற்கு வரும் குற்றத் தொழிலினரின் தொகை மளமளவென்று அதிகரித்துக் கொண்டே போயிற்று. அவர்களை விசாரிப்பதற்கென மூரில் ஒரு தனிப்பட்ட கமிஷன் நிறுவப்பட்டது. ஒவ்வொரு நபரையும் சோதித்து, அவனுடன் விரிவாகப் பேசி, முடிவில் அவனை எங்கு அனுப்புவது என்பதைக் கமிஷன் நிச்சயித்தது.

வந்தவர்களில் தப்பித்து வெளியேறிய கைதிகள் பலர் இருந்தார்கள். “உங்களில் யார், யார் தண்டனைக் காலத்தையும் முடிக்கவில்லையோ, அவர்களெல்லாம் அதை முடித்தாக வேண்டும். குற்றத்தை ஒப்புக்கொண்டதால் உங்களுடைய தண்டனை தீர்ந்து போய் விடவில்லை. மூருக்குச் சென்று, சிறையிலிருந்து நாங்கள் ஓடிவந்து விட்டோம் என்று சொல்லுங்கள். அவர்கள் திரும்பவும் உங்களை அனுப்புவார்கள். நீங்களாகவே போங்கள். உங்களை நாங்கள் நம்புகிறோம்” என்று பிராக்யூரேட்டர் அலுவலகத்தார் அவர்களிடம் ஸ்பஷ்டமாகச் சொல்லிவிட்டனர்.

அவர்கள் வெளியேறினர். அதே நாளில் அவர்கள் எல்லோரும் மூரில் ஆஜரானார்கள். தண்டனையை முடிப்பதற்காக அவர்கள் சிறைகளுக்கு அனுப்பப்பட்டனர்.

எங்களிடம் வந்தவர்களில் பணம் மோசடி செய்தவர்கள் பலர் இருந்தனர். அவர்களில் ஸாலிகவ் என்ற ஒருவன், குடிபோதையுடன் பிராக்யூரேட்டர் அலுவலகத்திற்கு வந்தான். டியூட்டி ஆபீசர் அவனை என்னுடைய அலுவலகத்திற்கு அனுப்பி வைத்தார்.

“குற்றத்தை ஒப்புக் கொள்வதற்காக வந்திருக்கிறேன். என் பெயர் ஸாலிகவ். எனக்குப் பதினேழாயிரம் கடன் இருக்கிறது. மாறு பெயருடன் வசித்து வருகிறேன். இது வருந்தத்தக்க விஷயம் எனினும் உண்மையே” குரலில் குழறினான் அவன். என்று நிதானமற்ற

குற்றத்தை ஒப்புக் கொள்வதற்கு, புத்தி நிதானத்துடன் வர வேண்டும் ஆகையால் அன்று வீட்டிற்குப் போய் இரவில் நன்றாக உறங்கிவிட்டு மறு நாட்காலை வரலாமென்று அவனுக்குச் சொல்லப்பட்டது.

டியூட்டி ஆபீசருக்கு அவனை வெளியே விடுவதில் வருத்தந்தான். ஸாலிகவ் புத்தி நிதானத்துடன் இருந்தால் ஒரு பொழுதும் இங்கு வரவே மாட்டான் என்று அவர் நினைத்தார்.

ஆனால் ஸாலிகவ் வரத்தான் செய்தான். காலையில் வந்ததும், முந்திய நாள் மாலையில் தான் இருந்த நிலைமைக்காகக் குழப்பத்துடன் மன்னிப்பு கேட்டுக்கொண்டான்.

“மன்னிக்க வேண்டும். உண்மையாகச் சொல்கிறேன், துணிச்சல் வருவதற்காகவே ஒரு நாளுமில்லாமல் நேற்று குடித்தேன். ஒருவன் தானே சிறைச்சாலைக்குப் போவதென்பது. விந்தையான விஷயமல்லவா?” என்று கூறினான்.

பிறகு தனது சுருக்கமான கதையைச் சொன்னான். அவன் பலவகை அலுவலகங்களில் வேலை செய்து பதினேழாயிரம் ரூபிள்கள் கையாடியிருந்தான். நீதிக்குப் பயந்து ஒளிந்துகொண்டு, மாறுபெயருடன் தயாரித்த கள்ளத் தஸ்தாவேஜுகளை வைத்துக்கொண்டு வசித்துவந்தான்: முடிவில் தன் குற்றத்தை ஒப்புக் கொள்வதென்று நிச்சயித்துவிட்டான்.

ஸாலிகவ் கைது செய்யப்பட்டான்.

“நீதிமன்றத்தில் நீ விசாரிக்கப்படுவாய்” என்று அறிவித்ததை அவன் அமைதியுடன் கேட்டான்.

“நானும் வேறொன்றையும் எதிர்பார்க்கவில்லை. என்ன வந்துவிட்டது? என்னைத் தண்டிப்பார்கள், தண்டனை முடிந்ததும் நான் சுயேச்சையுடன் இருப்பேன். அவ்வளவுதானே? மீள வகையின்றி அழித்து போனவன் அல்லவே நான்!” என்றான் அவன்.

மற்றும் பலரும் ஸாலிகவ் சொன்னது போலவே, தாங்கள் மீள வகை யின்றி அழிந்து போனவர்கள் அல்ல என்று கூறினார்கள். இம் மனிதர்களிடையே தொடங்கிய இந்த விசித்திரமான இயக்கத்தின் உண்மையான உட்பொருள் இதுவே போலும். நமது நாட்டில், நமது சமூகத்தில் மீள வகையின்றி அழிந்தவர்களோ ஆதரவற்றவர்களோ இருக்க முடியாது என்ற உறுதியான நம்பிக்கையே அவர்களை ஒன்று சேர்த்து, வழி காட்டி இயக்குகிறது.

***

டெலிபோன் மணி அடித்தது.

“உங்களைப் பார்க்க என்னை அனுமதிக்குமாறு மன்றாடிக் கேட்டுக்கொள்கிறேன். நான் திருடனுமல்ல, கொள்ளைக்காரனுமல்ல, இருவரையும் விட மிக மோசமானவன் என் பெயர் ரீபின்” என்று யாரோ திணறும் குரலில் சொன்னான்.

சில நிமிடங்களுக்கெல்லாம் அவன் எனது அலுவலறைக்குள் வந்தான். நல்ல உயரம். அடர்த்தியான பொன்முடி. குத்திட்ட பார்வை. வயது இருபத்து நான்கே ஆனாலும் அவன் முகம் அதிக மூப்பைக் காட்டியது. என்னை நேரிட்டுப் பார்க்காமலே பேசினான். தன் குரலையே உற்றுக் கேட்பவன் போல் காணப்பட்டான். தத்தித் தடுமாறி, சொற்களை மென்று விழுங்கிக்கொண்டு பேசினான்.

“இரண்டு பேர்களை நான் கொன்றேன், வெகு காலத்திற்கு முன்னால். ஆனால் ரொம்ப ஒன்றுமில்லை. முதலாவது கொலை ஸ்கோபினோவில் 1930ல் நடந்தது, அவனை நான் முதுகில் சுட்டேன். ரயில் பாதையருகே. அவன் கேவலமானவன். ரொம்ப. நான் சொல்வது தெளிவாக இருக்கிறதா?”

அவனைத் தூண்டித் தூண்டிக் கேள்விகள் கேட்டும் குறுக்கு விசாரணை செய்தும் அவனது சிதைந்த கதைக்கு முழு உருவம் கொடுக்க வேண்டியதாயிற்று. தான் சொல்லுவதில் கோர்வையில்லை என்பதை அவனும் தெரிந்துகொண்டான் போலும். “நான் சொல்வது தெளிவாயிருக்கிறதா?” என அடிக்கடி கேட்டுக்கொண்டான்.

அவன் இரண்டாவது கொலை செய்தது மத்திய ஆசியாவில், 1932ல். அப்பொழுது அவன் மலை மீதிருந்த வான் ஆராய்ச்சி நிலையத்தில் வேலை பார்த்தான். வேலைக்காரன் ஒருவனுடன் சண்டையிட்டு அவனை மலையினின்று கீழே தள்ளி விட்டான்.

ரீபின் தனது கதையை முடித்ததும், பிராக்யூரேட்டர் அவனைப் பார்த்தார். அவன் கதையைத் தாமும் கேட்டார்.

“நல்லது, ரீபின், உங்களுடைய வாக்குமூலத்தைச் சரிபார்போம். உண்மை விவரங்களை விசாரணை செய்து அறிவோம். உங்கள் மனச் சுமையை நீங்கள் எங்களிடம் கொண்டுவந்தது சரியே” என்று அவனிடம் சொன்னார்.

முதல் தடவையாக ரீபின் முகத்தில் புன்னகை மலர்ந்தது.

“சுமை என்றீர்களே, ரொம்ப சரி, பெருஞ்சுமை தான் அது. என்னைப் பயங்கரமாக அழுத்திக் கொண்டிருந்தது. முடிவில் என்னால் தாங்க முடியாது போயிற்று. குற்றத் தொழிலினரே தங்கள் குற்றங்களை ஒப்புக் கொள்வதற்கு வருகிறார்கள் என்று செய்தித்தாள்களில் படித்ததும், ‘நான் மட்டும் பேசாமல் இருக்கலாமா?’ என்று எண்ணமிட்டேன்.

அவன் கைது செய்யப் பட்டான். அவனது குற்றங்கள் எந்த நோக்கங்களுடன், எத்தகைய சந்தர்ப்பங்களில் செய்யப்பட்டன என்பதை நிர்ணயிக்கும் பொருட்டு வழக்கு ஒரு விசாரணை அதிகாரி வசம் ஒப்படைக்கப்பட்டது.

★★★

வரவேற்பு அறையிலிருந்து போன் செய்த அவேஸ்யான், ஒவ்வொரு அசையையும் கணீரென்று உச்சரித்தவாறு பேசினான்.

"நீங்கள் என்னைப் பார்க்க வேண்டுமென்று கேட்டுக்கொள்கிறேன். எனக்குத் தனிவகையான உதவி வேண்டும். என்னுடைய மனப்போக்கே மிகவும் அபூர்வமானது."

சீக்கிரமே அவன் உள்ளே வந்தான். நல்ல தேகக்கட்டு. கரிய கண்கள். அவன் நிதானமாகப் பேசினான். ரகரத்தை ஹகரம் போல உச்சரித்தான்.

"விஷயம் என்ன தெரியுமா? எனக்கு உளநோய் ஆராய்ச்சியில் ஒரே மோகம். அத்துடன், எனக்கு நாடக மேடையிலும் பெருத்த ஆசை. கேட்டீர்களா? உண்மையான நடிகன் நல்ல உளநோய் அறிஞனாகவும் இருக்க வேண்டுமென்பது என் கருத்து. எனது ஒரே ஆசை நடிகனாக வர வேண்டும் என்பது தான். ஏதாவது ஒரு நாள் வந்தே தீருவேன். உறங்க வேண்டியது தான், ஒதெல்லோவாக நடிப்பது போலக் கனவு காண்கிறேன். நான் சொல்வதை நம்புங்கள், பபாசியனை* யெல்லாம் தூக்கியடித்துவிடுவேன்..." என்று சொல்லிக்கொண்டு போனான்.

அவனுடைய கலை விரும்பும் மனப் போக்குக்கும் பிராக்யூரேட்டர் காரியாலயத்திற்கும் என்ன தொடர்பு என்று இடைமறித்துக் கேட்டேன். அவேஸ்யான் முகம் குப்பென்று சிவந்து விட்டது.

"என்னை மன்னியுங்கள், சம்பந்தா சம்பந்தமில்லாமல் ஏதோ பேசி-விட்டேன்: பித்தலாட்டத்தைத் தொழிலாகக் கொண்டவன் நான். ஆனாலும் அந்தரங்கத்தில் ஒரு சோக நடிகன் என்பதை மீண்டும் சொல்கிறேன். என் தகல்பாஜித் தனத்தை யாரும் கண்டு கொள்ளவே கொள்ளவேயில்லை. பல தடவைகளில் மூளைக் கோளாறு உள்ளவன் போல விளையாட்டுக்காவது நான் பாசாங்கு செய்தேன். நடிக்கப் போகும் நோயின் அடையாளங்களை முன்னதாகவே படித்துத் தெரிந்துகொள்வேன். ஒரு தரமாவது ஒரு சிறு தவறு கூடச் செய்ததில்லை. எந்த நோய் உள்ளவனாக நடித்தேனோ அதே நோய்க்கு நான் ஆளாகியிருப்பதாகவே டாக்டர்கள் நிதானித்தனர். வெறுமே பயிற்சிக்காகவே, தூய நடிப்பில் பயிற்சி பெறும் பொருட்டே இவ்வாறு செய்து வந்தேன் என்பதை நீங்கள் புரிந்து கொண்டிருப்பீர்கள். இதோ உங்களுக்கு நடித்துக் காட்டுகிறேன்."

இவ்வாறு கூறிவிட்டு "ஒதெல்லோ" நாடகத்தில் வரும் தனிமொழிப் பகுதி ஒன்றை மிகுந்த உணர்ச்சியுடன் ஒப்புவித்தான். பின்பு உளநோய் இயலைப் பற்றி உரையாடினோம். டெகார்ட், மாக், பெக்தெரேவ், ப்ராய்ட், இன்னும் மற்றவர்களைப் பற்றிப் பேசினோம். அவேஸ்யானுக்கு இத்துறையில் இருந்த ஞானம் அநேக இளம் உள நோயியல் அறிஞர்களது ஞானத்திற்கு எவ்விதத்திலும் குறைந்ததில்லை என்று எனக்குப்பட்டது.

---

* பபாசியன் - பேர்பெற்ற ஆர்மீனிய நடிகர்.

அவனைக் கலைக் குழுவினரிடம் அனுப்பினோம். அவர்கள் அவனைச் சோதித்தறிந்தனர். உண்மையில் திறமை வாய்ந்தவன் எனக் கண்டதும் அவனை அரசாங்கக் கலைக் கல்லூரியில் சேர்த்தனர்.

⋆ ⋆ ⋆

நாட்கள் சென்றன, பிராக்யூரேட்டர் அலுவலகத்திற்கு வந்து அங்கிருந்து மூருக்குப் போன மக்கள் வெள்ளத்திற்கோ முடிவே இல்லை. எங்குமே அவர்கள் மீது பரிவு காட்டப்பட்டது.

மற்ற நகரங்களில் இருந்த குற்றத் தொழிலினரும் மாஸ்கோ குற்றத் தொழிலினரின் முன் மாதிரியைப் பின்பற்றினார்கள். மாஸ்கோ, லெனின்கிராட், கீவ், ஸ்வெர்த்லோவ்ஸ்க், கார்கவ், யரொஸ்லாவ்ல் இன்னும் பல நகரங்களில் குற்றவாளிகள் பிராக்யூரேட்டர் அலுவலகங்களுக்கும், மிலீஷியா நிலையங்களுக்கும் சென்று தங்கள் குற்றங்களை ஒப்புக்கொண்டு பழைய குற்ற வாழ்க்கையுடன் தொடர்புகளை யெல்லாம் அறுத்துக் கொள்ள வேண்டும் என்ற தங்கள் விருப்பத்தை வெளியிட்டார்கள்.

கீவிலுள்ள உக்ரேனியக் குடியரசின் பிராக்யூரேட்டர் காரியாலயத்திற்கு மார்ச் மாதம் 26ம் தேதி எம். என்ற ஒருவன் வந்தான். "இஸ்வேஸ்தியா" பத்திரிகையின் 18, 20ம் தேதி இதழ்களை முன்னே நீட்டியவாறு, "இந்த விஷயமாகவே வந்திருக்கிறேன்" என்றான்.

பெருமூச்சு விட்டு, தன்னுடைய நீண்ட பழங்கதையைக் கூறினான். திருட்டுத் தொழிலில் இருபத்தைந்து வருடங்களாக இருந்து வந்தானாம். திருட்டுச் சாமான்களை வாங்கி விற்பது, வீடுகளுக்குள் நுழைந்து களவாடுவது, தகல் பாஜித்தனம் செய்வது என்று பல வகையிலும் 'தொழில்' நடத்தி வந்தானாம்.

புரட்சிக்கு முன்பு, எம். என்பவன் ஆஸ்திரியா, பெல்ஜியம், யுகோஸ்லாவியா ஆகிய தேசங்களில் சிறிது காலம் தங்கியிருந்தானாம். அவனது திருட்டுகள் அநேகமாய் வெற்றிகரமாகவே நடந்து வந்தனவாம். இருபத்து ஐந்து வருடங்களில் இரண்டு தடவையே தண்டனை அடைந்தானாம்.

கள்ளத் தஸ்தாவேஜுகள் தயாரித்து, அவற்றின் உதவியால் எம். சிறிது காலத்திற்கு முன்பு தான் தீவில் ஒரு வேலையில் அமர்ந்தானாம். தன்னுடைய வேலை முற்றிலும் திருப்திகரமாயிருந்த போதிலும் பிராக்யூரேட்டர் அலுவலகத்திற்கு வந்து குற்றத்தைத் தானே ஒப்புக்கொள்ள நிச்சயித்தானாம்.

"இரவு பகலாக இந்தக் கட்டுரைகளில் கண்ட விஷயங்களைப் பற்றியே சிந்தித்த வண்ணமாயிருந்தேன். மனம் ஒரேயடியாக உழம்பியது. பார்த்தேன். உங்களிடம் வந்து எல்லாவற்றையும்

ஒப்புக் கொண்டு விடுவதென்று முடிவு செய்தேன். என்னை என்ன வேண்டுமானாலும் செய்து கொள்ளுங்கள்" என்றான் அவன்.

நாடெங்கும் உள்ள பிராக்யூரேட்டர் அலுவலகங்களில் இதே போன்ற வாக்குமூலங்கள் கொடுக்கப்பட்டு வருகின்றன.

குங்கூரிலிருந்து கீழே கண்ட தந்தி, சோவியத் யூனியனின் பிராக்யூரேட்டர் பெயருக்கு வந்திருந்தது.

"குங்கூர் குற்றத் தொழிலினரின் பிரதிநிதியாய் வருவதற்கு அனுமதி கோருகிறேன். தந்திமூலம் பதிலளிக்கவும். கிராபோவ், 21, ஸ்வேர்த்லோவ் தெரு, குங்கூர்."

மாஸ்கோவிற்கு அவன் வரத் தேவையில்லை என்றும் உள்ளூர் பிராக்யூரேட்டர் அலுவலகத்திற்குச் சென்றால், தேவையான உதவியும் யோசனையும் கிடைக்கும் என்றும் கிராபோவிற்குப் பதில் அனுப்பப்பட்டது.

தங்கள் குற்றங்களை ஒப்புக் கொள்வதற்கு வந்தவர்களில் பலர் வேலை செய்யும் பொருட்டு வெவ்வேறு நகரங்களுக்கு அனுப்பப்பட்டனர். முன்னாள் குற்றத் தொழிலினரை வேலை செய்வதற்கு அனுப்பத் தொடங்கியது மூர். தங்களுடைய முந்தைய குற்ற வாழ்க்கையுடன் உள்ள தொடர்புகளையெல்லாம் அறவே கத்தரித்துக் கொள்ள விரும்பியவர்களுக்கு வேலை பார்த்துத் தருவதில் தொழிற்சங்கங்களின் அகில யூனியன் கவுன்சில் பெரும் பங்கு எடுத்துக்கொண்டது.

இம்மக்களைத் தகுந்த முறையில் வரவேற்பதுதான் தொழிற்சங்கங்கள், காம்ஸமோல் சங்கம், மற்றைய பொது ஸ்தாபனங்கள் ஆகியவைகளின் முதற் கடமையாயிருந்தது. புதிய நகரங்களில் ஸ்திரமாக வசித்துவர அவர்களுக்கு உதவி செய்ய வேண்டியிருந்தது. தக்கபடி கவனித்துக் கொள்ள வேண்டியிருந்தது. சமூகத் தொண்டில் அவர்களை ஈடுபடுத்த வேண்டியிருந்தது. குட்டி பூர்ஷ்வாக்களின் முதலைக் கண்ணீருக்கும் வேடிக்கை பார்க்கும் பாமர மனப்பான்மைக்கும் பதிலாக இவர்களுக்கு நட்புடன் கைகொடுத்து உதவினர் சோவியத் மக்கள். தமது பழக்க வழக்கங்களை எதிர்த்துச் செய்யும் போராட்டம் யாவற்றிலும் மிகுந்த துன்பகரமானதும் கடினமானதுமாகும். அந்தப் போராட்டத்தில் வெற்றி பெற்றவர்களைப் பாராட்டும் பொருட்டு நீட்டப்பட்டது அந்த உதவிக் கரம்.

1937

8
வேட்டைக் கத்தி

உயிர் நூல் பேராசிரியர் பூரவ், அவரது உதவியாளன் வோரனவ் இருவரும் ஒரு வருட காலத்திற்கு விஞ்ஞான ஆராய்ச்சி நடத்தும் பொருட்டு பாரெண்ட்ஸ் கடலிலுள்ள கல்கூயெவ் தீவிற்குச் செல்வதற்கான உத்தரவு கையெழுத்திடப் பெற்று அறிவிக்கப்பட்டுவிட்டது.

பல்கலைக் கழகத்தில் இவ் விருவருடனும் வேலை செய்தவர்கள் இந்த உத்தரவைப் படித்ததும் சிரித்தார்கள். உண்மை என்னவென்றால் மேற்படி பேராசிரியருக்கும் அவரது உதவியாளருக்கும் ஒருவரையொருவர் காணவே பிடிக்காது என்பது ஆசிரியர்கள், மாணவர்கள் அனைவருக்கும் நன்கு தெரியும். இத்தகைய இருவரும் ஒரு வருட காலம் இடைவிடாது சேர்ந்து இருக்கும் படியாக ஒரே இடத்திற்கு அனுப்பப்படுவார்கள் என்ற செய்தியைப் படித்தவர்கள் மலைத்துப் போய், நல்ல வேடிக்கை தான் என்பது போல முறுவலித்தார்கள். கல்கூயெவ் தீவின் கடுங்குளிரில் இந்த இருவரது எரிச்சலும் தணிந்துவிடும் என்பதற்காக, முன்யோசனையுடன் தயாரிக்கப்பட்ட திட்டம் இது என்று சிலர் கிண்டலாகக் கூறினர்.

“அங்கே நண்பர்களாகி விடுவார்கள். இணை பிரியாத் தோழர்களாகத் திரும்புகிறார்களா இல்லையா பாருங்களேன்” என்றார்கள் இந்தக் கிண்டல் பேர்வழிகள்.

இதிலே மற்ற எல்லோரையும் விட வியப்புக்கு உள்ளானவர்கள் யாரென்றால் உத்தரவில் குறிக்கப்பட்டிருந்த இருவருமே. குளிர்காலத்திற்குத் தமக்குத் துணைவனாக வாய்த்திருந்த மனிதனின் பெயரைக் கண்ட மாத்திரத்தில் அடைந்த அதிர்ச்சியால் பேராசிரியர் இரவு முழுதும் உறங்கவேயில்லை என்று பல்கலைக் கழகத்தில் பேசிக் கொண்டார்கள். வோரனவும் தவியாய்த் தவித்ததாக வதந்தி உலவிற்று.

ஆயினும், உத்தரவு என்றால் உத்தரவுதானே. பேராசிரியர் பூரவும், உதவிப் பேராசிரியர் வோரனவும் அடங்கிய பல்கலைக்கழக ஆராய்ச்சி யாத்திரைக் குழு, சில நாட்களுக்கெல்லாம், தொலைவில் பாரெண்ட்ஸ் கடலிலிருந்த ஒரு தீவிற்குப் புறப்பட்டுச் சென்றது. அங்கு இருவரும் சேர்ந்து நீண்ட ஆர்க்டிக் ஆண்டைக் கழித்தாக வேண்டியிருந்தது.

ஒரு மாதத்திற்குப் பிறகு அவர்களிடமிருந்து முதற் கடிதங்கள் வந்து சேர்ந்தன. தங்களுடைய முதல் அபிப்பிராயங்களையும், பயண

விவரங்களையும், எதிர்காலச் செயல் திட்டங்களையும் பற்றி அவர்கள் எழுதியிருந்தனர்.

பேராசிரியர் தமது கடிதத்தில், "இந்தப் பிரகிருதி மட்டும் இங்கு இல்லாமல் இருந்தால் எல்லாம் நன்றாகவே இருக்கும். விலங்கியல் அறிஞனது விஞ்ஞான ஆராய்ச்சிக்குரிய விஷயமாவதற்கு எல்லா வகையிலும் தகுதியுள்ளவன் இவன். முன்போலவே இப்போதும் இவன் என் மன நிலைமையை விஷமாக அடித்துக்கொண்டு வருகிறான். எனது கெட்ட காலம், ஓயாமல் நான் இவனைப் பார்க்க வேண்டியதாயிருக்கிறது. அதன் காரணமாக, நான் அவனிடம் முன்பு வெறுப்பு கொண்டது எவ்வளவு சரியானது என்பது பின்னும் உறுதிப்பட்டிருக்கிறது.' என்று எழுதியிருந்தார்.

இது போலவே வோரனவும், "இந்தக் கிழட்டுச் சிடுசிடுப்பானின் துவேஷபுத்தி அளவு கடந்து போய்விட்டது" என்றும், "அல்லும் பகலும் இவனோடு இருப்பது பெருஞ்சித்திரவதையாக இருக்கிறது" என்றும் குறை கூறி எழுதியிருந்தான்.

பல்கலைக்கழகத்தார் இக்கடிதங்களைப் படித்துச் சிரித்தார்கள். தனித்தனியே நல்ல மாதிரியான இந்த இருவரும், ஒருவரை யொருவர் வெறுப்பதில் இவ்வளவு பிடிவாதமாக இருந்து வருவதை எண்ணி அவர்களால் வியக்காமலிருக்க முடியவில்லை.

சிறிதும் ஆதாரமற்ற இந்தச் சச்சரவு எவ்வளவு காலம் நீடிக்கும் என்பது பற்றி அவர்கள் விவாதித்தனர். பூரவ், வோரனவ் இருவரும் முடிவில் சமாதானப் பட்டுவிடுவார்கள் என்றும், ஒருவரை யொருவர் நேசிக்கும் அளவிற்குக் கூட வந்துவிடுவார்கள் என்றும் நம்பிக்கைவாதிகள் கூறினர். அவநம்பிக்கை வாதிகளோ, முடிவு இதற்கு நேர்மாறாகத் தான் இருக்கும் என்று வாதித்தனர். இவ்விஷயத்தைப் பற்றி எத்தனையோ பந்தயங்கள் பதிவாகியிருந்தன. இரண்டு பூசல்கள் கூட விளைந்தன.

இது இவ்வாறிருக்க, முதல் கடிதங்கள் வந்த ஒரு மாதத்திற்கெல்லாம், கல்கூயெவ் தீவிலிருந்து சுருக்கமான, வறண்ட தந்தியொன்று பல்கலைக் கழகத்துக்குக் கிடைத்தது. பேராசிரியர் பூரவ், உதவிப் பேராசிரியர் வோரனவால் கொலை செய்யப்பட்டுவிட்டார் என்ற செய்தி அதில் இருந்தது.

பேராசிரியர் பூரவின் கொலை பற்றி விசாரணை நடத்தும் பொறுப்பு, பெரும் வழக்குகளை ஆராயும் அதிகாரி ஒருவரிடம் ஒப்படைக்கப்பட்டது. அவர், அந்தத் தீவிற்கு நேரில் போக முடியுமா என்பதை முதலில் விசாரித்தார். துரதிர்ஷ்டவசமாய், அந்த மாதங்களில்,

வான் நிலை, மற்ற நிலைமைகள் ஆகியவற்றின் காரணமாக அங்கு செல்வது முடியாத காரியம் என்று தெரிந்து கொண்டார்.

பின்னர் அந்தத் துப்பறியும் அதிகாரி அத்தீவின் அருகே சென்று கொண்டிருந்த பனி உடைக்கும் கப்பல் ஒன்றின் காப்டனுக்கு வானொலிச் செய்தி அனுப்பி அவர் செய்ய வேண்டியவைகளை எடுத்துரைத்தார். கொலையுண்டவனின் பிணத்தை உறைபனியிலிட்டு மாஸ்கோ கொண்டு வந்து சேர்க்கும்படியும், ஏதாவது சாட்சிகள் இருந்தால் விசாரிக்கும்படியும், குற்றம் நடந்த இடத்தை முழுதும் சோதனையிட்டு ஆராயும் படியும் குற்றவாளியாகிய வோரனவ் தப்பித்து ஓடிவிடாதபடி பந்தோபஸ்தாக அவனை மாஸ்கோ கொண்டு சேர்க்கும் படியும் துப்பறியும் அதிகாரி காப்டனைக் கேட்டுக்கொண்டார்.

இந்தக் கட்டளைகளை யெல்லாம் நிறைவேற்றி வைத்த காப்டன், சில வாரங்களுக்குப் பின் துப்பறியும் அதிகாரியின் அலுவலகத்திற்கு வந்தார். அவரோடு முப்பதுக்கு மேல் வயதுள்ள ஒருவன் வந்தான். பறிகொடுத்தவன் போன்ற "அரண்ட பார்வை அவன் விழிகளில் காணப்பட்டது.

அவன் தான் வோரனவ்.

துப்பறியும் அதிகாரி கடுகடுவென்று அவனைக் கூர்ந்து நோக்கி, "தயவு செய்து உட்காருங்கள்" என்றார்.

"வந்தனம்" என்று வோரனவ் தணிந்த குரலில் விடை தந்தான்.

விசாரணை தொடங்கிற்று. வோரனவ் சம்பந்தமான தஸ்தாவேஜுகளையும் அவனது வாழ்க்கை விவரத்தையும் துப்பறியும் அதிகாரி கவனமாகப் பார்வையிட்டார்.

அப்பழுக்கற்ற வாழ்க்கை அது. வோரனவுக்கு முப்பத்திரண்டு வயது. பூரவைக் கொலை செய்துவிட்டு இப்போது துப்பறிபவர் மேஜைக்கு முன்னே அமர்ந்திருந்த நாள் வரை, நல்ல முறையில், புத்திசாலித் தனமாகவே வாழ்ந்து வந்திருந்தான். இளைஞனான போதிலும் திறமை வாய்ந்த விஞ்ஞானியான வோரனவ், சொந்தமாகப் பல விஞ்ஞான நூல்கள் எழுதியிருந்தான், வெற்றிப் பாதையில் உறுதியுடன் முன்னேறிக் கொண்டிருந்தான்.

சாதாரணமாக அமைதியும் நிதானமுமாயிருக்கும் துப்பறியும் அதிகாரி, இந்த விவரங்களைப் படித்ததும் தம்மையே கட்டுப்படுத்த முடியாதவராக, "எந்தச் சைத்தானின் தூண்டுதலால் பேராசிரியரைக் கொன்றீர்கள்? ஊம்? எந்தச் சைத்தானின் தூண்டுதலால்?" எனக் கேட்டார்.

புகலற்றவன் போலக் கைகளை அகல விரித்தான் வோரனவ்.

மன்னிப்பு கேட்பது போன்ற, தயக்கம் நிறைந்த குரலில், “கேளுங்கள். விஷயம் என்ன வென்றால்... விஷயம் என்ன வென்றால், நான் அவரைக் கொல்லவேயில்லை...” என்றான்.

“ஆனால் அவர் கொலையுண்டது உண்மை தானே?”

“ஆமாம்.”

“குற்றம் நடந்த இடத்தில் உங்கள் இருவரைத் தவிர வேறு யாராவது இருந்தார்களா?”

“நாங்கள் இருவர் மட்டுமே இருந்தோம். எங்களைத் தவிர வேறு ஒருவருமில்லை, இருந்திருக்கவும் முடியாது. அதைப் பற்றிச் சந்தேக மில்லை.”

“அப்படியானால், நீங்கள் ஏன் குற்றத்தை ஒப்புக்கொள்ள மறுக்கிறீர்கள் என்பது எனக்குப் புரியவில்லை. இதை ஒப்புக் கொள்ளுங்கள்: ஓரிடத்தில் இருந்த இருவரில் ஒருவன் கொல்லப் பட்டால், கொலை செய்தவன்...”

“...இரண்டாமவனாகத்தான் இருக்க வேண்டும்” என்று வோரனவ் சட்டென ஒப்புக் கொண்டு விட்டான். “சந்தேகமில்லாமல் அப்படித்தான். இருந்தாலும் நான் அவரைக் கொலை புரியவில்லை. இதில் பயங்கரமான விஷயம் என்னவெனில், எனது புகலற்ற நிலைமையும் நான் தப்ப வழியே இல்லை என்பதும் எனக்கு நன்கு தெரிந்துள்ளன. என் தரப்பில் எவ்விதமான சாட்சியமும் இல்லை. என்னவோ சொல்வார்களே அது போல, நான் கையுங்களவுமாய்ப் பிடிபட்டுவிட்டேன். நான் உங்களுடைய நிலையில் இருந்தால் சந்தேகமே பட்டிருக்கமாட்டேன். இது எனக்குத் தெரிந்ததுதான். எதற்கும், எல்லாவற்றிலும் மோசமான விளைவுக்கும் நான் ஆயத்தமாகவே இருக்கிறேன். ஆயினும் நான்... நான் அவரைக் கொலை செய்யவில்லை.”

வோரனவ் அழத்தொடங்கினான். அவன் பேசியதுபோலவே அழுததும் விந்தையாயிருந்தது. இந்த உயரமான, நிதானம் வாய்ந்த, பண்பட்ட மனிதன், கோபமின்றி, புகலின்றி, பரிதாபமாக, குழந்தையைப் போலத் தேம்பினான். பிறர் மனத்தை உருக்கும் எண்ணத்துடன் அவன் கண்ணீர் விடவில்லை. எனினும் கண்ணீரை மறைப்பதற்கும் அவன் முயலவில்லை. எப்படி எளிமையுடன், சூதுவாது இல்லாமல் பேசினானோ, அப்படியே அழுதான்.

“நிதானத்துக்கு வாருங்கள்” என்றார் துப்பறியும் அதிகாரி. “நீங்கள் அவரைக் கொன்றிருந்தால் - சாட்சியங்கள் எல்லாம் அப்படியே நிரூபிக்கின்றன குற்றத்தை ஒப்புக்கொள்வது தான் சாலச் சிறந்ததாகும். நீங்கள் கொல்ல வில்லையானால், உங்கள் கட்சியை எடுத்துப்

பேச வேண்டும். எனது வாதங்களை மறுக்க வேண்டும், உங்கள் செயல்களுக்குச் சமாதானம் கூற வேண்டும். உங்களுக்கு ஆதரவாக உள்ளவை அனைத்தையும் எடுத்துரைக்க வேண்டும்."

இந்த அசாதாரணமான வழக்கில் வோரனவ் குற்றவாளி என்பது முற்றிலும் தெளிவாகப் புலப்பட்டது. சாட்சியங்களெல்லாம் பூரவைக் கொன்றது வோரனவ்தான், வேறெவருமல்ல என்பதையே நிரூபித்தன. ஆகவேதான் துப்பறியும் அதிகாரி மேற்கண்டவாறு கூறினார். ஆனால் வோரனவோ, இவ்வாறிருந்தும், துப்பறியும் அதிகாரி பெரிதும் வியக்கும்படி, தனது குற்றமின்மையை நிரூபிக்க முற்படாதது மட்டுமின்றி, எவ்விதத் தூண்டுதலுமில்லாமலே குற்றத்தில் மேலும் மேலும் தன்னைச் சிக்க வைக்கக் கூடிய தகவல்களைக் கொடுக்கலானான். தான் குற்றம் செய்யவேயில்லை என விடாது சொல்லிக்கொண்டே தனது கட்சிக்குத் தீங்கு விளைக்கக் கூடிய புதிய சந்தர்ப்பங்களையும், விஷயங்களையும், யூகங்களையும் மளமளவென்று வெளியிட்டான்.

தப்பவே வழியில்லாதவாறு தன்னைக் குற்றவாளி என நிரூபித்துக்கொண்டு போனான்.

"நாங்கள் அத்தீவிற்கு வந்ததும், ஏற்கனவே எங்களுக்குள்ளிருந்த பகைமை இன்னும் முற்றிவிட்டது. உணர்ச்சிகளை அடக்கிக்கொள்ள இருவருமே முயன்றுதான் வந்தோம்; ஆயினும் ஒவ்வொரு சொல், நோக்கு, பாவனை ஆகிய அனைத்திலும் ஒருவருக்கொருவர் கொண்டிருந்த வெறுப்பு பொங்கிப் பொங்கி வழிந்தது. எப்பொழுதும் உணர்ச்சிகளை அடக்கி வைத்திருப்பது மிகவும் கடினமாயிருந்தது. அதனால் நிலைமை சீர்படவுமில்லை என்பது முக்கியமான விஷயம். பேராசிரியருக்கு என்னைக் கண்டாலே மண்டிக் கொண்டு வந்தது என்பதை நான் உணர்ந்தேன். எனக்கும் அவரைக் காணவே கரித்தது. உண்மையைச் சொல்ல வேண்டுமானால், பேராசிரியரை அடிக்கவும், நொய்யப் புடைக்கவும், கொல்லவுங் கூட எனக்குச் சில சமயங்களில் ஆத்திரம் வந்தது. இவ்வெண்ணங்கள் என்னை ஓயாமல் உலப்பலா-யின. எனது நாட்குறிப்புப் புத்தகத்தில் கூட இடம் பெற்றன. அதையும் கொண்டுவந்திருக்கிறேன். இதோ, படித்துப் பாருங்கள்" என்று பெரிய நோட்டுப் புத்தகத்தை நீட்டினான் வோரனவ்.

துப்பறியும் அதிகாரி அதைப் பார்வையிட்டார். பேராசிரியர் பூரவைக் கொல்ல வேண்டுமென்ற எண்ணம் வோரனவின் மனதில் நாளுக்கு நாள் மேலும் மேலும் அடிக்கடி வந்து கொண்டிருந்ததென்பது மற்ற விஷயங்களுக்கு இடையிடையே உண்மையாகவே குறிக்கப்பட்டிருந்தது.

வோரனவ் தனது வாக்குமூலத்தைத் தொடர்ந்தான்:

ஒருவேளை, கடைசியில் என்னையே நான் கட்டுப்படுத்திக்கொள்ள முடியாத நிலைமை வந்திருக்கக் கூடும். அந்த நிலையில், க்ஷணநேர ஆவேசத்தில் நான் அவரை உண்மையாகவே கொன்று தீர்த்திருக்கவுங்கூடும், எனக்கே தெரியாது. ஆனால் அவரை நான் கொல்லவில்லை. நடந்தது என்ன என்று சொல்லுகிறேன், கேளுங்கள்.

"தீவின் நடுவிலிருக்கும் ஏரியில் வாத்து வேட்டைக்குச் செல்ல வேண்டுமென்று அன்று காலை நாங்கள் நிச்சயித்தோம். நாய்களால் இழுக்கப்படும் ஸ்லெட்ஜில் அங்கே போனோம். ஸ்லெட்ஜ் ஓட்டியவன், நேநெத்ஸ் இனத்தவனாகிய வாஸ்யா என்பவன். நடுவழியில் ஸ்லெட்ஜ் முறிந்து போயிற்று. ஏரிக்குச் செல்ல இன்னும் இரண்டு மைல் இருந்தது. எனவே நாங்கள் கால்நடையாகவே மேலே சென்றோம். ஸ்லெட்ஜைப் பழுதுபார்க்கும் பொருட்டு வாஸ்யா அங்கேயே தங்கிவிட்டான்.

"நாங்கள் ஏரியை அடைந்து சுட ஆரம்பித்ததும் வாத்துகள் எதிர்க்கரையை நோக்கி நீந்திச் சென்றன. பேராசிரியர் இக்கரையிலேயே இருப்பதென்றும் நான் மறுகரைக்குச் சென்று அங்கிருந்து சுடுவது என்றும் யோசனை கூறினேன். அவரும் ஒப்புக் கொண்டார். பின்னர் நான் அக்கரைக்குப் போனேன்.

"ஒரு மைலுக்கு அப்பால் இருந்த எதிர்க்கரையில் நின்றுகொண்டு பார்க்கையில், மறுகரையில் தனியாக நின்ற பேராசிரியரின் உருவம் எனக்குத் தெட்டத் தெளிவாகத் தெரிந்தது. அவர் அருகில் ஒருவரும் இல்லை. இருந்திருக்கவும் முடியாது. இதை நான் திண்ணமாகச் சொல்கிறேன். பிறகு அவர் நின்ற இடத்திலிருந்து ஒரு வெடிச்சத்தம் கேட்டது. நான் திடுக்கிட்டு நோக்கினேன். பேராசிரியர் விந்தையான முறையில் தள்ளாடியதையும், பின்பு கீழே விழுந்ததையும் கண்டேன். என்ன நடந்தது என்பது தெரியாதவனாய், நான் அவரருகே பாய்ந்து ஓடினேன்.

நான் போய்ச் சேர்ந்தபொழுது பேராசிரியர் உயிருடன்தான் இருந்தார். ஆனால் உணர்விழந்துவிட்டார். ஒரு வேட்டைக்கத்தி அவரது இடக்கண்ணுக்குள் பிடிவரை பாய்ந்திருந்தது. அந்தப் பிடி, சீழ் வடியும் பெரிய கட்டி போலக் கண் குழிக்கு வெளியே துருத்திக் கொண்டிருந்தது. அவரது வேட்டைத் துப்பாக்கி அருகே கிடந்தது.

"எனக்கா, குலை பதறிப் போயிற்று. திறு திறு வென்று விழித்தேன். அந்த அப்பாவி மனிதருக்கு எப்படி உதவுவது என்பது தெரியாமல், அவரது கண்ணிலிருந்து கத்தியை உருவ முயன்றேன். ஆனால் அது அபாரமான வலிவுடன் உட் செலுத்தப்பட்டிருந்ததால் அதைப்

பிடுங்க என்னால் முடியவில்லை. பிறகு செய்வதென்ன வென்று புரியாமல், ஸ்லெட்ஜை விட்டுச் சென்ற இடத்திற்கு ஒரே பாய்ச்சலாக ஓடினேன். நான் போய்ச் சேர்ந்தபொழுது வாஸ்யா பழுதுபார்த்து முடித்திருந்தான். பேராசிரியருக்கு நேர்ந்த விபத்தைப் பற்றி நான் அவனிடம் சொன்னதுமே அவன் என்னை ஸ்லெட்ஜில் ஏற்றிக்கொண்டு நாய்களை விரட்டினான். விபத்து நடந்த இடத்திற்கு நாங்கள் வந்து சேருமுன் பேராசிரியரின் உயிர் போய்விட்டது. அவரது சடலத்தை முகாமிற்கு எடுத்துச் சென்றோம். வெகு சிரமத்துடன் முடிவில் கண்ணிலிருந்து கத்தியைப் பிடுங்கி எடுத்தோம். அவ்வளவு தான்... நான் புகை பிடிக்கலாமா?"

"ஆகா, தாராளமாக."

வோரனவ் ஒரு சிகரெட்டைப் பற்றவைத்து, புகையை ஆவலுடன் இழுத்துவிட்டான்.

சிறிது நேர மௌனத்துக்குப் பின் மீண்டும் பேசினான்.

"ஆகவே, நான் குற்றம் செய்யவில்லை என வாதிப்பது கடினம் என்பதைக் காண்கிறீர்கள் அல்லவா? நான் விவகார ஞானம் உள்ளவன். இவ்வழக்கில் ஒவ்வொரு விஷயமும் நான் குற்றவாளி என்று தான் காட்டுகிறது என்பதை அறிவேன். குற்றம் செய்ததாக ஒப்புக் கொள்வதே ஒருகால் எனக்கு நன்மையாகலாம். அப்போது நீதிபதியின் அனுதாபத்தைப் பெற அதிக வாய்ப்பு ஏற்படக்கூடும். இம்மாதிரிச் செய்வதைத் தானே, குற்றத்தை ஒப்புக் கொண்டு அதன் பொருட்டு மனமார வருந்துதல் என்றோ வேறு எவ்விதமாகவோ நீங்கள் குறிப்பிடுவது வழக்கம்? நான் வழக்கறிஞன் அல்ல, ஆனால் இச்சொற்களை முன்னர் கேட்டிருக்கிறேன். எல்லாம் சரிதான். ஆயினும் நான் இவ்வாறு செய்ய முடியாது. நான் அவரைக் கொல்லவில்லை. கொல்லவேயில்லை. எனது குற்றமின்மையை நிரூபிக்கத் தான் வகையற்றவனாய் இருக்கிறேன். உங்களிடம் எனக்கு ஒரே ஒரு வேண்டுகோள். இக்கடிதங்கள் நான் மணஞ்செய்து கொள்ளவிருக்கும் பெண்ணிடமிருந்து வந்தவை. இது நான் அவளுக்கு எழுதிய கடிதம். நீங்கள் தயவுசெய்து இவைகளை அவளுக்கு அனுப்பிவைப்பீர்களா?"

"மாட்டேன்" எனப் பதிலளித்தார் துப்பறியும் அதிகாரி. "நீங்களே அவளிடம் கொண்டு கொடுங்கள். நான் உங்களைக் கைது செய்யப் போவதில்லை, வோரனவ்" என்றார்.

சில வழக்குகளில், எதிர்பாராத தீர்மானம், திடீர்த் துலக்கம், முடிவான நிர்ணயம் ஆகியவை முறையான துப்புகள், சாட்சியங்களது கோவையின் விளைவாகவோ, ஏற்கனவே தெளிவுபடுத்தப்பட்டு

நிலைநாட்டப்பட்ட விஷயங்களின் தர்க்க ரீதியான தொடர்ச்சியாகவோ எல்லா நிகழ்ச்சிகளின் கூட்டு மொத்தமாகவோ ஏற்படுவதில்லை. ஒரே இருட்டும், சிடுக்குப் பின்னலுமான மாய வழி போன்ற விஷயங்களும், விவரங்களும், மனித உறவுகளும், எல்லாவிதமான சந்தர்ப்பச் சாட்சியங்கள், தற்செயல் நிகழ்ச்சிகள் ஆகியவற்றின் பிரம்மாண்டமான குவியல்களுமாகச் சில சமயங்களில் எதிர்ப்பட்டு, மிக துப்பறிபவன் கூட இன்ன செய்வதென்று தெரியாமல் திக்குமுக்காடும் படி அடித்து விடுவதுண்டு. துப்பறிபவனது இயற்கை உணர்வு, திறமை, விடாமுயற்சி, புரட்சிகரமான மனச்சான்று, இரக்கம், சோவியத் நீதித் துறையில் வேலை செய்யும் அதிகாரிக்கேற்ற மனிதாபிமானம் ஆகியவையே இத்தகைய சந்தர்ப்பங்களில் வழிகாட்டி அனுபவம் வாய்ந்த நடத்திச் சென்று, முடிவில் அவர் உண்மையைக் கண்டு கொள்வதற்கு உதவி புரிகின்றன.

வோரனவை விடுதலை செய்து விட்டதினால், துப்பறியும் அதிகாரி தம்மை இக்கட்டான நிலைமைக்கு ஆளாக்கிக் கொண்டார். ஒரு புறம், பேராசிரியர் கொலையில் வோரனவின் குற்றம் மறுக்க முடியாதது போலக் காணப்பட்டது. அது வழக்கின் சாட்சியத்திலிருந்து தர்க்க ரீதியாக வெளிப் படுவது போலிருந்தது. சாத்தியமான நிகழ்ச்சி விவரம் அது ஒன்றே என்று தோன்றியது. தவிர இதுவே பிரமாணபூர்வமான நிகழ்ச்சி விவரமாகவுமிருந்தது. வழக்கைப் பற்றி அறிந்தவர்களும், வழக்கில் சட்டரீதியான அக்கறை கொண்டவர்களுமான சமுதாய வட்டாரத்தினர் இந்த விவரத்தையே சரி என ஒப்புக் கொண்டிருந்தனர்.

மற்றொருபுறம், வோரனவ் விடுதலை செய்யப்பட்டது, துப்பறியும் அதிகாரியின் உள்ளார்ந்த நம்பிக்கை ஒன்றின் ஆதாரத்திலேயே. அவர் வோரனவை என்ன காரணத்தினாலோ நம்பினார் என்ற ஆதாரத்திலேயே. வோரனவின் கூற்றுக்கு எதிரான பிரமாணங்களும், அவன் குற்றவாளி என ருஜுப்படுத்தும் சந்தர்ப்பங்களும் நிகழ்ச்சிகளும் எல்லாம் இருந்தபோதிலும் அவர் அவனை நம்பினார். அவரது நம்பிக்கைக்கு அடிப்படை, உள்ளத்தின் உள்ளே உருவாகும் மங்கலான, தெளிவற்ற, துலக்கமற்ற ஆதாரங்கள் மட்டுமே. இந்த ஆதாரங்கள் வெளிப்பார்வைக்குத் தர்க்கப் பொருத்தமாகத் தென்படா. இவற்றைச் சொற்களால் வெளியிடுவது கடினம். இவை ஒரு போதும் குறிப்பிடப் படுவதுமில்லை. துப்பறிபவனின் திறமை, உளவியல் வகையிலும், தொழில் ரீதியாகவும் உள்ள அவனது உள்நோக்கு, அவனது இயற்கை யுணர்வின் தீவிரம் இவற்றின் பயனாகவே இந்த ஆதாரங்கள் உருவாகின் பல ஆண்டுகள் சிந்தனை மிகுதியும் சலிப்பின்மையும் வாய்ந்த உழைப்பு, ஆழ்ந்து நோக்குவதில் பயிற்சி, துப்பறிவதில்

அனுபவம், நிகழ்ச்சிகளையும் மனித இயல்புகளையும் பகுத்தாராயும் இடைவிடாத பழக்கம் ஆகியவற்றின் விளைவே இந்த ஆதாரங்கள்.

வோரனவ் பேராசிரியரைக் கொலை செய்யவில்லை என்று துப்பறியும் அதிகாரி திண்ணமாக நம்பினார். ஆனால் இந்த நம்பிக்கைக்கு ஆதாரம் காட்டி அதை மெய்ப்பிக்க வேண்டியதிருந்தது. அதை விட முக்கியமாகப் பேராசிரியர் பூரவின் மரணத்தைப் பற்றிய புதிரை விடுவிக்க வேண்டியதிருந்தது.

வோரனவ் முற்றிலும் குற்றமற்றவன் என நிர்ணயிப்பதற்குத் துப்பறிபவரின் நம்பிக்கை மட்டிலும், அது எவ்வளவுதான் பலத்ததாயிருந்தாலும் கூடப் போதாது.

பேராசிரியர் பூரவின் பிரேத பரிசோதனை நடத்தியவர் ஸெம்யோனவ்ஸ்கிய். வழக்கமான திறமையுடனும், நுட்பத்துடனும் அதை முடித்த பிறகு, தமது முடிவுகளைத் தெரிவித்தார். அதில் முக்கியமாக இரண்டு விஷயங்கள் அடங்கியிருந்தன. அவை யாவன:

1. பேராசிரியர் பூரவின் மரணம், இடது கண்ணுக்குள் வேட்டைக் கத்தி பாய்ந்த அடியால் உண்டான பெருங்காயத்தின் விளைவாகச் சம்பவித்தது.

2. மனித வரம்புக்கு மேற்பட்ட வலுவோடு அவ்வடி கொடுக்கப் பட்டிருந்தது.

"'மனித வரம்புக்கு மேற்பட்ட வலு' என்பதன் பொருள் என்ன? இதை எவ்வாறு புரிந்துகொள்வது?" என்று துப்பறியும் அதிகாரி கேட்டார்.

"எத்தகைய வலுவுடன் அந்த அடி கொடுக்கப்பட்டதோ, அது சாதாரண மனிதனின் சராசரி பலத்தையும் விடக் கூடுதலானது. அதனால்தான் 'மனித வரம்புக்கு மேற்பட்ட' என்ற சொற்களை உபயோகித்துள்ளேன். எனினும் அச்சக்தி துல்லியமாக எத்தகையது என்பதை என்னால் கூற இயலாது" என்று நிபுணர் விடையளித்தார்.

துப்பறியும் அதிகாரி தமது வேலையைத் தொடர்ந்து நடத்தினார். பேராசிரியரின் துப்பாக்கியை நுட்பமாகப் பரிசோதித்தார். அது ஒரு 'வின்செஸ்டர்' துப்பாக்கி. வழக்கிற்கு உபயோகமாக எதுவும் அதிலிருந்து கிடைக்கவில்லை. எந்தக் கத்தியால் மரணம் விளைந்ததோ அதுவும் மிகச் சாதாரணமானது தான். மரப்பிடியுடைய மலிவான வேட்டைக் கத்தி.

எனினும் துப்பறிவாளர் மேலும் நுணுக்கமாக அதனைச் சோதித்த பொழுது, கத்தியைச் செய்த தொழிலாளியின் திறமைக் குறைவால் கைப்பிடியில் ஏற்பட்டிருந்த ஒரு சிறிய குறைபாடு அவர் கண்ணில் பட்டது. கத்தி அலகுடன் மரப்பிடியை இணைத்திருந்த உலோகக்

கம்பியின் சிறு கூர் நுனி, சட்டெனப் பார்வையில் படவில்லை என்றாலும், பிடிக்கு வெளியே துருத்திக் கொண்டிருந்தது.

துப்பறியும் அதிகாரி தமது விரலால் அச்சிறிய உலோக முனையை வருடிப் பார்த்ததும், திடீரென்று துள்ளிக் குதித்தார். காரிருளில் தீப்பொறி போல் அவரது மனத்தில் ஓர் எண்ணம் பளிச்செனச் சுடர்ந்தது.

அவசரமாக அழைக்கப்பட்ட நிபுணர்களின் கூட்டம் ஒன்று, ஒரு மணி நேரத்திற்கெல்லாம் துப்பறியும் அதிகாரியின் அலுவலகத்தில் கூடியது. இதில் துப்பாக்கி செய்வோரும் வேட்டைக்காரர்களும் இருந்தார்கள்.

"கேளுங்கள், தோழர்களே. ஒரு வேட்டைக்காரன் மரப் பிடி வைத்த வேட்டைக் கத்தியை இடைவாரில் செருகிக் கொண்டிருக்கிறான், அவனது தோட்டா முன்னே போகாமல் ரவைக் குழாயில் செம்மிக் கொண்டுவிட்டது என்று வைத்துக்கொள்வோம். நமத்துப் போய்ப் பருத்தோ, நெளிசல் கண்டோ இருந்தால், அல்லது மட்டரக மானதாயிருந்தால் தோட்டா செம்மிக் கொள்ளுமல்லவா? இந்த வேட்டைக்காரனின் தோட்டா அந்த மாதிரிச் சிக்கிக்கொண்டது என்று வைத்துக் கொள்வோம். அப்போது அவன் என்ன செய்திருப்பான்? வேட்டைக்காரர்களின் வழக்கமான, தினப்படி அனுபவத்தை ஆதாரமாகக் கொண்டு இதற்கு விடையளியுங்கள். என்ன செய்திருப்பான் அந்த வேட்டைக்காரன்?" என்று துப்பறியும் அதிகாரி அவர்களை வினவினார்.

நிபுணர்கள் ஒருவரையொருவர் வியப்புடன் பார்த்துக் கொண்டு தங்களுக்குள் மெதுவாகப் பேசிக்கொண்டார்கள்.

கடைசியில் அவர்கள் ஏகோபித்த முடிவுக்கு வந்ததும் அவர்களில் ஒருவன், "இவ்வாறு நேர்ந்தால் அந்த வேட்டைக்காரன் தனது கத்தியை எடுத்து அதன் மொண்ணையான பிடிக் கட்டையால் தோட்டாவின் குழல் பகுதியை ஜாக்கிரதையாக மெள்ளத் தட்டி, தோட்டாவை உள்ளே செலுத்தப் பார்த்திருப்பான்" என்று சொன்னான்.

"நானும் அவ்வாறு தான் எண்ணினேன்" என்று முறுவலித்தார் துப்பறிபவர். "நல்லது, இப்பொழுது இந்தக் கத்தியை ஒரு முறை பாருங்கள். தயவு செய்து, மரக் கட்டைக்கு வெளியே துருத்திக் கொண்டிருக்கும் சிறிய உலோக முனையையும் கவனித்துக்கொள்ளுங்கள். இப்பொழுது, இந்தக் கத்தியால் தோட்டாவை உள்ளே செலுத்துவதற்கு ஒரு வேட்டைக்காரன் முயல்கிறான் என்று வைத்துக்கொள்ளுங்கள். என்ன நேரிடும்?"

நிபுணர்கள் கத்தியைச் சோதித்துப் பார்த்து, உறுதியான உலோக முனையையும் கவனித்துவிட்டு ஒருமித்த முடிவிற்கு வந்தனர்.

"இந்தக் கம்பி கூர்மையாயும், வலுவாயும் இருப்பதால் சுடுமுள்ளின் வேலையை அது செய்து விடும். தோட்டாவின் குழல் பகுதியை இந்தக் கத்திப் பிடியால் தட்டினால் அது வெடித்துத் துப்பாக்கியை வெடிக்கும்படி செய்துவிடும்" என்று அவர்கள் அபிப்பிராயம் தெரிவித்தனர்.

பின்பு துப்பறியும் அதிகாரி துப்பாக்கி செய்பவர்களைப் பார்த்து, "தோட்டா, ரவைக்குழாய்க்குள் முழுதும் செல்லவில்லை யென்றும், வேட்டைக்காரனின் கவனக்குறைவால் துப்பாக்கி வெடித்து விட்டதென்றும் வைத்துக்கொள்வோம். அப்போது வெடி அதிர்ச்சியின் முழு வேகமும் எப்பக்கத்தில் தாக்கும்? அந்த வேகத்தின் வன்மை எவ்வளவு இருக்கும்?" என்று கேட்டார்.

"வெடி அதிர்ச்சியின் வேகம் பின்புறமாகத் தாக்கி, கத்தியைப் பிடித்திருக்கும் கையை மட்டென்று முகத்தின் மேல் சாடிவிடும். வெடியின் வன்மை மிக அதிகமாக, ஐந்து முதல் ஏழு வரை வாயுமண்டல அழுத்தத்திற்குச்* சமமாக இருக்கும்.

துப்பறிபவர் அப்பாடா என்று பெருமூச்சு விட்டார். சட்டென அவர் மனதில் உதித்த எண்ணம் சரியே என்று மெய்ப்பிக்கப்பட்டு விட்டதல்லவா?

அதே நேரத்தில் ஸெம்யோனவ்ஸ்கிய் அலுவலகத்துள் நுழைந்தார். துப்பறிபவர், தமது அபிப்பிராயத்தை அவரிடம் கூறி, கத்தியையும் காட்டி, நிபுணர்கள் சொன்னதையும் அவருக்கு எடுத்துரைத்தார்.

"இதெல்லாம் மிகவும் சாமர்த்தியமாகவும் நம்பக்கூடியதாகவும் உள்ளது என்பது சரியே" என்று மெதுவாகச் சொன்ன ஸெம்யோனவ்ஸ்கிய், "ஒரு சிறிய விவரம் மட்டும் விலக்காக இல்லாதிருப்பின், அதை முற்றிலும் உண்மை என்றே நம்பலாம். பேராசிரியர் தமது இடது கண்ணில் பட்ட அடியால் இறந்து போனார். நீங்கள் சொல்லுகிறபடி நடந்திருந்தால் தமது வலது கையால் அவர் வலது கண்ணைத் தான் காயப்படுத்திக் கொண்டிருக்கலாமே தவிர இடது கண்ணைக் காயப்படுத்திக் கொண்டிருக்க முடியவே முடியாது" என்று ஒரு போடு போட்டார்.

அப்பொழுதே அதே இடத்தில் பேராசிரியரின் கை நீளம், உயரம், வெவ்வேறு அங்கங்களுக்கிடையே உள்ள அளவுப் பொருத்தம் ஆகியவற்றைக் கணக்கிட்டு, வெடி அதிர்ச்சியால் அப்படிப்பட்ட தாக்கு

---

* **ஒரு வாயுமண்டல அழுத்தம்** ஒரு சதுர அங்குலத்துக்குப் பதினைந்து பவுண்டு கனம் கொண்டது.

நேர்ந்திருக்குமாயின் பேராசிரியரின் வலக்கை, வலது கண்ணைத்தான் காயப்படுத்தி இருக்குமே அன்றி இடது கண்ணை ஒரு போதும் காயப்படுத்தியிருக்க முடியாது என்று திட்டவட்டமாகக் கூறிவிட்டார்.

துப்பறிபவருக்கு மிகத் தெளிவாகவும், சரியாகவும் காணப்பட்ட நிகழ்ச்சி விவரம் இவ்வாறு தவிடுபொடியாயிற்று.

ஆனால் துப்பறிபவர் விடாப்பிடியான மனிதர். தமக்குப் புலப்பட்ட எண்ணம் சரியே என உறுதியுடன் நம்பிய அவர் தமது ஆராய்ச்சியைத் தொடர்ந்தார்.

"பேராசிரியர் உடல்நலம் வாய்ந்த மனிதர் தானே?" என்று அவர் இறந்தவரின் உறவினர்களைக் கேட்டார்.

"ஆமாம், உடல், உளம் இரண்டிலுமே நலம் வாய்ந்தவராகத்தான் இருந்தார்" என்று அவர்கள் பதிலிறுத்தனர்.

"அவரிடம் தனிப்பட்ட விசேஷம் ஏதாவது இருந்ததா? அவர் உடலில் ஏதாவது குறைபாடுகள் உண்டா?"

"இல்லை, தனிப்பட்ட விசேஷமோ, உடலில் குறைபாடோ, எதுவும் அவரிடம் இல்லை."

"அவர் இரணவைத்தியரின் கத்தியை எப்பொழுதாகிலும் உபயோகித்தது உண்டா?" என்று துப்பறிபவர் மேலும் விடாது வினவினார்.

"ஆமாம், அவர் அடிக்கடி வீட்டில் அத்தகைய கத்தியால் வேலை செய்வதுண்டு."

"எந்தக் கையில் அவர் கத்தியைப் பிடித்துக்கொள்வார்?" என்று துப்பறிபவர் எச்சரிக்கையுடன், தமது கடைசி நம்பிக்கையும் வீணாகி விடக் கூடாதே என்ற பயத்தால் நடுங்கிக்கொண்டு கேட்டார்.

"இடது கையில்தான். பேராசிரியர் நொட்டாங்கையர் ஆயிற்றே" என்ற அமைதியான பதில் கிடைத்தது.

சந்தோஷ மிகுதியால் கூச்சலிடாமல் தம்மைக் கட்டுப்படுத்திக் கொள்வது துப்பறிபவருக்குப் பெரும்பாடாகப் போய்விட்டது. அப்பாடா! ஒரு மட்டுக்கும் உண்மை, தீர்வு, தெளிவு, விளக்கம் எல்லாம் ஒருங்கே கிடைத்துவிட்டன.

நொட்டாங்கையரா!... துப்பறிபவர் ஸெம் யோனவ்ஸ்கியைப் பார்க்க விரைந்தோடினார். மீண்டும் ஒரு முறை ஸெம்யோனவ்ஸ்கிய் உட்கார்ந்து கணக்கிடலானார். மேலும் கணக்கிட்டுப் பார்த்ததில் திட்ட வட்டமாகத் தெரிய வந்தது என்னவென்றால் பேராசிரியர் இடக்கையால் தோட்டாவை உட்செலுத்த முயன்றிருந்து அது

வெடித்திருந்தால், அவர் தமது இடது கண்ணைத் தவிர வேறெங்கும் காயப்படுத்திக் கொண்டிருக்க முடியாது என்பதே.

வெடி அதிர்ச்சியின் வேகத்தால் பேராசிரியரின் இடது கை அவர் முகத்தின் மீதும், இடது கண்ணின் மீதும் எப்படிச் சாடப்பட்டது என்பதை விளக்கிக் காட்டும் நிழற்படச் சுருள் ஒன்றை ஸெம்யோனவ்-ஸ்கியும், துப்பறிபவரும் பிறகு தயாரித்தனர்.

கடைசியில் எல்லாம் தெளிவாய் விட்டது போலவும், உண்மை துலக்கப்பட்டு, பேராசிரியர் பூரவின் மரணத்தின் காரணமும் விளக்கப்பட்டு விட்டது போலவும், வோரனவின் குற்றமின்மை நிரூபிக்கப்பட்டுவிட்டது போலவும் தோன்றியது. இத்தகைய நிலையில் "இவ்வழக்கில் குற்றத்தை உறுதிப்படுத்துவதற்குரிய சாட்சியம் இல்லை" என்று காரணத்தைக் காட்டி வழக்கைத் தள்ளுபடி செய்து விடலாம். வழக்கு விவரங்களைப் பழைய தஸ்தாவேஜு அலமாரிக்குள் வைத்துவிடலாம். துப்பறியும் அதிகாரி, தமது ஆராய்ச்சிக்குக் காத்திருக்கும் அடுத்த வழக்குகளை விசாரிக்கத் தொடங்கலாம்.

சிடுக்குப் பின்னலான மாய வழி போன்ற விஷயங்களிலும் மனித உறவுகளிலும் தட்டித் தடுமாறுவதும், அவ்வப்போது இடறி விழுந்த போதிலும் மேலே மேலே செல்வதும், தவறுகள் செய்வதுடன் கூடப் புதிய உண்மைகளைக் கண்டுபிடிப்பதுமாக அவர் மீண்டும் கும்மிருட்டில் சுற்றியலைந்திருக்கலாம்.

ஆமாம், இவ்வாறெல்லாம் செய்திருக்கலாம் தான். ஆனால் அந்தக் கத்தி--அந்தச் சனியன் பிடித்த கத்தி எங்கிருந்து வந்து தொலைந்தது?

துப்பறியும் அதிகாரி, பேராசிரியரின் சகோதரருக்கு வழக்கின் விவரத்தைத் தெரிவித்தார். அதற்கு அவர் சொல்லியதாவது:

"நீங்கள் சொல்வது சரி என்றும் எனது சகோதரர் தம்முடைய கவனக்குறைவால் தான் மரணமடைந்தார் என்றும் நான் ஒப்புக் கொள்ளத் தயார். ஆனால் அந்தக் கத்தி எங்கிருந்து வந்தது? அவரிடம் அந்த மாதிரிக் கத்தியே இருந்ததில்லை என்று நான் உறுதியாய்ச் சொல்வேன். ஆராய்ச்சி யாத்திரைக்காக அவர்களுக்கு வழங்கப்பட்ட பொருள்களில் இம்மாதிரிக் கத்தியே கிடையாது. இதுவும் எனக்கு நன்றாகத் தெரியும். அது யாருடைய கத்தி? யாருடையது? இந்தக் கேள்விக்கு நீங்கள் விடை கூறும்வரை வழக்கு முடிந்துவிட்டதாக நான் கருத முடியாது."

ஒரு வகையில், பேராசிரியர் பூரவின் சகோதரர் சொல்லியது சரியே என்பதை ஒப்புக் கொண்டு தான் ஆக வேண்டும். அவர் கேட்ட கேள்விக்குப் பதில் தர வேண்டியது அவசியமாயிருந்தது.

துப்பறியும் அதிகாரி இதைப்பற்றி முதலில் வோரனவைக் கேட்டார். பேராசிரியரிடம் அந்தக் கத்தி எங்கிருந்து வந்தது என்பது தமக்குத் தெரியாது என்று அவன் சொல்லிவிட்டான்.

"அது பேராசிரியர் பூரவின் கத்தி யென்றுதான் நான் நினைக்கிறேன். அவர் அக்கத்தியை அடிக்கடி உபயோகித்து வந்ததை நான் பார்த்திருக்கிறேன்" என்றான்.

அதன்பின், துப்பறியும் அதிகாரி, ஆராய்ச்சி யாத்திரையில் உடனெடுத்துச் செல்லப்பட்ட பொருள்களின் பட்டியலை ஆதியோடந்தமாகப் படித்துப் பார்த்தார். அறிக்கைகள், ரசீதுகள், பட்டியல்கள், பில்கள் ஆகியவைகளின் பெருங்குவியலில் குண்டுகள், துப்பாக்கிகள், கூடாரங்கள், டப்பியிடப்பட்ட பொருள்கள், பைனாக்குலர்கள், சமையல் பாத்திரங்கள், தெர்மோஸ் புட்டிகள், கோடரிகள், போர்க்குகள், சிறு குறடுகள், சம்மட்டிகள், உலோகக் குவளைகள், மண்ணெண்ணெய் அடுப்புகள், உஷ்ணமானிகள், பீங்கான் பாத்திரங்கள், இன்னும் எத்தனையோ வகைவகையான பொருள்களின் பெயர்கள் காணப்பட்டனவே தவிர, "வேட்டைக் கத்தி--4 ரூபிள்" என்ற குறிப்பு, தேடித் தேடிப் பார்த்தும் அகப்படவில்லை.

அந்த ஆராய்ச்சிக் குழு அர்காங்கெல்ஸ்கில் பல நாள் தங்கிவிட்டு, அங்கிருந்து தான் பாரெண்ட்ஸ் கடலுக்குப் புறப்பட்டுச் சென்றது என்ற விஷயம் அப்புறம் துப்பறிபவரின் நினைவிற்கு வந்தது. பிராக்யூரேட்டரிடம் சென்று ஒரு நாள் தம்மை அர்காங்கெல்ஸ்க்கிற்கு அனுப்பிவைக்குமாறு கேட்டுக்கொண்டார்.

"எதற்காக?" என்றார் பிராக்யூரேட்டர்.

"கத்திக்காக" என்று புன்னகையுடன் பதிலளித்தார் துப்பறிபவர்.

மறு நாட்காலையில் அவர் அர்காங்கெல்ஸ்க்கை அடைந்ததும் நேராகக் கடைக்குச் சென்றார். விலையுயர்ந்தவையும் மலிவானவையுமான நூற்றுக் கணக்கான வேட்டைக் கத்திகள், பின்லாந்து கத்திகள், வோலக்தா, காஸ்த்ரொமா, வியாத்கா, பாவ்லோவா-போஸத் ஆகிய இடங்களில் தயாரிக்கப்பட்ட கத்திகள் எல்லாம் அவருக்குக் காட்டப்பட்டன. ஆனால் எம்மாதிரிக் கத்தியை அவர் தேடி வந்தாரோ அதைத்தான் காணோம். விற்பனைக்காரர்கள் இந்த அழிம்பு பிடித்த வாடிக்கைக்காரனைப் பார்த்து மலைத்துப் போய்விட்டனர், கடை மேலாளர் கை விரித்தனர், காஷியர்ப் பெண்கள் இகழ்ச்சி தோன்ற 'ஹிஹிஹி'யென இளித்தனர். ஆனால் ஒரு கடையிலாவது துப்பறிபவர் தேடிவந்தது போன்ற கத்தியைக் காணோம். எங்கெல்லாமோ சுற்றியலைந்துவிட்டு மாலை நேரத்தில் த்வினா கரையிலிருந்த சிறிய கடையொன்றினுள் நுழைந்தார் துப்பறிபவர்.

அது வேட்டை, விளையாட்டுப் பொருள்கள் விற்பனை செய்யும் கடை. அங்கு வந்ததுமே முதலில் அவர் கண்ணில் பட்டது மரப் பிடியுடைய வேட்டைக்கத்திதான். பேராசிரியரின் மரணத்துக்குக் காரணமாயிருந்த கத்தியே அச்சு.

"இந்தக் கத்தி விலை என்ன?" என்று துப்பறியும் அதிகாரி பதற்றத்துடன் கேட்டார். மூன்று ரூபிள் எழுபத்து ஐந்து கொப்பேக்" என்று விற்பனையாள் பதிலளித்தான்.

துப்பறிபவர் மேலாளரை அழைத்து விசாரித்தார். ஒரே கூட்டுறவு நிலையம்தான் அப்படிப்பட்ட கத்திகளைத் தயாரிக்கிறது என்றும், தயாராகும் கத்திகளை எல்லாம் இந்தக் கடை ஒன்றுக்கேதான் அனுப்பி வருகிறது என்றும் தெரிந்துகொண்டார். ஆராய்வுக் குழு அர்காங்கெல்ஸ்க்கில் தங்கியிருந்த காலத்தும் இக்கத்திகள் விற்பனையில் இருந்தன என்றும் தெரிய வந்தது.

"ஏராளமான கத்திகளை நாங்கள் விற்றுள்ளோம். ஆயினும் வாங்கியவர்கள் அனைவரையும் நாங்கள் நினைவில் வைத்திருக்க முடியாது, பாருங்கள். மேலும், எதற்காக நினைவில் வைத்திருக்க வேண்டும்?" என்றார் மேலாளர்.

துப்பறிபவர் மாஸ்கோ திரும்பினார். அங்கு பேராசிரியர் பூரவின் குறிப்புப் புத்தகத்தில் நூற்றுக்கணக்கான குறிப்புகளுக்கு இடையே, "அர்காங்கெல்ஸ்க், வேட்டைக் கத்தி 3 ரூ. 75 கோ." என்ற குறிப்பைக் கண்டுபிடித்துவிட்டார். "தோழர் வோரனவ், அமருங்கள். இதுவே கடைசி முறையாக நான் உங்களை அழைத்திருப்பது. வழக்கை முடிப்பதற்குரிய உத்தரவைத் தயவு செய்து படித்துப் பாருங்கள். நீங்கள் இதன் ஒரு நகலைப் பெற்றுக்கொண்டதற்குக் கையெழுத்திடுங்கள். இதோ, இங்கே..." என்று உணர்ச்சியின்றிக் கூறினார் துப்பறிபவர்.

வோரனவ் பேனாவை எடுத்தார். திடீரென்று எல்லாம்-பேனா, மைக்கூடு, மேஜையின் மறுபுறம் அமர்ந்துள்ள துப்பறியும் அதிகாரியின் முகம் ஆகியவை எல்லாமே-சுழல்வதுபோல அவருக்குத் தோன்றியது. துப்பறிபவரின் சொற்கள் முடிவில் அவர் உணர்வில் பதிந்தன. இந்தப் பயங்கர அனுபவம் இப்பொழுது பழங்கதையாகிவிட்டது; தாம் நிரபராதி என்பது மெய்ப்பிக்கப்பட்டு, உறுதியாய் விட்டது; உண்மை கண்டுபிடிக்கப் பட்டுவிட்டது என அவர் புரிந்துகொண்டார்.

இவற்றோடு கூட, எதிரே உட்கார்ந்திருக்கும் வறண்ட மனிதரே தமது உயிரையும், கௌரவத்தையும் காப்பாற்றியவர் என்பதும் அவருக்குப் புரிந்துவிட்டது.

-1938

9

திரு. குரோவரின் உண்மைக் காதல்

கலீனின் பிரதேசத்து ஸ்தாரித்ஸ்கிய் மாவட்டத்தைச் சேர்ந்த குளுகோவோ கிராமத்தின் கூட்டுப்பண்ணை விவசாயிகளுக்கு 1938 நவம்பர் 13ம் தேதி நிகழ்ந்த அதிசயமான சம்பவம் ஒருவேளை இன்றும் நினைவிருக்கலாம். பொழுது சாயும் வேளை. மேகத் திரளைக் கிழித்துக்கொண்டு சரேலெனப் பாய்ந்து வந்த ஒரு சின்னஞ்சிறு விமானம், கூட்டுப்பண்ணை வயலில் நேராக இறங்கியது. பளபளப்பாக வண்ணம் பூசிய அவ்விமானம் வெளிநாட்டைச் சேர்ந்தது என்பது துலக்கமாகத் தெரிந்தது. விமானி வெளியே இறங்கினான். இதற்குள் கூட்டுப் பண்ணைக்காரர்கள் விமானத்தைச் சூழ்ந்து கொண்டனர். விமானி அவர்களை நோக்கி ருஷ்ய மொழியில் பேசத் தொடங்கினான். அவன் பேச்சிலிருந்த ஒலியழுத்தம் அவன் வெளிநாட்டான் என்பதைத் தெளிவாகப் புலப்படுத்தியது.

"ஆ, வணக்கம்! நான் ஆங்கிலேயன். ஆமாம், லண்டனிலிருந்து பறந்து வந்திருக்கிறேன். நான் மணஞ் செய்துகொள்ள நிச்சயித்திருக்கும் ருஷ்யப் பெண்ணைக் கூட்டிப் போவதற்கு வந்துள்ளேன்" என்றான் அவன்.

"நடக்கிற கதைதான் போ!" என்று சீறி விழுந்தாள் பண்ணைக் குழுத் தலைவி ஸாஷா அத்தை. அவளுடைய மகன் விமானப் படைப் பிரிவொன்றின் கமாண்டர். ஹூம். ஈ மாதிரி விமானத்திலே ஏறிவந்தாராம் நேரே லண்டனிலிருந்து. அடேயப்பா, என்ன சாமர்த்தியம்! அதை யெல்லாம் கட்டிவை என்றேன். விமானங்களைப் பற்றி மற்றவர்களுக்குத் தெரிந்தது எங்களுக்கும் தெரியாமலில்லை. ஊம், நடவுமையா மாப்பிள்ளைத் துரைமகனாரே! கிராம சோவியத்துக்குப் போகலாம். அங்கே துலங்கிப் போகும் உமது வண்டவாளம்... சொந்த நாட்டிலே பெண்ணுக்குப் பஞ்சம் பாரு, அதனாலே நம் பெண்ணைக் கட்டிக் கொள்ள வந்திருக்கிறானாம் விமான மேறி!..." என்று விளாசினாள்.

கிராமத்து அதிகாரிகளின் அழைப்பைப் பெற்றுத் துப்பறியும் அலுவலக அதிகாரிகள் வந்து சேர்ந்தனர். முதலில் சொல்லிய கதையையே அந்த வெளிநாட்டான் மீண்டும் கூறினான்:

"நான் ஆங்கிலேயன். எண்ணெய் உற்பத்தித் துறையில் வேலை செய்யும் ஓர் எஞ்சினீயர். என் பெயர் பிரயன் மான்டேகு குரோவர்.

க்ரோஸ்னியிலும், மாஸ்கோவிலும் முன்பு வேலை பார்த்துள்ளேன். லண்டனிலிருந்து எனது சிறிய விமானத்தில் புறப்பட்டு எங்கும் இறங்காமல் ஸ்டாக்ஹோல்ம் வழியாக குளூகோவோ கிராமத்திற்குப் பறந்து வந்தேன். சோவியத் யூனியனுக்குள் புகுவதற்கான அனுமதிச் சீட்டு என்னிடம் இல்லை. நான் வெகு காலமாக ஒரு பெண்ணைக் காதலிக்கிறேன். அவள் இல்லாமல் வாழ நான் விரும்பவுமில்லை, என்னால் வாழவும் முடியாது. அவளைப் பார்க்கும்பொருட்டே வந்தேன்'' என்று சொன்னான்.

மறுநாள் குரோவர் மாஸ்கோவிற்கு அழைத்துச் செல்லப் பட்டான். முன்பு, தான் இந்தப் பயணத்தை மேற்கொண்டதன் காரணங்களை விவரமாய் உரைத்தான். குரோவர் பொன் முடியும், ஒளிவுமறைவின்றி நேராக நோக்கும் சாம்பல் நிறக் கண்களும் கொண்ட நெட்டை மனிதன்.

“என் பெயர் பிரயன் மான்டேகு குரோவர். வயது முப்பத்தேழு. நான் போல்க்ஸ்டன் வாசி. பிரவேச அனுமதிச் சீட்டு இல்லாமலே சோவியத் யூனியனுக்குப் புறப்பட்டு வந்துவிட்டேன். இப்படிச் செய்வது சட்டப்படி குற்றம் என்பதை அறிவேன். ஆயினும் துரதிர்ஷ்டவசமாக எனக்கு வேறு வழியில்லாமல் போயிற்று'' இவ்வாறு கதையைத் தொடங்கினான் குரோவர்.

“59- 3 'த' என்ற விதி இருப்பது எனக்குத் தெரியும். நான் அதை மனப்பாடம் செய்திருக்கிறேன். அதன்படி உள்ள தண்டனையை ஏற்றுக் கொள்ளத் தயார். இவ் விதியின் படி பத்து வருடச் சிறைத் தண்டனை எனக்குக் கிடைக்கலாம் என்று அறிவேன். ஆனால் சோவியத் குற்றச் சட்டத் தொகுதியில் 51ம் எண்ணிட்ட இன்னொரு விதி இருப்பதாகவும் முதற் சட்டத்தின் கடுமையை அது மட்டுப்படுத்துவதாகவும் ஒரு பிரிட்டிஷ் வழக்கறிஞர் என்னிடம் சொன்னார். மிஸ்டர் இன்ஸ்பெக்டர், என் விஷயத்தில் முதலாவதைவிட இந்த இரண்டாம் சட்டமே செல்லுபடியாகும் என்று நான் நினைக்கிறேன்'' என்று விவரித்தான் அவன்.

வேற்றுமையுருபுகளிலும் வினைத் திரிபுகளிலும் சிற்சில இடங்களில் தடுமாறியபோதிலும் குரோவர் ருஷ்ய மொழியில் தட்டுத் தடங்கல் இல்லாமல் பேசினான். கவர்ச்சிகரமான முக வெட்டு, மனோதிடத்தைக் காட்டும் வாய், உறுதியான பற்கள். பதற்றமோ அவசரமோ இன்றி அவன் சொன்ன கதையைக் கேட்கக் கேட்க, துப்பறியும் அதிகாரிக்கு அந்த அன்னியன் மீது நம்பிக்கை வளர்ந்துகொண்டே போயிற்று. ஆயினும் அவன் சட்ட விரோதமாக நாட்டு எல்லையைக் கடந்து உள்ளே வந்திருந்தபடியால் வழக்கமான கேள்விகளை அவனிடம் கேட்பது அவரது கடமையாயிருந்தது. தான்

கைது செய்யப்பட்டது முற்றிலும் நியாயமே என குரோவர் கருதியதும், தன் விஷயத்தில் "51வது விதி செல்லுபடியாகா விட்டால்" நேரக் கூடிய விளைவுகளை ஏற்றுக்கொள்ள அவன் தயாராக இருந்ததும் அவன் மீது சந்தேகங்கொள்ளவே இடமில்லாதபடி செய்துவிட்டன.

குரோவர் தனது காதலைப் பற்றிக் கூறிய கதை இதுதான்:

1930-35ம் ஆண்டுகளின் தொடக்கத்தில் திறமை வாய்ந்த இளம் எஞ்சினீயராக இருந்த குரோவர், சொந்த நாட்டில் வேலை கிடைக்காமையால், சோவியத் யூனியனில் க்ரோஸ்னிய் என்னும் இடத்தில் வெளிநாட்டு நிபுணனாகப் பணி புரியக் கிடைத்த வாய்ப்பை ஏற்றுக் கொண்டான். நல்ல சம்பளம், மனதிற்குகந்த வேலை, இவையே அவனை சோவியத் யூனியனுக்குக் கவர்ந்திழுத்தன. தவிர, மர்மம் நிறைந்த, தனக்கு முற்றிலும் தெரியாத எந்த "சோவியத் ரஷ்யா" வைப் பற்றி ஒன்றுக்கொன்று ஒரேயடியாக முரணானவையும் தெளிவற்றவையுமான எத்தனையோ விவரங்களை அவன் கேட்டும் படித்து மிருந்தானோ, அந்த நாட்டை நேரில் பார்க்கும் வாய்ப்பும் அவனை ஆகர்ஷித்தது.

மாஸ்கோ வந்து சேர்ந்ததும் "மெத்ரோ போல்" ஓட்டலில் தங்கினான். அங்கு பிரெஞ்சுக்காரர், ஜெர்மானியர், அமெரிக்கர், சுவீடன் தேசத்தார், பெல்ஜியர், ஆங்கிலேயர் ஆகியோர் இருந்தனர். அவர்களிலே தான் எத்தனை விதம் விதமான பேர்வழிகள்! வணிகர்களும் சுற்றுப் பிரயாணிகளும், நிபுணர்களும் ராஜதந்திரிகளும், விசேஷ நிருபர்களும் உளவாளிகளும், வயதிலும், தொழிலிலும், அரசியல் நோக்கிலும் எத்தனை வகையுண்டோ அத்தனை வகையினரும் அவர்களிடையே இருந்தார்கள். சிலர் சோவியத் நாட்டின் மீதுள்ள பகைமையை வெளிப்படையாகக் காட்டிக்கொண்டு அதன் ஐந்தாண்டுத் திட்டங்களை எள்ளி நகையாடினர். இரண்டாவது வகையினர் இதற்கு மாறாக அபிப்பிராயம் தெரிவித்தார்கள். எந்தப் பணத்தைக் கொண்டு, எந்த முறைப்படி, எவர்களது உழைப்பால் திட்டங்கள் நிறைவேற்றப்படுகின்றன என்பது விளங்காவிட்டாலும், போல்ஷெவிக்குகள் தங்கள் திட்டங்களைப் பூர்த்தி செய்து வருவதென்னவோ உண்மையே என இவர்கள் கூறினார்கள். இயந்திரத் தொழிலில் தங்கள் பரந்த நாட்டின் பிற்போக்கான நிலையை வியக்கத்தகும் குறுகிய காலத்திற்குள் அகற்றக் கங்கணம் பூண்டு பாடுபட்டு வரும் மக்களின் முயற்சிகளை வெகுவாக மதித்துப் பாராட்டினார்கள் மூன்றாவது வகையினர்.

குரோவர் இந்த மக்களுக்கு அறிமுகமானான், அவர்களது விவாதங்களைக் கேட்டான். பின்பு மாஸ்கோ நகர வீதிகளைச் சுற்றிப் பார்த்தான். வசீலிய் பிளஷென்னிய் மாதாகோயில்,

செஞ்சதுக்கத்தின் இடப்பரப்பு, தொன்மை வாய்ந்த கிரெம்ளின் கோட்டையின் கோபுரங்கள், மதில்கள், அர்பாத் வீதியின் அருகே வட்டக்கல் தளவரிசையிடப்பட்ட சந்துகள், நாற்சந்தி ஓரங்களில் நின்ற குதிரை வண்டிக்காரர்கள், மாஸ்கோ மாதர்களின் கள்ளங்கபடற்ற, கவர்ச்சிகரமான முகங்கள், எல்லாமே அவனுக்கு வியப்பூட்டின. அந்நாட்களில் இம்மாதர்கள் சிறப்பாக உடை அணியாவிடினும், ருஷ்யர்களுக்கே உரிய தனிப்பட்ட வசீகரம் அவர்கள் முகங்களில் திகழ்ந்தது.

காம்ஸமோல் சங்கத்தின் சின்னங்களைத் தரித்த இளைஞர்களை, குரோவர் தெருக்களில் சந்தித்தான். இந்த இளைஞர்கள் இன்முகமும் நற்பண்பும் வாய்ந்தவர்கள். அவர்களில் ஒருவராவது குரோவரைப் பார்த்து உர்ரென்று முறைக்கவுமில்லை, அவனைக் 'காமின்டர்ன் ஏஜெண்டு' ஆக்கி, ஆங்கில அரச மகுடத்தைக் கவர்ந்து வரும் படியோ, பிரிட்டிஷ் பார்லிமெண்ட் கட்டடத்தை வெடிவைத்துத் தகர்க்கும்படியோ ஏவவுமில்லை. மாறாக, இன்ன இடத்திற்கு எப்படிப் போவது என இந்த வெளிநாட்டான் கேட்ட கேள்விகளுக் கெல்லாம் அவர்கள் விருப்புடன் பதிலளித்தார்கள். அது மட்டுமல்ல, மிகுந்த நேசம் ததும்பும் புன்னகையுடன் தாமே அவனை அவன் விரும்பிய இடத்திற்கு இட்டுச் சென்றார்கள்.

இவ்வாறு, இத்தேசத்தையும் இந்தப் பழம் பெரு நகரத்தையும் அதன் மக்களையும் குரோவர் தன்னையுமறியாமல் நேசிக்கத் தொடங்கினான்.

அவன் க்ரோஸ்னிய் சென்று வேலை தொடங்கியதும், ஜனங்கள் ஒரே அன்பும் பரிவுமாக அவனை வரவேற்று அளவளாவினார்கள். ஆகவே, வருஷக் கணக்காக அவர்களுடன் வாழ்ந்து வருவது போலச் சில மாதங்களுக்குள்ளேயே அவனுக்குத் தோன்றலாயிற்று. இத்தனை பெயர் அவன் நண்பர்களானதற்கு இதுவே காரணம். க்ரோஸ்னிய் நகரின் மருந்துக் கடை யொன்றில் மருந்து தயாரிப்பவளாகப் பணிபுரிந்த யெலேனா கோலியஸ் என்னும் பெண்ணை அறிமுகம் செய்துகொண்ட பிறகோ இந்த உணர்ச்சி இன்னும் வலுப்பட்டது. மென்மொழியும், கரு விழிகளும் வாய்ந்த அழகி அவள். அவளது புன்னகையில் குறும்புத்தனம் சற்றே மிளிர்ந்தது. மறைப்பதற்கோ வெட்கப்படுவதற்கோ அவளிடம் ஒன்றுமில்லை என்பது அவளது தெளிவான, நேர்கொண்ட பார்வையிலேயே தெரிந்தது. பார்த்த மாத்திரத்திலேயே அவளைப் பிடித்துப் போய்விட்டது குரோவருக்கு.

யெலேனா சிறிது ஆங்கிலம் பேசினாள். அவளது உச்சரிப்புத்தான் சரியாயில்லை. குரோவர் அவளுக்கு ஆங்கிலத்தைச் செவ்வையாகக் கற்றுக் கொடுக்க முன்வந்தான். அவன் வேண்டுகோளின் படியே,

அவளும் அவனுக்கு ருஷ்ய மொழி கற்பிக்கலானாள். இருவரும் தங்கள் பாடங்களில் தேர்ச்சி பெற்று வந்தனர்.

ஓராண்டு கழிந்ததும், குரோவர் ருஷ்ய மொழியில் குளறிக் குளறியாவது பேசினான். யெலேனாவின் ஆங்கில உச்சரிப்போ, குறிப்பிடத்தக்க அளவு திருந்தியது. இன்னும் குறிப்பிடத்தக்க வளர்ச்சி அடைந்தது அவர்கள் இருவரின் நட்புறவு. யெலேனாவின் தந்தையும் மருந்து தயாரிப்பவராகவே பணி புரிந்து வந்தார். "இந்த நெட்டைக்காலன் என்ன, மாலை வேளைகளில் நமது பெண்ணுடன் ரொம்பத் தானே உலாவுவதும் குலாவுவது மாயிருக்கிறான்" என்று அவர் தம் மனைவியிடம் கவலையுடன் முணுமுணுத்தார். தாயோ, மகள் கட்சியை ஆதரித்து, 'பிரயன் மான்டேகுவிச்' தங்கமான பையன் என்று பயந்து கொண்டே சொன்னாள். இதைக் கேட்ட கிழவர் எரிச்சலுடன் இருமிய வாறே, "மணம் புரியத் தகுந்த பையன்கள் ருஷ்யாவில் ஏராளமாக இருக்கிறார்களே" என்று தர்க்கப் பொருத்தத்துடன் ஆட்சேபித்தார். மகளைத் தாம் வளர்த்து ஆளாக்கியது லண்டனில் போய்க் காச நோயால் மடிவதற்காக அல்ல என்று சீறினார்.

"நம் குழந்தைக்குக் காச நோய் வந்துவிடும் என்று ஏன் நினைக்கிறீர்கள்? எத்தனையோ லட்சம் பெயர் லண்டனில் வாழ்கிறார்கள். அத்தனை பெயருமா காச நோயால் வருந்துகிறார்கள்?" என்று தாயார் கேட்டதற்குத் தகப்பனார், "ஆங்கி லேயர்களுக்கு என்றால் அந்தப் பருவ நிலை பழகிப் போய்விட்டது. நம்மவர்களையோ, அங்கே கால் வைத்ததுமே காச நோய் பற்றிக்கொள்ளும்" என விளக்கினார்.

"இன்னொரு விஷயத்தையும் நினைவில் வைத்துக்கொள். இளைஞர்கள் காதலிப்பதற்கு ஒரு மொழியே போதுமானது. நாம் வாலிபத்திலே ஒரு பாஷையிலே தானே பேசிக்கொண்டோம்! இவர்கள் என்னடா என்றால் இப்போதே இரண்டு பாஷைகள் பேசுகிறார்கள். இதெல்லாம் நல்லதற்கில்லை, ஆமாம், சொல்லிவிட்டேன்" என்று மேலும் கூறினார் அவர்.

ஆயிரக் கணக்கான மைல்களுக்கு அப்பால் மூடுபனி அடர்ந்த லண்டன் நகரத்தில், மற்றொரு தாயின் இதயம் இதே சமயத்தில் கவலையால் உழம்பிக் கொண்டிருந்தது என்பதை யெலேனாவின் பெற்றோர் கற்பனை கூடச் செய்திருக்க முடியாது. தனது மகனிடமிருந்து வந்த கடிதங்களைப் படித்த மிஸஸ் குரோவர், அவற்றில் யெலேனா என்ற பெயர் அடிக்கடி வருவதைக் கவனித்துப் பதற்றமடைந்தாள்...

ஒரு முறை மகனுடைய கடிதத்துடன் ஒரு நிழல்படமும் மிஸஸ் குரோவருக்குக் கிடைத்தது. படத்தில் மகனும் அவனது கோட்டைத்

தோளில் போட்டுக்கொண்டு எவளோ யுவதியும் அருகருகே நிற்பதைக் கண்ட மிஸஸ் குரோவர் அதை நீண்ட நேரம் உற்றுப் பார்த்துக் கொண்டிருந்தாள். தன் மகனோடு நின்ற அந்த முகமறியாத பெண் மீது அவளுக்குப் பொறாமை மண்டிக் கொண்டு வந்தது. ருஷ்யர்களாயினும், ஆங்கிலேயர்களாயினும், நாட்டுப் புறத்தினராயினும், நகரவாசிகளாயினும், எந்த நிறத்தினராயினும், எப்பகுதியினராயினும், உலகிலுள்ள பூமியின் தாய்மார் அனைவருக்கும் தங்கள் புதல்வர்களின் காதலிகள் மேல் இத்தகைய பொறாமை மண்டுவது சகஜம்தானே!

வட்டார நூல் நிலையத்திலிருந்து பல வருடங்களாகப் புத்தகங்கள் எடுத்துப் படித்து வந்த மிஸஸ் குரோவர் இப்பொழுது திடீரென ருஷ்ய ஆசிரியர்கள் எழுதிய நூல்களை மட்டுமே கேட்கத் தொடங்கவே நூல்நிலையக் காரியஸ்தன் பெரிதும் வியப்படைந்தான். இந்த நூல்களைப் படித்ததால், அந்தோ, அவள் மனதுக்குச் சற்றும் நிம் மதியுண்டாகவில்லை. தல்ஸ்த்தோயின் புகழ்பெற்ற நவீனத்தின் கதாநாயகி ஆன்னா கரேனினா, சந்தேகமின்றி ஜென்டில்மன்- நேர்மையாளன்- ஆகிய தன் கணவனைப் புறக்கணித்துவிட்டு வேறு எவனுடனோ உறவு வைத்துக்கொண்டாள். அவ்வளவோடாவது நின்றாளா என்றால் அது தான் இல்லை. ரயிலுக்கடியில் விழுந்து தற்கொலை வேறு செய்துகொண்டாள். ஷோலகவின் ஒரு நவீனத்தில் வரும் அக்ஸீனியா என்ற பெண்ணும் கணவனை விட்டுவிட்டு கிரிகோரிய் என்பவனுடன் ஓடினாள். ஓடினவள் அந்த கிரிகோரியையும் சுகப் படுத்தவில்லை. கன்சரோவ் எழுதிய ''மலைச் சரிவு'' என்ற நவீனத்தின் பாத்திரமான வேரா, கண்ணியமான கனவான் மிஸ்டர் ராய்ஸ்க்கியின் காதலை எந்தக் காரணத்தினாலோ உதறித் தள்ளிவிட்டு, மிகவும் சந்தேகிக்கத் தக்க புள்ளியான மிஸ்டர் வோலகவ் என்பவனுக்குத் தன் உள்ளத்தை அர்ப்பணித்தாள். இதெல்லாம்தான் போகிறது என்றால், புஷ்கின் இயற்றிய காவியத்தின் நாயகியான தத்தியானா கூட, மிஸ்டர் ஓனேகினுக்கு--அவர் எவ்வகையான முகாந்திரமும் அளிக்காதிருந்த போதிலும் தானாகவே வலியக் காதல் கடிதம் எழுதி- எவ்வளவு ஷாக்கிங்!- அந்த அருமையான இளைஞனைப் பாவம், எக்கச் சக்கமான நிலைமையில் சிக்க வைத்துவிட்டாள்...

அடேயப்பா, எத்தகைய மர்மம் நிறைந்த நாடு இந்த ருஷ்யா! இந்த ருஷ்யப் பெண்களின் நடவடிக்கைகள் ஒன்றும் பிடிபடவில்லை என்றாலும், அவர்களிடம் ஏதோ தனிவகையான கவர்ச்சி யிருப்பதை மறுக்கவே முடியாது என்று எண்ண மிட்டாள் அந்த ஆங்கில மாது.

இந்த விஷயங்களை யெல்லாம் சாங்கோ பாங்கமாக விவரித்த பின் குரோவர் தனது வரலாற்றைத் தொடர்ந்தான். "க்ரோஸ்னியில் எனது வேலை முடிந்ததும் மாஸ்கோ எண்ணெய்த் தொழில் ஆராய்ச்சிக்

கல்லூரிக்கு நான் மாற்றப்பட்டேன். யெலேனாவும் மாஸ்கோவிற்கு வந்துவிட்டாள். 1934ல் எனது ஒப்பந்தம் முடிந்து, நான் லண்டன் திரும்பினேன். மீண்டும் ருஷ்யா வர முயன்றேன். ஆனால் புதிய ஒப்பந்தங்களும் இல்லை, என்னிடம் பிரவேச அனுமதிச் சீட்டும் இல்லை. எனக்கோ, யெலேனா இல்லாமல் வாழ முடியாது என்பது தெளிவாகப் புலப்பட்டது" என்று கூறினான்.

ஆகவே தான், காதலியின் நாட்டிற்குப் பறந்து செல்வது என்று அவன் நிச்சயித்தான். லண்டனிலுள்ள விமானப் பயிற்சிக் கழகம் ஒன்றில் உறுப்பினனாகச் சேர்ந்து, சில மாதங்களில் விமானம் ஓட்டுவதற்குக் கற்றுக் கொண்டான். பணத்தை மிச்சம்பிடித்திக் கடைசியில் நூற்று எழுபத்து மூன்று பவுன் சேர்ந்ததும் பழைய சிறு விமானம் ஒன்றை விலைக்கு வாங்கினான். 1938 நவம்பர் 3ம் தேதி பிராக்ஸ்பர்ன் விமான நிலையத்தில் இருந்து அவன் புறப்பட்டான். ஆம்ஸ்டர் டாம், பிரெமென், ஹேம்பர்க், ஸ்டாக்ஹோல்ம் ஆகிய இடங்களில் இறங்கி சோவியத் யூனியனுக்கு வருவது என்பது அவனுடைய திட்டம். அவ்வாறு புறப்பட்டு வந்து, ஸ்டாக்ஹோல்மி லிருந்து எங்கும் நிற்காது குளூகோவோ கிராமத்திற்குப் பறந்து வந்தான்.

இந்த அதிசய நிகழ்ச்சி பற்றிய செய்தி, அநேகமாக உலகப் பத்திரிகைகள் எல்லாவற்றிலும் வெளியாகியது. அன்றையச் செய்தித் தலைப்புகள் என் நினைவில் இருக்கின்றன: "20ம் நூற்றாண்டின் மிகப் பெரிய காதல் கதை", "காதலின் இறக்கைகளில்", "ஆங்கிலேயனின் காதல் விளைத்த அற்புதம்", "தொலை வெளியை வென்றது காதல்" என்பன அவற்றிற்சில.

நவம்பர் 23ம் தேதி பிரிட்டிஷ் செய்தித் தாள்கள், கன்ஸெர்வேடிவ் கட்சி உறுப்பினரான கெய்ஸெர், இவ்விஷயத்தை மக்கள் சபையில் கொண்டுவரப் போவதாக அறிவித்தன. இதைப் பற்றி விசாரணை நடந்தது என்றும், சோவியத் அரசாங்கத்துடன் இவ்விஷயத்தை விவாதிக்கும் படி மாஸ்கோவிலுள்ள பிரிட்டிஷ் ஸ்தானிகருக்கு அறிவிக்கப் பட்டிருப்பதாகப் பாராளுமன்றத்தில் ஸர் நெவில் சேம்பர்லேன் தெரிவித்துள்ளார் என்றும் நவம்பர் 28ல் 'ராய்ட்டர்' செய்தி நிலையம் உலகிற்கு அறிவித்தது.

"ஸ்டாக்ஹோல்மிலிருந்து மாஸ்கோ வரை தனது அபாயகரமான விமான யாத்திரையை, குரோவர் மிகவும் மோசமான பருவ நிலையில் மேற்கொண்டான்" என லண்டன் பத்திரிகையான "டெய்லி டெலகிராப் அன்டு மார்னிங் போஸ்ட்" எழுதியது.

ஹிட்லர் ஆட்சி ஜெர்மனியின் பல பத்திரிகைகளில் அன்று வெளியான பல கட்டுரைகள், குரோவருக்கு மரண தண்டனை

தான் கிடைக்கும் என்று கூறின. "காதல் என்பதின் பொருளைப் புரிந்துகொள்ளவே கம்யூனிஸ்டுகளால் முடியாது. சோவியத் யூனியனில் தொழிற்சங்கக் கமிட்டிகளின் உத்தரவுக்கிணங்கவே மக்கள் காதல் புரிகிறார்கள் என்பது நமக்குத் தெரியாத விஷயம் அல்லவே? குரோவரையும் ஷேக்ஸ்பியர் வர்ணித்தவை போன்ற அவனது உணர்ச்சிகளையும் அவர்கள் எங்கே புரிந்து கொள்ளப் போகிறார்கள்? இல்லை, சிவப்பு மாஸ்கோ, தற்கால ரோமியோக்களுக்கும் ஜூலியட்டுகளுக்கும் ஏற்ற இடமல்ல!" என அவை விளக்கின.

இதே விஷயத்தைப் பற்றி ஒரு பிரிட்டிஷ் வழக்கறிஞர் மேற்கண்ட அமங்கள ஹேஷ்யத்திற்கு எதிர் நிறையாகப் பின்வருமாறு எழுதினார்:

"ஆம், பிரயன் குரோவரைத் தண்டிப்பதற்கு மாஸ்கோவுக்கு எல்லா வகையிலும் சட்டபூர்வமான உரிமை உண்டு. காதலும், சட்டமும் எத்தகைய தொன்மை வாய்ந்த, என்றும் தீராத பிரச்சினை! சோவியத் குற்றச் சட்டத்தின் விதி ஒரு புறம், உயிர்த் துடிப்புள்ள, காதல் பொங்கும் இதயம் மறுபுறம்! துன்பகரமான இப்போராட்டத்தைக் கண்டு எவ்வளவு கல்நெஞ்சு படைத்த நீதிபதியின் உள்ளமும் இளகாமல் இருக்க முடியுமா? குரோவரின் விசாரணை துன்பகரமாக முடிவுறும் என நாங்கள் எண்ணவில்லை. விசாரணைத் தீர்ப்பை நம்பிக்கையுடன் எதிர் நோக்குகிறோம்."

இதற்கிடையே, குரோவரின் வாக்குமூலத்தில் கூறப்பட்ட விஷயங்கள் உண்மை தாமா என்று உறுதிப்படுத்திக் கொள்ளும் பொருட்டு யெலேனா கோலியஸ் விசாரிக்கப்பட்டாள். இருவர் கூறியதும் முழுதும் ஒத்திருந்தன. அவன் சோவியத் யூனியனுக்குப் பறந்து வந்துள்ளான் என்றும் அவள் உடனே அவனைப் பார்ப்பதற்கு அனுமதிக்கப்படுவாள் என்றும் இவ்விசாரணை முடிந்த பின் அவளுக்கு அறிவிக்கப்பட்டது. இன்னும் சில நிமிடங்களில் யெலேனாவை அவன் பார்க்கலாம் என்று குரோவருக்குத் தெரிவிக்கப் பட்டதும் வழக்கமாய் அமைதியுடன் விளங்கும் அவன் முகம் வெளிறிப் போயிற்று. கீழ் உதட்டைக் கடித்துக் கொண்டு, சட்டென ஒரு சிகரெட்டைக் கொளுத்தினான்.

துப்பறியும் அதிகாரி, தமது உதவியாளர் மேற்பார்வையில் அவனை விட்டுவிட்டுப் பக்கத்து அறைக்குச் சென்று அங்கே காத்திருந்த யெலேனாவை உடனழைத்துக் கொண்டு திரும்பினார்.

அவள் அறைக்குள் வந்ததுமே குரோவர் பாய்ந்து சென்று அவளை ஆரத் தழுவிக்கொண்டான். இருவரும் மார்புறப் புல்லினர், நகைத்தனர், ஒருவருக்கொருவர் ஏதோ இரகசியம் பேசினர், பின்னும் கண்ணீர் மல்க முறுவலித்தனர், மறுபடியும் ஏதோ குசுகுசு வென்று பேசிக்கொண்டனர்.

இந்த விவகாரத்தில் துப்பறிபவருக்குக் கடைசி வரை தெளிவாகாத விஷயம் ஒன்றே ஒன்று தான் பாக்கியிருந்தது. யெலேனாவின் காதில் குரோவர் இரகசியமாய் என்ன சொன்னான் என்பது தான் அது.

கருங்குருமென்றிருந்த நவம்பர் மாதக் காலையில், பிராக்ஸ்பர்ன் விமான நிலையத்திலிருந்து புறப்பட்டதையும், ஸ்டாக்ஹோல்ம் சேர்ந்ததையும், பின்பு அங்கிருந்து கிளம்பி, கரேலெனக் கொந்தளித்துக் கொண்டிருந்த பால்டிக் கடலுக்கு மேலே, மாஸ்கோ செல்லும் வான வழியில் பறந்ததையும் பற்றிச் சொன்னான் போலும்! தனது சின்னஞ் சிறு விமானம் நெடுந்தொலைவைச் சரசரவெனக் கடந்தவாறு பறந்து செல்கையில் நவம்பர் மாதத்திய கடுங்குளிர் காற்று குப்குப்பென வீசி அதை உலுக்கிப் போட்டதாகவும் ஆயினும் தான் சுக்கான் சக்கரத்தை இறுகப் பிடித்தவாறு, வழிகாட்டும் மலைவிளக்கை நோக்கி வருவது போல அவளது பழுப்பு விழிகளை நோக்கி மேலே மேலே பறந்து வந்ததாகவும் உலகில் இந்த விழிகளே தனக்கு எல்லாம் எனவும், வாழ்க்கை போன்றும், சுகம் போன்றும், காதல் போன்றும் ஈடிணையற்றுத் திகழ்பவை தனக்கு இவ் விழிகளே எனவும் கூறினானோ ஒருகால்? அல்லது, மீண்டும் உன்னைக் காண்போமா என்று எப்படி ஆவலே வடிவாய்த் துடித்தேன் தெரியுமா? மேலே என்ன வேண்டுமானாலும் ஆகிவிட்டுப் போகட்டும். பரவாயில்லை. இப்போது உன்னருகே அமர்ந்திருக்கிறேன், உன் குஞ்சுக் கையைப் பற்றியிருக்கிறேனே, இதுவே எனக்குப் பேரின்பம் என மொழிந்தானோ? அல்லது, என் தாயார் உன்னை முத்தமிடும்படி என்னைக் கேட்டுக் கொண்டாள். தன் மகனுக்கு இத்தகைய காதலைப் பரிசளித்த ருஷ்ய யுவதிக்கு ஆங்கிலேய முதுமகளான தான் நன்றி செலுத்துவதாகவும் இந்தக் காதலின் பொருட்டு அவளுக்கு வாழ்த்துக் கூறுவதாகவும், அதே சமயம் பெண்களின் இயல்புக்கேற்பச் சிறிது பொறாமைப் படுவதாகவும் சொல்லச் சொன்னால் பகர்ந்தானோ? அல்லது, நாமிருவரும் என்று உலகின் வெவ்வேறு பகுதிகளில் வெவ்வேறு தாய்மொழிகளை பிறந்தோம், உடையோம் ஆயினும், காதல் என்னும் பொது மொழியைக் கண்டு கொள்ளத் தானே செய்தோம்! என உரைத்தானோ? அவர்கள் இருவருமே அறிவார்கள்.

இந்த வழக்கு டிசெம்பர் 31, 1938ல் மாஸ்கோ நகர நீதிமன்றத்தின் முன்னால் விசாரணைக்கு வந்தது.

"போல்க்ஸ்டன் நகரில் 1901ம் ஆண்டு பிறந்தவனும், ருஷ்ய சோவியத் குடியரசின் குற்றச் சட்டத் தொகுப்பின் விதி 59-3 'த'வின் கீழ்க் குற்றஞ்சாட்டப் பட்டிருந்தவனுமான பிரயன் மான்டேகு குரோவர் என்ற பிரிட்டிஷ் பிரஜையின்' வழக்கு விசாரணையைக் கவனிக்கும் பொருட்டு பிரிட்டிஷ் தூதராலயத்தின் அலுவலர்கள் எல்லோரும்

வந்திருந்தார்கள். ஒற்றைக் கண்ணாடியணிந்த ராஜதந்திரிகள், தங்கப்பிடி வைத்த லார்னெட்டுகளும்* கைகளுமாய் விளங்கிய அவர்களின் மனைவிமார்கள், பிரிட்டிஷ், அமெரிக்கச் செய்தி நிருபர்கள், பற்பல தூதராலய ஆலோசனையாளர்கள் ஆகிய பலரும் நீதிமன்றத்தில் குழுமியிருந்தனர்.

அச்சிறிய, ஆடம்பரமற்ற நீதிமன்றக்கூடம் இதற்கு முன்பு ஒரு பொழுதும் இத்தகைய கூட்டத்தைக் கண்டதே யில்லை. கட்டிட வாயிலில் ராஜதந்திரிகளின் 'ரோல்ஸ் ராய்ஸ்', 'புயூக்' கார்கள் டாலடித்துக்கொண்டு நின்றன.

தலைமை நீதிபதி, சுருண்ட பொன்முடியும் இள நீலக்கண்களும், பெருந்தன்மை வாய்ந்த முகமும் உள்ளவர். மக்கள் ஜூரர்கள் இருவரும் பெண்கள். அவர்களில் முதியவள் 'திரிக்கோர் கா' ஆலையின் நெசவுத் தொழிலாளி. இளையவள் மின்சார இயந்திர நிலையத் தொழிலாளி. இருவரும் தலையில் சிவப்புக் குட்டை அணிந்திருந்தனர். நீதிபதியின் அறையிலிருந்து வெளியே வந்து சிவப்புத் துணி விரித்த மேஜையின் முன்பு அவர்கள் அமர்ந்தார்கள். உடனே கூட்டம் கப்சிப்பென்று அடங்கி விட்டது. எல்லோரும் நீதிபதியையும், அந்தச் சிறு அறையையும், நீதிபதியின் மேஜைக்கு உயரே இருந்த லெனின் படத்தையும், நீதிமன்றத்தின் எளிமையான, ஆடம்பரமற்ற சாதனங்களையும் மாறிமாறிப் பார்த்த வண்ணமிருந்தனர்.

தராசைக் கையிலேந்திய நீதித் தேவியான தெமீஸின் சிலை அங்கே இல்லை. சிலுவையில் அறையப் பெற்ற இயேசுவின் உருவோ, சலவைக்கல் தூண்களோ, போலீஸ்காரர்களின் உத்தியோக உடுப்புகளோ, நீதியின் கம்பீரச் சின்னங்களோ எவையுமில்லை. நீதிபதிகள், கரும்பட்டு அங்கிகளும், முடமுடவென்று கஞ்சி போட்ட வெண் கழுத்துப் பட்டைகளும், தங்கச் சங்கிலிகளும், பவுடர் தூவிய டோப்பாக்களுமாக இலகவில்லை. கரிய கோட்டுகளும், கஞ்சி போட்டு முறுமுறு வென்றிருக்கும் சட்டை முகப்புகளும், மழமழப்பான முகங்களுமாக ஜொலிக்கும் புகழ்பெற்ற ஜூரர்களோ, கேள்விகளில் கிண்டலும், தோற்றத்தில் கடுமையும், நாவில் நஞ்சுமான பிராக்யூரேட்டரோ, கண்டிப்பும் கார்வாருமான அமீனாக்களோ, பிலுக்காகக் கூந்தலைச் சிங்காரித்துக் கொண்டு மினுக்கும் சுருக்கெழுத்துக்கார ஒய்யாரிகளோ, அங்கே இல்லவே இல்லை!

ஆனால் இந்த எளிமையான நீதிக்கூடத்தில், நீதிபதிகளின் உள்ளார்ந்த சிந்தனையைக் காட்டும் கண்களில், ஒளிவுமறைவற்ற, பரிவு திகழும் அவர்களது முகங்களில், படாடோபமற்ற, சாதாரணமான நீதிமன்ற <u>நடை முறையில்</u> ஓர் அதிசயமான, பொது மக்கள் சம்பந்தப்பட்டவரை

* லார்னெட்டு-பிடிவைத்த கண்ணாடி.

இது காறும் கண்டறியாத விசேஷத் தன்மை பொலிந்தது. இந்தத் தன்மையின் மீது மரியாதையும் நம்பிக்கையும் எல்லோருக்கும் இயல்பாகவே ஏற்பட்டன. மனித சமூகத்தின் வரலாற்றிலேயே முதன் முதலாக 'மக்கள் நீதி மன்றம்' என்று அழைக்கப்படும் தகுதியை இம்மன்றம் எவ்வாறு பெற்றது என்னும் கேள்விக்கு விளக்கமான விடையையும் இத்தன்மை அளித்தது...

"நீதிமன்ற நிகழ்முறை தொடங்குகிறது" என்று அடக்கமுள்ள குரலில் அறிவித்தார் தலைமை நீதிபதி. "பிரதிவாதியின் வேண்டுகோளின் பேரில், மாஸ்கோ வழக்கறிஞர் சங்கத்தின் உறுப்பினரான பாரிஸ்டர் கம்மோதவ் அவர் தரப்பில் ஆஜராகின்றார்."

விசாரணை மூன்று மணிநேரம் நடந்தது. பிரதிவாதியின் வாக்குமூலத்தையும், அவனது தரப்பு வழக்கறிஞரின் வாதங்களையும் கவனமாகக் கேட்ட பின்னர் நீதிபதிகள், கலந்தாலோசிப்பதற்காகச் சென்றனர். கூடத்தில் ஒரே கசமுசப்பு. ஒரு ருஷ்யப் பெண் மீது தான் கொண்ட காதல், அவள் தன் மீது கொண்ட காதல், இந்தக் காதல் காரணமாகத் தான் சட்டவிரோதமாய் சோவியத் யூனியனின் எல்லையைக் கடந்து, நாட்டில் பிரவேசிக்க நேரிட்டது ஆகியவற்றை சோவியத் நீதிபதிகளிடம் விவரித்த பிரயன் குரோவர், கடைசியில் பின்வருமாறு சொல்லி முடித்தான்:

"கனம்பொருந்திய நீதிபதிகளே, உண்மையனைத்தையும் நான் உங்களுக்கு உரைத்துவிட்டேன். இனிச் சொல்லப் போவதை, மொழி பெயர்ப்பாளர் இருந்தபோதிலும் நானே ருஷ்ய மொழியில் கூற விரும்புகிறேன். எனது அருமை யெலேனாவை நேசிப்பது போலவே, உங்கள் நாட்டையும், உங்கள் நாட்டு மக்களையும் நேசிக்கிறேன். நான் ருஷ்யாவில் சில ஆண்டுகள் வசித்தேன், ருஷ்யர்களுடன் வேலை செய்தேன், அவர்களுடனேயே ஓய்வு நேரத்தைக் கழித்தேன். உங்களுடைய பெருந்தொழில் முயற்சியாகிய மாகடலில் எனது உழைப்பு என்னும் சிறு துளியும் சேர்ந்திருக்கிறது. இதில் நான் பெருமை கொள்கிறேன். ஆமாம், நான் ருஷ்யர்களுடன் வாழ்ந்தேன், உழைத்தேன், அவர்களுடன் பாடிக்களித்தேன். ஆகவே இம்மக்களுடன் உறவு கொள்வதை ஒரு கௌரவமாகவே கருதுகிறேன். நான் சொல்ல விரும்புவதெல்லாம் இவ்வளவு தான்."

இதன் பிறகு நீதிபதிகள் தங்களுக்குள் கலந்தாலோசிக்கச் சென்றார்கள். நீதிமன்றக்கூடத்தில் கசமுசப்பு உண்டாயிற்று. குரோவர் அமைதியுடன் தீர்ப்பை எதிர்நோக்கியிருந்தான். தன் தலை விதியை நிர்ணயிக்கும் இந்தச் சாதாரண ருஷ்ய மக்கள், தான் சொல்லியதைப் புரிந்துகொண்டார்களோ என்னவோ என்ற பயம் அவனுக்கு ஏற்படவில்லை. உலகிலுள்ள எல்லாவிதப் பிரச்சினைகளுக்கும்

இப்படிப்பட்ட எளிமையான ஆங்கில, ருஷ்ய, அமெரிக்க, ஜெர்மானிய மக்களே தீர்வு காண்பது என்று ஏற்படுமாகில், அச்சம் என்பதை எவருமே ஒருகாலும் அறியார் என அவன் எண்ணினான்.

மணி அடித்தது. நீதிபதிகள் திரும்பிவந்தனர். தலைமை நீதிபதி தீர்ப்பைப் படித்தார். சோவியத் யூனியனுக்குள் சட்டவிரோதமாகப் பறந்து வந்து பிரயன் குரோவர் சோவியத் எல்லையை மீறியிருக்கிறான். குடியரசின் குற்றச் சட்டத் தொகுதியின் 59-3 'த' என்ற விதியின் படி அவன் தண்டனைக்குரியவன் என நீதிமன்றம் தீர் மானிக்கின்றது.

"இருந்தபோதிலும், குற்றத்திற்குக் காரணமாயுள்ள உண்மைகளை நீதிமன்றம் கவனிக்காமல் இருக்க முடியாது. ஒரு சோவியத் பெண் மீது பிரதிவாதி உண்மையாகவே காதல் கொண்டிருக்கிறான் என்பதும் அப்பெண்ணும் அவனை அவ்வாறே நேசிக்கிறாள் என்பதும் நன்கு மெய்ப்பிக்கப்பட்டுவிட்டன என்று இந்நீதிமன்றம் கருதுகின்றது. காலம், பிரிவு ஆகிய சோதனையில் தேறி விட்டது அவர்களுடைய காதல்; ஆகவே அது போற்றற்குரியது. அது ஒன்றே சோவியத் யூனியனுக்குப் பறந்து வரும்படி பிரதிவாதியைத் தூண்டியது. குற்றச் சட்டத் தொகுதி 51வது விதியின் படி பிரயன் குரோவர் ஒருமாதம் சிறை வாசத் தண்டனை அனுபவிக்க வேண்டும், இல்லாவிடில் 1500 ரூபிள் அபராதம் செலுத்த வேண்டும் என்று இந்த நீதிமன்றம் தீர்ப்பளிக்கிறது" எனத் தலைமை நீதிபதி அறிவித்தார்.

இடிமுழக்கம் போன்ற கைதட்டும் ஒலியுடன் நீதிபதியின் அறிவிப்பைக் கூடியிருந்தவர்கள் வரவேற்றனர். மாஸ்கோ நீதிமன்றத் தீர்ப்பு அன்று மாலையில் ரேடியோவில் ஒலிபரப்பப்பட்டதும் ஆங்கில மக்கள் அனைவரும் பலத்த கர கோஷத்துடன் அதனை வரவேற்று மகிழ்ந்தனர். மூன்று நாட்களுக்குப் பிறகு குரோவரும் அவன் மனைவி யெலேனாவும் தேவையான அனுமதிச் சீட்டுகளுடன் லண்டனுக்குப் புறப்பட்டார்கள்.

பத்திரிகைகளில் எல்லாம் இச்செய்தி மீண்டும் முழங்கியது. "இக்கதையின் நீதி என்ன வென்றால் சோவியத் அரசாங்கம் மிகுந்த மனிதத் தன்மையுடன் நடந்துகொள்ள முடியும் என்பதே" என "டெய்லி டெலகிராப் அன்டு மார்னிங் போஸ்ட்" பத்திரிகை 1939 ஜனவரி 6ந் தேதி இதழில் எழுதியது. லண்டன் போய்ச் சேர்ந்ததும் குரோவரின் அறிக்கையையும் இதே செய்தித்தாள் வெளியிட்டது: "சட்டவிரோதமாக நான் சோவியத் யூனியனுக்குள் நுழைந்தது பற்றிய விசாரணை முழு நேர்மையுடனும் நீதியுடனும் நடந்தது" என்றது அவ்வறிக்கை.

இவ்வாறு முடிந்தது இவ்வழக்கு. இது நடந்து பதினேழு வருஷங்கள் ஆகிவிட்டன. திரு. குரோவர், அவரது மனைவி, ஒருகால் குழந்தைகள்

இருந்தால் அவர்கள் ஆகியோரின் நிலைமை பற்றி எனக்கு ஒன்றும் தெரியாது. ஆனால் அவர்களது முகங்கள், சந்திப்பு, உள்ளக்கிளர்ச்சியும் மகிழ்ச்சியும் பொங்க அவர்கள் தணிந்த குரலில் உரையாடியது, அவர்களின் காதல் கதை ஆகிய அனைத்தும் மிகத் தெளிவாய் என் நினைவில் இருக்கின்றன.

குற்ற இயல் அறிஞன் என்ற முறையில் நான் இன்னொரு விஷயத்தைச் சொல்லிவிட விரும்புகிறேன். இந்த இருவரது காதல், நீதிமன்றத் தீர்ப்பின் மூலம் சட்டபூர்வமாக உண்மையென நிலை நாட்டப்பட்டு பிரதிவாதி விட்டபடியாலும்,

இந்தத் தீர்ப்புக்கு எதிராக அப்பீல் செய்து கொள்ளாதபடியாலும், அது சந்தேகத்திற்கு இடமின்றி, மாற்ற முடியாதவாறு, என்றென்றைக்கும் நிரூபிக்கப்பட்டு விட்டதாகக் கருதப்பட வேண்டும் என்பதே அது.

அதனால் தான் பிரயன் மான்டேகு குரோவருக்கும், அவரது மனைவிக்கும், அவர்களது குழந்தைகளுக்கும் -விடாப்பிடியான இயல்பும் பரஸ்பர நல்லெண்ணமும் வாய்ந்த அவர்களுக்குக் குழந்தைகள் இருக்கத்தான் வேண்டும்- நிறைந்த இன்பம் உண்டாக வேண்டுமென்று வாழ்த்துகிறேன்.

குற்ற இயல் அறிஞருக்கு வாழ்க்கையின் தீய அம்சங்கள் மட்டுமே எதிர்ப்படுகின்றன என்ற வெகுவாகப் பரவியுள்ள கருத்து முற்றிலும் தவறானது என்பதையும் முடிவில் சொல்லி விடுகிறேன்.

உண்மையில், அப்படி இல்லவே யில்லை.

★★★